உலகை மாற்றிய புரட்சியாளர்கள்

உலகை மாற்றிய புரட்சியாளர்கள்

மருதன்

கிழக்கு

உலகை மாற்றிய புரட்சியாளர்கள்
Ulagai Maatriya Puratchialargal
by Marudhan ©

First Edition: January 2014
208 Pages

ISBN: 978-93-5135-163-4
Title No: Kizhakku 750

Kizhakku Pathippagam
177/103, First Floor,
Ambal's Building, Lloyds Road
Royapettah, Chennai 600 014.
Ph: +91-44-4200-9603

Email : support@nhm.in
Website : www.nhm.in

Author's email: marudhan@gmail.com

Kizhakku Pathippagam is an imprint of New Horizon Media Private Limited

கம்யூனிசப் புரட்சியைக் கண்டு
ஆளும் வர்க்கங்கள் அஞ்சி நடுங்கட்டும்.
பாட்டாளிகள் தமது அடிமைச் சங்கிலிகளைத் தவிர
இழப்பதற்கு ஏதும் இல்லாதவர்கள்.
அவர்கள் வென்று பெறுவதற்கோ
அனைத்து உலகமும் இருக்கிறது.

உலகத் தொழிலாளர்களே, ஒன்று சேருங்கள்!

- கம்யூனிஸ்ட் கட்சி அறிக்கை

வரிசை

முன்னுரை

இந்தப் புத்தகத்தில் ஸ்பார்டகஸ் தொடங்கி ஹோ சி மின் வரையிலான எட்டு புரட்சியாளர்கள் இடம்பெறுகிறார்கள். இரு அட்டைகளுக்கு நடுவில் இவ்வளவு பேரைத் தொகுப்பதென்பது பெய்யும் மழை அனைத்தையும் ஒரு சிறு கண்ணாடி சீசாவுக்குள் அடக்கும் முயற்சிக்கு ஒப்பானது. உதாரணத்துக்கு, கார்ல் மார்க்ஸ் மற்றும் எங்கெல்ஸின் படைப்புகளைப் படித்து முடித்து, புரிந்து தெளிந்து, திறனாய்வு செய்வதென்பது ஒரு வாழ்நாளில் ஒருவருக்குச் சாத்தியம் என்று நான் கருதவில்லை. அரசியல், பொருளாதாரம், வரலாறு, தத்துவம், சமூகவியல், இலக்கியம் என்று நீண்டு நீண்டு செல்கிறது மார்க்சியத்தின் ஆற்றல்.

அல்லது அம்பேத்கரையே எடுத்துக்கொள்வோம். சாதி குறித்த அவருடைய பார்வையை மட்டும் இங்கே பிய்த்தெடுத்து விவாதித்திருக்கிறேன். இது உண்மையில் சரியான அணுகு முறை அல்ல. இந்தியாவின் எதிர்காலம் எப்படி அமைய வேண்டும் என்பது குறித்து அவர் தெளிவான செயல்திட்டங்கள் வைத்திருந்தார். பொருளாதாரத்தில் எத்தகைய மாற்றங்கள் தேவை? முதலாளித்துவ உற்பத்தி முறையின் சாதக, பாதகங்கள் என்ன? ஒரு மனிதனுக்கு மதம் உண்மையில் அவசியம்தானா? மார்க்சியத்தின் நிறை, குறைகள் என்ன? கல்வி, மொழிவாரி மாநிலப் பிரிவினை, பாகிஸ்தான், இரட்டை வாக்குரிமை, சட்டம் என்று அம்பேத்கரின் சிந்தனைகளை நன்றாக விரித்து கற்கவேண்டியிருக்கிறது. என்னுடைய இன்னொரு புத்தகத்துக் காக ஆனந்த் டெல்டும்டேயைத் தொடர்பு கொண்டு உரையாடிய போது அவர் இப்படி அம்பேத்கரிடமிருந்து ஓரம்சத்தை மட்டும்

(குறிப்பாக, சாதி) தனித்துப் பிரித்து ஆராயும் ஆபத்தைச் சுட்டிக் காட்டினார்.

புத்தரை மூன்று அத்தியாயங்களில் புரிந்துகொண்டுவிடமுடியும் என்று நினைப்பதோ ஜோதிராவ் புலேயின் பங்களிப்பை ஒரு புத்தகத்தின் ஒரு பகுதியில் மட்டும் சுருக்கிவிடமுடியும் என்று நினைப்பதோ குழந்தைத்தனம் அன்றி வேறில்லை. லத்தின் அமெரிக்க அரசியல் களத்தில் சிமோன் பொலிவாரும் ஹொசே மார்த்தியும் வகித்த பாத்திரத்தை மதிப்பிடுவதும்கூட சாமானியக் காரியமல்ல. இந்த இருவருமே அவர்களுடைய காலகட்டத்தின் தேவைகளையொட்டி வினையாற்றியவர்கள். லத்தின் அமெரிக்க வரலாற்றின் அடிப்படையைக் கற்காமல் இவர்களுடைய பங்களிப்பைப் புரிந்துகொள்ளமுடியாது. புத்தரையும் ஸ்பார்டகஸையும் பற்றி வரலாற்று ரீதியாக நமக்கு அதிகம் தெரியாது என்பதுதான் உண்மை.

ஆனால் இந்தச் சவால்கள் எதுவுமே அவர்களை அறிந்து கொள்ளும் நம் முயற்சியைத் தடை செய்துவிடக்கூடாது என்பது முக்கியம். எங்காவது ஓரிடத்தில் தொடங்கி அவர்களை நோக்கிச் சென்றாகவேண்டிய அவசியம் இருக்கிறது. காரணம் உலகின் போக்கை இவர்கள் ஒவ்வொருவரும் ஒவ்வொரு வகையில் நிர்ணயித்திருக்கிறார்கள். சில முக்கியமான திருப்பங்களை வரலாற்றின் போக்கில் ஏற்படுத்தியிருக்கிறார்கள்.

அத்தகைய திருப்பங்களில் திட்டவட்டமான ஒரு சிலவற்றை மட்டும் சுட்டிக்காட்டுகிறது இந்தப் புத்தகம்.

இந்தப் புரட்சியாளர்களை விரிவாகக் கற்கவேண்டும், அவர்களுடைய காலகட்டத்தைப் பற்றி முழுமையாகத் தெரிந்துகொள்ளவேண்டும் என்னும் விருப்பம் கொண்டவர்கள் நூலின் இறுதியில் பின்னிணைப்பாக இடம்பெற்றுள்ள நூல் வரிசையை நாடிச் செல்லலாம்.

கிழக்கு பதிப்பகத்தின் இணைய இதழான தமிழ்பேப்பர் டாட் நெட்டில் (http://www.tamilpaper.net) வெளிவந்த தொடர் பகுதிகளின் செழுமையூட்டப்பட்ட வடிவமே இந்நூல். ஹொசே மார்த்தி, ஹோ சி மின் இருவரையும் பற்றிய அத்தியாயங்கள் இந்நூலுக்காக எழுதிச் சேர்க்கப்பட்டவை.

வாரம் ஓர் அத்தியாயம் என்று திட்டமிட்டுக்கொண்டபோதும் அவ்வப்போது சில இடைவெளிகள் விழுந்துவிட்டன. அந்தச் சமயங்களில் எல்லாம் நினைவுபடுத்தி என்னைத் தொடர்ந்து

எழுதத் தூண்டியவர்களில் முதன்மையானவர் தோழர் சுஜாதா. புரட்சியாளர்கள் வரிசையில் பெண்கள் இடம்பெறாதது ஏன் என்னும் சுஜாதாவின் கேள்விக்கு இன்றுவரை அவருக்குத் திருப்தியூட்டும் விடையை நான் அளிக்கவில்லை என்றே நினைக் கிறேன். பயணம், பணிச்சுமை இரண்டுக்கும் இடையில் நேரம் ஒதுக்கி தோழர் சுத்தானந்தம் இந்தப் பகுதியைத் தொடர்ந்து வாசித்து தொலைப்பேசியிலும் நேரிலும் கூறிய ஆலோசனை களும் அளித்த ஊக்கமும் முக்கியமானவை.

மார்க்ஸ் எங்கெல்ஸ் பற்றிய பகுதியில் மேற்கத்திய உதாரணங் களைத் தவிர்த்துவிட்டு இந்தியச் சூழலோடு பொருந்தும் உதாரணங்களையும் நடப்பு அரசியல் விவகாரங்களையும் தொடர்புபடுத்திக் கொடுத்தால் படிப்பவர்களுக்கு எளிமையாக இருக்கும் என்பது தோழர் குமரேசனின் ஆலோசனை. அவருக்கு என் நன்றி. இதிலேயே அந்த மாற்றங்களைக் கொண்டுவரமுடிய வில்லை. அடுத்தடுத்த பகுதிகளை எழுதும்போது நினைவில் வைத்துக்கொள்கிறேன்.

ஜென்னி, பா. சரவணன், கிருஷ்ணமூர்த்தி, சிவகுரு ஆகியோர் அளித்த உற்சாகமான ஆதரவுக்கு இங்கே நன்றி சொல்ல விரும்பு கிறேன்.

புத்தர் பற்றிய அறிமுகத்தைப் பாராட்டிய அதே வேளை, அவருக்குச் சிவப்பு சாயம் பூசியது தவறு என்று விரிவாக சுட்டிக்காட்டியிருந்தார் க்ருஷ்ணகுமார். புத்தரை ஒரு புரட்சி யாளராகக் கட்டமைத்ததில் அம்பேத்கரின் பங்கு என்ன என்று போதுமான அளவுக்கு சுட்டிக்காட்டியிருக்கிறேன் என்றே நினைக்கிறேன். என்னுடன் மாறுபடும் க்ருஷ்ணகுமாரின் பார்வை தமிழ்பேப்பரில் புத்தர் பற்றிய பின்னூட்டப் பகுதியில் காணக்கிடைக்கிறது.

அம்பேத்கரின் பங்களிப்பை ஏற்கும் அதே சமயத்தில் அவரை ஒரு புரட்சியாளராக வரையறுப்பது சாத்தியமில்லை என்று சொல்லி அதற்கான காரணங்களையும் என்னிடம் விவாதித்த தோழர் விஜயகுமாருக்கு நன்றி. புரட்சி என்பதைக் கறாரான மார்க்சிய அர்த்தத்துடன் நான் இதில் முன்னிறுத்தவில்லை.

இந்தப் புத்தகத்தின் இரண்டாவது பாகத்தில் லெனின், ஜோசப் ஸ்டாலின், சன் யாட் சென், மாவோ, பெரியார், பகத் சிங், சே குவேரா, ஹியூகோ சாவேஸ் போன்றோர் இடம்பெறுகின்றனர்.

- மருதன்

1. புரட்சி என்பது என்ன? புரட்சியாளர் யார்?

‘இது வரலாற்று நூல் அல்ல. சோஷலிசத்தின்மீது நம்பிக்கை கொண்டிருப்பவர்கள் மேற்கொண்ட அரசியல் நடவடிக்கைகளை விவரிப்பதே இதன் நோக்கம்... இரண்டாயிரம் ஆண்டுகளுக்கு முன்பு நடந்திருந்தாலும் சரி, நம் கண் முன்னே இப்போது நடந்திருந்தாலும் சரி. கலகம் ஒன்று நடந்திருந்தால், அதில் சோஷலிசத்தின் சாயல் சிறிதளவு படிந்திருந்தால் அதை இந்தப் புத்தகத்தில் இடம்பெறச் செய்திருக்கிறேன்.’

ஸ்பெயினைச் சேர்ந்த சோஷலிஸ்டும் எழுத்தாளரும் அரசியல் விமரிசகருமான அல்வாரெஸ் (முழுப்பெயர் Julio Álvarez del Vayo) தனது The March of Socialism என்னும் புத்தகத்தின் முன்னுரையில் இவ்வாறு குறிப்பிடுகிறார்.

பிரெஞ்சுப் புரட்சி, பாரிஸ் கம்யூன், ரஷ்யப் புரட்சி, சீனப் புரட்சி உள்ளிட்ட பல முக்கிய நிகழ்வுகளை இந்தப் புத்தகம் உள்ளடக்கியுள்ளது. அல்வாரெஸ் இவற்றில் சிலவற்றை விரிவாகப் படித்து ஆராய்ந்திருந்தார்; சிலவற்றை நேரில் தரிசித்திருக்கிறார். லெனின், ரோசா லக்சம்பர்க் தொடங்கி தான் வாழ்ந்த காலத்தைச் சேர்ந்த அனைத்து முக்கிய கம்யூனிஸ்ட், சோஷலிஸ்ட் தலைவர்களையும் நேரில் சந்தித்திருக்கிறார்.

அல்வாரெஸின் மேற்சொன்ன புத்தகம் ஸ்பானிஷ் மொழியில் எழுதப்பட்டு அவர் இறப்பதற்கு ஓராண்டுக்கு முன்பு ஆங்கிலத்தில் வெளிவந்தது. சோஷலிசம் என்னும் பதத்தை முடிந்தவரை மிகவும் விரிவான பொருளில் அவர் இந்தப் புத்தகத்தில்

பயன்படுத்தியிருப்பதைப் புரிந்துகொள்ள முடிகிறது. ஸ்பார்டகஸ் தொடங்கி லத்தீன் அமெரிக்க நாடுகளில் ஏற்பட்ட புரட்சிகர மாற்றங்கள் வரையிலான நிகழ்வுகள் இதில் அலசப்பட்டுள்ளன.

இந்தப் புத்தகத்தின்மூலம் அவர் வந்தடைந்த முடிவு இதுதான். 'சமூக அக்கறையுடன் நிகழ்த்தப்பட்ட ஒவ்வொரு போராட்டமும், ஒவ்வொரு புரட்சியும் உலகில் பிற இடங்களில் பிற காலகட்டங்களில் நிகழ்ந்த போராட்டங்களோடும் புரட்சிகளோடும் தொடர்பு கொண்டுள்ளது.'

★

இருந்தும், புரட்சி என்னும் வார்த்தையை வன்முறையோடு மட்டுமே இன்றும் பலர் தொடர்புபடுத்தி வருகின்றனர். ஒருவர் புரட்சியாளர் என்றால் அவர் வன்முறையாளராகவும் இருப்பார் என்பது இவர்கள் நம்பிக்கை. மேலும் அவர் மையநீரோட்டத்திடம் இருந்து விலகி, கானகங்களிலும் பள்ளத்தாக்குகளிலும் பிற ஆபத்தான இடங்களிலும் பதுங்கி இருந்து, எந்நேரமும் போர் திட்டங்கள் வகுத்துக்கொண்டு, எப்போதும் ஆயுதம் சுமந்தபடி, பயங்கரவாதம் தவிர்த்து வேறொன்றும் சிந்திக்காமல் வாழ்ந்து வருபவர் என்றும் பலர் கற்பனை செய்துகொள்கிறார்கள்.

இன்னும் சிலர், சமூகத் தளத்தில் ஏற்படும் சிறு மாற்றங்களைக் கூட புரட்சி என்று பெயரிட்டுச் சிலாகித்துக்கொள்கிறார்கள். செல்வாக்கு மிக்க அரசியல் தலைவர்களுக்குப் 'புரட்சித் தலைவர்' என்றும் 'புரட்சித் தலைவி' என்றும் பெயர்கள் அளிக்கப்படுகின்றன. ஒடுக்கப்படும் மக்களின் குரலாகச் செயல்படும் அமைப்புகள் மட்டுமல்ல ஒடுக்கும் பிரிவினரைப் பிரதிநிதித்துவப்படுத்தும் 'புரட்சிகர' இயக்கங்களும் அமைப்புகளும்கூட இங்கே உள்ளன.

குழப்பங்கள் இத்துடன் முடிந்துவிடவில்லை.

புரட்சியை இடதுசாரி அரசியலோடும் மார்க்சிய அகராதியின் அடிப்படையிலும் புரிந்து வைத்திருப்பவர்களிடையே கூட பல சமயங்களில் கருத்து வேறுபாடுகளும் மயக்கங்களும் ஏற்பட்டு விடுகின்றன. லெனின் ஒரு புரட்சியாளர், ஆம். ஆனால், சே குவேராவை எப்படி மதிப்பிடுவது? சீனப் புரட்சியை ஏற்று

அங்கீகரிக்கமுடிகிறது. ஆனால், க்யூபாவிலும் வெனிசூலா விலும் ஏற்பட்ட மாற்றங்களை 'புரட்சிகர மாற்றங்கள்' என்று அழைக்கமுடியுமா? மார்க்சியம், கம்யூனிசம், சோஷலிசம் பற்றியெல்லாம் அதிகம் உரையாடாத, அதே சமயம் அடித்தட்டு மக்களுக்காகக் குறிப்பிடத்தக்க மாற்றங்கள் பலவற்றை மேற் கொண்ட ஃபிடல் காஸ்ட்ரோவையும் ஹியூகோ சாவேஸையும் புரட்சியாளர்கள் என்று அழைக்கலாமா?அவ்வாறு அழைப்பதை மார்க்சியம் ஏற்கிறதா?

எனில், புரட்சி என்பது என்ன? புரட்சியாளர் என்று யாரை அழைக்கமுடியும்?

★

ஒரே செயலை ஓர் அரசாங்கம் செய்தால் ஒரு மாதிரியாகவும், ஆயுதம் தாங்கிய போராட்டக் குழுவினர் செய்தால் இன்னொரு மாதிரியாகவும் அணுகும் போக்கு உலகம் தழுவியது. இந்தியா விலேயே காந்திய வழி சிறந்தது என்றும் பகத் சிங்கின் வழி தீங்கானது என்றும் சொல்லப்பட்டது; இப்போதும் சொல்லப் பட்டு வருகிறது. பொதுப் புத்தியில் ஆழமாகப் பதிந்துள்ள சில பிம்பங்கள்தான் இப்படிப்பட்ட புரிதல்களை ஏற்படுத்துகின்றன.

உண்மையில் புரட்சியாளர்கள் வன்முறைமீது நம்பிக்கை கொண்டவர்களா? ரத்த வெறி கொண்டவர்களா? உயிரின் மதிப்பை உணராதவர்களா? பகத் சிங் பதிலளிக்கிறார். 'மனித உயிர்களை வார்த்தைகளால் வடிக்க முடியாத அளவுக்கு புனித மானதாகக் கருதுபவர்கள் நாங்கள். அது மட்டுமல்ல, மனிதகுல விடுதலைக்காக வெகுவிரைவில் எங்கள் உயிர்களையே நாங்கள் அர்ப்பணிக்க இருக்கிறோம். மனச்சாட்சியின் உறுத்தல் கொஞ்சமும் இன்றி கொலை செய்வதற்கென்றே பயிற்றுவிக்கப் பட்ட ஏகாதிபத்திய ராணுவத்தின் கூலிப் படைகள் போன்ற வர்கள் அல்ல நாங்கள். மனித உயிர்களை நாங்கள் உயர்வாக மதிக்கிறோம்.'

நாடாளுமன்ற வெடிகுண்டு வழக்கில் கைதான பகத் சிங், பி.கே. தத் இருவரும் அளித்த வாக்குமூலத்தில் இந்த முழக்கம் இடம்பெறுகிறது. இந்த வாக்குமூலம் 1929 ஜூன் 6 அன்று இந்த இருவர் சார்பாக அசாப் அலி என்பவரால் படிக்கப்பட்டது. (விடுதலைப் பாதையில் பகத்சிங், தொகுப்பு: சிவவர்மா, பாரதி புத்தகாலயம்).

ஏப்ரல் 8, 1929 அன்று நாடாளுமன்றத்தில் பகத் சிங்கும் பி.கே. தத்தும் இரு வெடிகுண்டுகளை வீசியபோது, பிரதான எதிரியான சர் ஜான் சைமன் அங்குதான் இருந்தார். அவர்மீதே அந்தக் குண்டுகளை அவர்கள் வீசியிருக்கலாம். செய்யவில்லை. மாறாக, அவர்கள் சரணடைந்தனர். ஏன்? 'எங்களை அழிப்பதன் மூலம் இத்தேசத்தை அழிக்கமுடியாது. நாங்கள் செய்த செயலுக் குரிய தண்டனையை ஏற்றுக்கொள்ளவும், தனிநபர்களை அழிப்பதன்மூலம் கருத்துகளைக் கொல்லமுடியாது என்பதை ஏகாதிபத்திய சுரண்டல்காரர்கள் அறியச் செய்வதற்கும் நாங் களாகவே வலிய முன்வந்து கைதானோம். ஒரு தேசத்தின் முக்கியத்துவமற்ற இரண்டு நபர்களை அழிப்பதன்மூலம் அத்தேசத்தையே நசுக்கிட முடியாது. நாங்கள் வலியுறுத்திக் கூற விரும்பும் வரலாற்றுப் படிப்பினை இதுதான்.'

புரட்சி என்ற வார்த்தையின் பொருள் என்ன என்று கேட்கப் பட்டபோது பகத் சிங் அளித்த விடை இது.

'புரட்சி என்பது ரத்த வெறிகொண்ட மோதலாகத்தான் இருக்க வேண்டுமென்ற கட்டாயமில்லை. தனிமனிதர்கள் வஞ்சம் தீர்த்துக்கொள்வதற்கு அதில் இடமில்லை. அது வெடிகுண்டு கள், துப்பாக்கிகள் மீதான வழிபாடல்ல. புரட்சி என்பதன்மூலம், வெளிப்படையான அநீதியை அடிப்படையாகக் கொண்ட இந்தச் சமூக அமைப்பு மாற்றியமைக்கப்படவேண்டும் என்று நாங்கள் கூறுகிறோம்.

'சரியான நேரத்தில் காப்பாற்றவில்லையெனில், இந்த நாகரிகத் தின் முழுக் கட்டமைப்பும் நொறுங்கி விழுந்துவிடும். எனவே இந்த நாட்டில் அடிப்படையான மாற்றம் தேவைப்படுகிறது. இதனை உணர்ந்தவர்களின் கடமை, சமுதாயத்தை சோஷலிசத் தின் அடிப்படையில் புதிதாக மாற்றியமைக்கவேண்டியதே ஆகும்.

'புரட்சி என்பது மனிதகுலத்தின் பிரிக்க முடியாத உரிமை. சுதந்தரம் என்பது அனைவரின் அழிக்க முடியாத பிறப்புரிமை. தொழிலாளர்களே சமுதாயத்தை உண்மையில் தாங்கிப் பிடித்துக் கொண்டிருப்பவர்கள். மக்கள் அதிகாரமே தொழிலாளர்களின் இறுதி இலக்கு.

' இக்கொள்கைகளுக்காகவும் இந்த நம்பிக்கைகளுக்காகவும் எங்களுக்கு வழங்கக்கூடிய தண்டனையின் மூலம் ஏற்படும்

எத்தகைய துன்பத்தையும் நாங்கள் வரவேற்கவே செய்கிறோம். புரட்சியின் பலிபீடத்தில் எங்களது இளமையைக் காணிக்கை யாக்குகிறோம். எங்களது மகத்தான லட்சியத்தோடு ஒப்பிடுகை யில் நாங்கள் செய்யும் எந்த தியாகமும் பெரிதல்ல. நாங்கள் மனநிறைவுற்றுள்ளோம். புரட்சியின் வருகைக்காக நாங்கள் காத்திருக்கின்றோம்.'

1931 மார்ச் *22* அன்று பகத்சிங் எழுதிய கடைசி கடிதத்தில் காணப்படும் வரிகள் கீழே.

'வாழ வேண்டும் என்ற ஆசை இயற்கையானதே. அது என்னிட மும் உள்ளது. அதை நான் மறுக்க விரும்பவில்லை. ஆனால், அந்த ஆசை நிபந்தனைக்கு உட்பட்டது. ஒரு சிறைக் கைதி யாகவோ நிபந்தனை வரம்புகளுக்கு உட்பட்டவனாகவோ வாழ எனக்கு விருப்பமில்லை... துணிச்சலோடும் புன்னகையோடும் நான் தூக்குமேடை ஏறினால், அது இந்தியத் தாய்மார்களின் உணர்வுகளைத் தூண்டும். தங்களது பிள்ளைகளும் பகத்சிங்கைப் போல் ஆக வேண்டுமென்று அவர்கள் விரும்புவார்கள். இதன் மூலம் நாட்டின் விடுதலைக்காக தங்களது உயிர்களையும் தியாகம் செய்யச் சித்தமாயிருப்பவர்களின் எண்ணிக்கை அதிகரிக்கும். அதன் பிறகு, புரட்சிப் பேரலையை எதிர்கொள் வதற்கு ஏகாதிபத்தியத்தால் முடியாமல் போகும்.'

★

மனித குல வரலாற்றில் ஒவ்வொரு காலகட்டத்திலும் புரட்சிகர மாற்றங்கள் ஏற்பட்டிருக்கின்றன. இப்போதும் தொடர்ந்து ஏற்பட்டுக்கொண்டுதான் இருக்கின்றன. பொருளாதாரம், சமூகம், அரசியல், சித்தாந்தம், கலை, இலக்கியம் என்று ஒவ் வொரு துறையிலும் இப்படிப்பட்ட அடிப்படையான மாற்றங் களைக் காணமுடியும். புரட்சிகர மாற்றங்கள் இல்லாமல் வளர்ச்சி என்பது சாத்தியமில்லை.

புரட்சி என்பது தற்செயலாகவோ தன்னிச்சையாகவே நடை பெறும் நிகழ்வல்ல. ஒரு சில தனி மனிதர்கள் மேற்கொள்ளும் நடடிவடிக்கையும் அல்ல. ஆயுதம் தரித்த ஒரு சிறு குழுவோ முற்போக்கான பெயர்களைக் கொண்ட ஓர் அரசியல் கட்சியோ கானகங்களில் மறைந்து வாழும் ஒரு இயக்கமோ வீறுகொண்டு எழுந்து மேற்கொள்ளும் ஆயுதப் போராட்டம் புரட்சி ஆகாது.

எது புரட்சி என்பதற்கு மார்க்சியம் சில தெளிவான வரையறைகளை வகுத்துள்ளது. இவற்றுக்குப் பின்னணியில் ஒரு தத்துவமும் தெளிவான அரசியல் பார்வையும் இருக்கிறது. 'புரட்சிகள் கட்டளைப்படி நடப்பதில்லை. ஒரு குறிப்பிட்ட தருணத்தையொட்டி நடப்பதுமில்லை. அவை வரலாற்றுப் போக்கில் முதிர்ச்சியடைகின்றன. பல்வேறு உள்நாட்டு, அயல்நாட்டு காரணங்களைப் பொறுத்து உரிய நேரத்தில் வெடிக்கின்றன' என்கிறார் லெனின்.

புரட்சி எப்போது ஏற்படுகிறது? லெனின் அளிக்கும் விளக்கம் இது. 'இதுவரை வாழ்ந்ததுபோல் இனி மேற்கொண்டு வாழ முடியாது என்ற முடிவுக்கு கோடானுகோடி மக்கள் வரும்பொழுது புரட்சிகள் வருகின்றன.'

கம்யூனிஸ்டுகளின் புரட்சிகரத் தத்துவம் மார்க்சிய லெனினியம். கார்ல் மார்க்ஸ், ஃபிரெட்ரிக் எங்கெல்ஸ் இருவரும் இந்தத் தத்துவத்தின் அடித்தளத்தை வடிவமைத்த ஆசான்கள் என்று அழைக்கப்படுகிறார்கள்.

மார்க்சியத்தைப் பொருத்தவரை புரட்சி பல வகைப்படும். சமூகப் புரட்சி, சோஷலிசப் புரட்சி, தேசிய விடுதலைப் புரட்சி, பூர்ஷ்வாப் புரட்சி, பூர்ஷ்வா ஜனநாயகப் புரட்சி மற்றும் மக்கள் ஜனநாயகப் புரட்சி. ஒவ்வொன்றுக்கும் தெளிவான வரையறை இருக்கிறது. ஒவ்வொன்றின் பின்னாலும் ஒரு தத்துவம் இருக்கிறது.

★

கார்ல் மார்க்ஸ், ஃபிரெட்ரிக் எங்கெல்ஸ் இருவரும் எழுதத் தொடங்கியதற்கு முன்பே சோஷலிசம் பற்றிய உரையாடல்களும் விவாதங்களும் நிகழ்ந்திருக்கின்றன. தத்துவார்த்தமான உரையாடல்களும் விவாதங்களும் நடைபெறாமலேயேகூட சோஷலிசத்துக்கானப் போராட்டங்கள் முன்னெடுக்கப்பட்டுள்ளன. அதனால்தான் அல்வாரெஸ் சோஷலிசம் என்னும் பதத்தை நெகிழ்வுத் தன்மையுடன் பயன்படுத்தி ஸ்பார்டகஸிடம் இருந்து தன் புத்தகத்தைத் தொடங்குகிறார்.

இந்தப் புத்தகமும்கூட ஸ்பார்டகஸிடம் இருந்தே தொடங்குகிறது.

சோஷலிசத்தைத் தத்துவார்த்த ரீதியில் செழுமைப்படுத்திய வர்கள் மட்டுமல்ல, அதை நோக்கமாகக் கொண்டு செயல்பட்டு அடிப்படை மாற்றங்களை ஏற்படுத்தியவர்களும்கூட புரட்சி யாளர்கள்தாம். சிலர் சிந்தனையாளர்களாக மட்டுமே அறியப் பட்டிருக்கிறார்கள். சிலர், செயற்பாட்டாளர்களாக மட்டும். இன்னும் சிலர் இந்த இரு தளங்களிலும் வலுவாகக் காலூன்றி யிருக்கிறார்கள். இந்தப் புத்தகத்தில் மூவருமே இடம்பெறு கிறார்கள்.

ஸ்பார்டகஸ்

2. நான் யாருக்கும் அடிமையில்லை!

விக்டோரியன் காலத்து இங்கிலாத்தில் 'கன்ஃபஷன்ஸ்' என்னும் பெயரில் சுருக்கமான வினா விடைகளைத் தயாரித்து தங்களுக்குள் பரிமாறிக்கொள்ளும் வழக்கம் மக்களிடையே பிரபலமாக இருந்தது. பிடித்த நிறம், பிடிக்காத விஷயம், பிடித்த தொழில், பிடிக்காத செயல் போன்ற அடிப்படைக் கேள்வி களுக்கு ஓரிரு வார்த்தைகளில் பதிலளிக்கவேண்டும் என்பது நியதி. 1865ல் கார்ல் மார்க்ஸும் இப்படிச் சில கேள்விகளுக்கு பதிலளித்தார். அதிலொரு கேள்வி: உங்கள் கதாநாயகன் யார்? ஸ்பார்டகஸ் என்று பதிலளித்தார் கார்ல் மார்க்ஸ். (அவர் முன்னிறுத்திய மற்றொருவர், ஜெர்மானிய வானவியல் அறிஞர் ஜொஹனஸ் கெப்ளர்). உங்களைப் பொருத்தவரை மகிழ்ச்சி என்பது என்ன என்னும் கேள்விக்கு மார்க்ஸ் ஒரே வார்த்தையில் பதிலளித்தார். போராட்டம்.

ஸ்பார்டகஸ் (பொது யுகத்துக்கு முன்பு 109-71) பற்றி மிகக் குறை வான வரலாற்றுப் பதிவுகளே காணக்கிடைக்கின்றன. அவ்வாறு கிடைத்திருக்கும் பதிவுகளும்கூட பல சமயங்களில் ஒன்றோ டொன்று பொருந்தாமல், தனித்தனி கதைகளைச் சொல்வதாக அமைந்துள்ளன. அடிமைத்தனத்தில் இருந்து விடுபட்டு போரிட்ட மாவீரன் என்றும் விடுதலை வேட்கையின் சின்னம் என்றும் புகழப்படும் ஸ்பார்டகஸ் குறித்து ஏன் குறைவான பதிவு கள் என்பதற்கும் ஏன் முரண்பட்ட கருத்துகள் என்பதற்குமான விடைகளை நாம் கண்டுபிடித்தாகவேண்டும். அதற்கு முன்னால் கிடைத்திருக்கும் விவரங்களின் அடிப்படையில் ஸ்பார்டகஸ் குறித்த சுருக்கமான ஒரு சித்திரத்தை உருவாக்க முயற்சி செய்ய லாம்.

ரோமில் அடிமைமுறை மிகப் பரவலாக இருந்த காலகட்டம் அது. ரோமில் மட்டுமல்ல பண்டைய நாடுகள் ஒவ்வொன்றிலும் அடிமைமுறை வேறூன்றியிருந்தது. ஆனால், ரோம சாம்ராஜ்ஜி யத்தின் அடிமைகள் பிற நாடுகளில் இருந்தவர்களைக் காட்டி லும் பல மடங்கு கீழான நிலையில் இருந்தனர். மனிதர்களாக அல்ல, உடைமைகளாகவே அவர்கள் கருதப்பட்டனர். என் னிடம் இவ்வளவு நிலம் இருக்கிறது என்பதுபோல் இத்தனை அடிமைகள் இருக்கிறார்கள் என்று சொல்லிக்கொள்வதில் பெருமிதம் கொண்டவர்களாக குடிமக்கள் இருந்தனர். தங்கள் இல்லங்களுக்குத் தேவையான பொருள்களோடு சேர்த்து கைவினைஞர்கள், கவிஞர்கள், தத்துவ ஆசிரியர்கள், கட்டு மானக் கலைஞர்கள் ஆகியோரையும் இயல்பாகச் சந்தையில் வாங்கி சென்றனர். இந்த அடிமைகளை வைத்து வீடுகளும் தோட்டங்களும் அரண்மனைகளும் உருவாக்கிக்கொண் டார்கள். கவிதைகள் இயற்றச் சொல்லியும் விவாதங்கள் நடத்தச் சொல்லியும் மகிழ்ந்தார்கள். சில சமயம் வயதில் இளையவர் களை வாங்கிச் சென்று அவர்களை ஒரு துறையில் பயிற்றுவித்து (ஒரு குதிரையைச் செய்வதுபோல்) வாழ்நாள் முழுவதும் உபயோகப்படுத்திக்கொள்வதும் உண்டு.

ரோம சாம்ராஜ்ஜியம் அதன் வீழ்ச்சியை நோக்கி நகர்ந்துகொண் டிருந்த சமயத்தில் அடிமைமுறை மேலும் மோசமடைந்தது. கொடூரமான முறையில் அடிமைகள் சித்திரவதை செய்யப் பட்டனர். விலங்குகளிடம் இருந்து தங்களைத் தற்காத்துக் கொள்ளக்கூட அவர்கள் ஆயுதங்கள் வைத்திருக்க மறுக்கப் பட்டனர். ஒருவேளை, விலங்குகள் தாக்கி உயிரிழந்தால் அதே விலையில் வேறு அடிமைகளா இல்லை சந்தையில்? அதனால் தான், தவறிழைக்கும் அடிமைகளைச் சர்வசாதாரணமாக சிலுவையில் அறைந்து கொன்றார்கள்.

ஸ்பார்டகஸ் திரேஸ் (Thrace) என்னும் பகுதியில் (இன்றைய பல்கேரியா) ஒரு சுதந்தர மனிதனாகப் பிறந்தான். பிறகு, ராணு வத்தினரால் சிறைபிடிக்கப்பட்டு அடிமையாக விற்கப்பட்டான். அப்போதே அவனுடைய உடல் வலிமையைக் கண்டு திகைத்த எஜமானர்கள், பிற அடிமைகளைப்போல் அவனை வீட்டு வேலைகளுக்குப் பயன்படுத்திக்கொள்ள விரும்பவில்லை. ஒரு அடிமை வீரனாக (கிளேடியேட்டர்) முறைப்படி அவனை வளர்த்தெடுப்பதே அதிக பலன் தரும் என்னும் நம்பிக்கையுடன்

கேப்புவா (இன்று தெற்கு இத்தாலியின் ஒரு நகரம்) என்னும் இடத்தில் உள்ள ஒரு பயிற்சிக்கூடத்தில் ஸ்பார்டகஸைச் சேர்த்துவிட்டார்கள்.

பயிற்சி முடிந்ததும் வீரர்கள் திறந்தவெளி மைதானத்தில் ஒருவரோடு ஒருவர் மோதிக்கொண்டு சாவார்கள். அதைக் கண்டு மக்கள் கூட்டம் ஆர்ப்பரித்து மகிழும். அடிமைகளோடு சேர்த்து குற்றவாளிகளும் இவ்வாறு கிளேடியேட்டராக மாற்றப்படுவார் கள். ஓர் அடிமை வீரனாக இருக்க விரும்பாத ஸ்பார்டகஸ் சக அடிமைகள் சுமார் எழுபது பேரோடு சேர்ந்து அங்கிருந்து தப்பியோடினான். தன்னைப் போன்ற இன்னொரு அடிமையை எதிர்ப்பதற்குப் பதில் அடிமை முறையை எதிர்த்துப் போரிட விரும்பினான். எப்படியும் போகப்போகும் உயிரை, நம் அடிமைச் சங்கிலிகளைத் தகர்த்து எறியும் போராட்டத்துக்கு அர்ப்பணித்தால் என்ன என்று அடிமைகளிடம் உரிமையுடன் கோரினான். ஸ்பார்டகஸின் படைப்பலம் பெருகத் தொடங்கி யது. அனைவருக்கும் போர்ப் பயிற்சிகள் அளிக்கப்பட்டன. ரோம சாம்ராஜ்ஜியத்தை எதிர்ப்பதற்குத் தோதான ஓர் வலுவான படையை ஸ்பார்டகஸ் உருவாக்கினான். அடிமைகள் ஸ்பார் டகஸை தங்கள் தலைவராக ஏற்றுக்கொண்டார்கள்.

மவுண்ட் வெசுவியஸ் என்னும் இடத்தில் பொது.யு.மு 73ல் முதல் கட்டப் போர் தொடங்கியது. தங்களுக்கு எதிராக ஆர்ப் பரிக்கும் அடிமைகளையும் அதன் தலைவனையும் சுலபத்தில் வீழ்த்திவிடலாம் என்று அலட்சியத்துடன் போரிட்ட ரோம ராணுவம், எதிர்பார்த்ததைவிட நீண்ட காலத்துக்கு மோதல்கள் நீடித்ததைக் கண்டு திகைத்துப்போனது. ஸ்பார்டகஸ் திறமை யாக இந்தப் போரை தொடர்ந்து நடத்தியபடி முன்னேறிச் சென்றான். மடிந்து விழும் வீரர்களின் இடத்தில் புதியவர்கள் உடனுக்குடன் நியமிக்கப்பட்டார்கள். முன்னேறும் திசையெங் கிலும் பறிமுதல்கள் நடைபெற்றன. தங்களைப் பிணைத்து வைத்த சங்கிலிகளையே ஆயுதமாக மாற்றிக்கொண்டார்கள் வீரர்கள். அணிந்துகொள்ள ஆட்டுத் தோலும் எருமைத் தோலும் உதவின.கைப்பற்றப்பட்ட ஆயுதங்களை வைத்து மேலும் தங்களை பலப்படுத்திக்கொண்டார்கள்.

மூன்றாண்டுகள் போர் தொடர்ந்தது. ஒவ்வொரு நாளும் படையின் வலிமை அதிகரிப்பதை ரோம் உணர்ந்தது. அடிமை

களின் எழுச்சி தம்மை நேரடியாகப் பாதிக்கும் என்பதை அவர்களைச் சுரண்டி வாழ்ந்து வந்த உயர் குடி மக்கள் உணர்ந்தனர். அடிமைகளால் சொத்துகள் பறிமுதல் செய்யப்படுவதை அறிந்து அவர்கள் அதிர்ச்சியடைந்தனர். அவர்களில் ஒருவனும் பெரும் செல்வந்தருமான லிசினியஸ் கிராசஸ் (Licinius Crassus), ஸ்பார்டகஸை வீழ்த்தும் பொறுப்பை ஏற்றுக்கொண்டான்.

ஆயிரக்கணக்கான அடிமைகளை வழியெங்கும் கொன்றபடி ஸ்பார்டகஸை நோக்கி முன்னேறினான் கிராசஸ்.

சிலாரஸ் ஆற்றுக்கு அருகில் லுவாமியா என்னும் இடத்தில் பொ.யு.மு 71ல் கடைசிக் கட்டப்போர் நடைபெற்றது. முதல் வரிசையில் இருந்தபடி போரிட்ட ஸ்பார்டகஸ் ஈட்டி வீச்சில் காயமடைந்தான். ரோம ராணுவத்தின் பலம் இப்போது முன்பைவிட பல மடங்கு அதிகரித்திருந்ததால், அடிமைப் படையால் தாக்குப்பிடிக்கமுடியவில்லை. குவிந்திருந்த வீரர்களின் உடல்களுக்கு மத்தியில் ஸ்பார்டகஸின் உடலும் கண்டெடுக்கப்பட்டது. எல்லாம் முடிந்து அவருடைய முகாமுக்குச் சென்றபோது, மூவாயிரம் சொச்சம் ரோம வீரர்கள் உயிருடன் சிறைபிடிக்கப்பட்டிருந்ததை ரோம ராணுவம் கண்டுகொண்டது. அடிமைகளின் எழுச்சி அடக்கப்பட்டுவிட்டது. ஆனால், விடுதலைக்கான ஒரு குறியீடாக ஸ்பார்டகஸ் மாறியிருந்தார்.

ஸ்பார்டகஸ் விடுதலையின் குறியீடு அல்ல, அவன் ரோமை எதிர்த்துப் போரிடவும் இல்லை. அடிமைகளை ரோமிடம் இருந்து மீட்டு தப்பவைப்பதில் மட்டுமே அவன் கவனம் செலுத்தினான் என்கிறார்கள் இன்னொரு சாரார். அவர்கள் வரிசைப்படுத்தும் நிகழ்வுகள் இப்படி இருக்கின்றன.

அடிமைகளின் தலைவனாக உருப்பெறுவதற்கு முன்னால் ஸ்பார்டகஸ் ரோம ராணுவத்தில் சிறிது காலம் பணியாற்றிவிட்டு பிறகு அதிலிருந்து வெளியேறிவிட்டான். அவ்வாறு வெளியேறியபிறகு சிறைபிடிக்கப்பட்டு கிளேடியட்டராக விற்கப்பட்டான். அங்கிருந்தும் தப்பிச் சென்றான். ஸ்பார்டகஸுடன் சேர்ந்து எழுபது வீரர்கள் வெளியேறி, மவுண்ட் வெசுவியஸில் தஞ்சமடைந்தனர். அதையே ஒரு தளமாக மாற்றிக்கொண்டு பிறருக்கும் பயிற்சியளித்தனர். தொடக்கத்தில் ஸ்பார்டகஸின் படையை ரோம் குறைத்தே மதிப்பிட்டது. தன்னை எதிர்நோக்கி வந்த முதல் நான்கு படைகளை ஸ்பார்

டகஸின் வீரர்கள் எதிர்கொண்டு வீழ்த்தினார்கள். அப்போது ஸ்பார்டகஸின் படை பலம் 90,000 முதல் 1,20,000 வரை இருந்தது. ஆல்ப்ஸ் பகுதியைக் கடந்து சென்றுவிட்டால் ரோமப் படைகளிடம் இருந்து வெகு தொலைவுக்குச் சென்றுவிடலாம், அப்போது அச்சுறுத்தல்கள் இருக்காது என்று ஸ்பார்டகஸ் கருதினார். ஆனால் அவருடைய கமாண்டரான கிரிக்சஸ் ரோமை நேரடியாக எதிர்கொண்டு போரிட விரும்பினார். 30,000 வீரர்களுடன் சென்ற இந்தப் பிரிவு ரோமால் அழிக்கப்பட்டது. அடுத்தடுத்து மூன்று முறை வென்ற ஸ்பார்டகஸின் படையை இறுதியாக லிசினியஸ் கிராசஸ் வீழ்த்தினான். ஸ்பார்டகஸ் கொல்லப்பட்டான் ஆனால் அவன் உடல் கிடைக்கவில்லை.

ஆக, ஸ்பார்டகஸ் அடிமைகளை மீட்டெடுத்தான் என்பதை இந்த இரு தரப்பினரும் ஒப்புக்கொள்கிறார்கள். ஸ்பார்டகஸ் ஒரு திறமையான போர் வீரன் என்பதையும் படைத் தலைவன் என்பதையும் ஒப்புக்கொள்கிறார்கள். ஆனால் அடிமைகளை அவன் தப்ப வைத்தானா அல்லது அவர்களைக் கொண்டு ரோம சாம்ராஜ்ஜியத்தை எதிர்த்துப் போரிட்டானா என்பதில் வேறுபாடுகள் எழுகின்றன.

ஸ்பார்டகஸுக்கு ஆதரவான இன்னுமொரு தரப்பும் இருக்கிறது. இவர்கள் ஸ்பார்டகஸின் வலிமையையும் திறனையும் பல மடங்கு உயர்த்திக் காட்டுகிறார்கள். அசாத்திய திறமையும் அற்புதங்கள் நிகழ்த்தும் ஆற்றலும் கொண்டவனாக ஸ்பார் டகஸை இவர்கள் முன்னிறுத்துகிறார்கள். ரோம சாம்ராஜ்ஜி யத்தைக் கிடுகிடுக்கச் செய்த மாபெரும் தலைவன் என்றும் கடவுளுக்கு நிகரானவன் என்றும் ஸ்பார்டகஸ் இவர்களால் உருவகப்படுத்தப்படுகிறான்.

தொகுத்துப் பார்க்கும்போது சில விஷயங்கள் பிடிபடுவதில்லை. ஸ்பார்டகஸ் அடிமைகளைத் திரட்டி அவர்களுக்கு விடுதலை உணர்வை ஊட்டி, ரோமப் படைகளுக்கு எதிராகப் போரிட்டான். அவனது கலகம் அடக்கப்பட்டுவிட்டது. இதில் மேலதிகம் சிலாகிக்க என்ன இருக்கிறது? எதிரிகளின் கரங்களில் விழுந்து பட்ட ஒரு தலைவனை ஒரு மகத்தான வீரனாக வேண்டுமானால் முன்னிறுத்தலாம், ஒரு புரட்சியாளராக எப்படி உயர்த்த முடியும்? ரோம வரலாற்றில் ஸ்பார்டகஸுக்கு முன்பாகவே பல எழுச்சிகள் நடைபெற்றுள்ளன. ஸ்பார்டகஸின் எழுச்சி எந்த வகையில் இவற்றிலிருந்து மாறுபட்டது? எந்த அடிப்படையில்

ஸ்பார்டகஸ் தனித்துவத்துடன் திகழ்ந்தான்? எதனால் அவன் விடுதலையின் சின்னமாக அறியப்படுகிறான்?

இடதுசாரி அரசியல் விமரிசகரும் எழுத்தாளருமான ஆலன் உட்ஸ் எழுதுகிறார். 'மகத்தான புரட்சியாளரும் பண்டைய வரலாற்றின் சிறப்புமிக்க படைத் தலைவராகவும் திகழ்ந்த ஸ்பார்டகஸ் என்னும் மனிதன் குறித்து நமக்கு அதிகம் தெரியவில்லை என்பது உண்மைதான். வரலாறு வெற்றி பெற்றவர்களால் எழுதப்படுகிறது. உலகம் முழுவதிலுமுள்ள ஒடுக்கப்பட்டவர்களின் வரலாறுகளும்கூட நமக்கு வெற்றி பெற்றவர்கள் வாயிலாகவே தெரியவருகின்றன. அடிமைகளின் குரல் அவர்களுடைய எஜமானர்கள் மூலமாகவே நமக்குக் கேட்கக் கிடைக்கிறது. (ஸ்பார்டகஸ் விஷயத்தில்) அடிமைகள் பற்றி நமக்குக் கிடைத்திருக்கும் சிற்சில விஷயங்களும்கூட அவர்களுடைய எதிரிகளால் எழுதப்பட்டவை என்பதை நாம் மறக்கக்கூடாது. அடிமைகள் பற்றி ரோம வரலாற்று ஆசிரியர்கள் எழுதிய பதிவுகள் வன்மத்துடன் எழுதப்பட்டவை. எனவே அவை முரண்பட்டு நிற்கின்றன.'

அவர் மேலும் தொடர்கிறார். 'வெற்றி பெற்றவர்களால் உருவாக்கப்படும் வரலாறு அவர்கள் நலன் சார்ந்தவையாக இருக்கின்றன. அவர்களுடைய உளவியலை, அவர்களுடைய விருப்பங்களைப் பிரதிபலிப்பவையாக இருக்கின்றன. ஆளும் வர்க்கத்தின் தரப்பையே இந்தப் பதிவுகள் முன்வைக்கின்றன. ஸ்பார்டகஸை இத்தகைய பதிவுகள்மூலம் புரிந்துகொள்ள முயல்வது ரஷ்யப் புரட்சியை எதிர்க்கும் பூர்ஷ்வாக்களிடம் இருந்து லெனினையும் ட்ராட்ஸ்கியையும் புரிந்துகொள்ள முயல்வதற்குச் சமமானது.'

ஸ்பார்டகஸ் மட்டுமல்ல இனி நாம் காணவிருக்கும் அனைத்து நாயகர்களுக்கும் பொருந்தக்கூடிய பொது விதி இது. ஒடுக்கப்பட்டவர்களையும் அவர்களுக்குக் குரல் கொடுத்தவர்களையும் வெற்றி பெற்றவர்கள் எழுதி வைத்த குறிப்புகளில் இருந்தே நாம் புரிந்து வைத்திருக்கிறோம். இந்தக் குறிப்புகளின் அடிப்படையிலேயே அவர்களைப் பற்றிய ஒரு மதிப்பீட்டை உருவாக்கி வைத்திருக்கிறோம். உடைந்தும் சிதைந்தும் முரண்பட்டும் நிற்கும் இந்தப் பதிவுகளில் இருந்து கிடைக்கக்கூடிய பிம்பங்களை அப்படியே ஏற்றுக்கொள்வதில் பல அபாயங்கள் இருக்கின்றன.

இதற்கு மாற்று, வெற்றியாளர்களின் பதிவுகளை முற்றிலுமாக மறுதலிப்பது அல்ல. மாறாக, அப்பதிவுகள் மீள்ஆய்வு செய்யப் படவேண்டும். புகழ்ச்சி, இகழ்ச்சி இரண்டையும் சீர்தூக்கிப் பார்க்கவேண்டும். சறுக்கல்கள், வெற்றிகள் இரண்டையும் ஆராய்ந்திட வேண்டும். விடுபடல்களை எச்சரிக்கையுடன் தேடி யெடுக்கவேண்டும். அழுந்திக் கிடக்கும் குரல்களை மேலே கொண்டுவரவேண்டும். ஒடுக்கியவர்களின் வரலாற்றுக்கு மாற்றாக, ஒடுக்கப்பட்டவர்களின் வரலாற்றைக் கட்டமைத்து முன்வைக்கவேண்டும்.

ஸ்பார்டகஸை இந்தப் பின்னணியில் மீள்வாசிப்பு செய்யும் போது முற்றிலும் வேறுபட்ட ஒரு சித்திரம் கிடைக்கிறது. அவரை ஏன் புரட்சியாளர் என்று அழைக்கவேண்டும் என்பதற் கான வலுவான காரணங்கள் இதில் கிடைக்கின்றன.

3. பாட்டாளி வர்க்கத்தின் பிரதிநிதி

உலகப் புகழ்பெற்ற வரலாற்றாசிரியர் புளூடார்க் (Plutarch) ஸ்பார்டகஸின் எழுச்சியையும் வீழ்ச்சியையும் Life of Crassus என்னும் நூலில் பதிவு செய்திருக்கிறார். கிரேக்கத்தில் பிறந்து ரோமில் குடியேறி ரோம் குடிமகமான மாறியவர் புளூடார்க். அலெக்சாண்டர், ஜூலியஸ் சீசர் உள்ளிட்ட பலரின் வாழ்க்கை வரலாறுகளை எழுதியவர்.

கபுவா (Capua) என்னும் பகுதியில் கிளேடியேட்டர் பள்ளியில் பயிற்சி பெற்று வந்த ஸ்பார்டகஸ், அங்கிருந்து தப்பி ஒரு பெரும் எழுச்சியைத் தலைமை தாங்கி நடத்தினார் என்கிறார் புளூடார்க். 'ஸ்பார்டகஸின் யுத்தம்' என்று அழைக்கப்படும் கிளேடியேட்டர்களின் எழுச்சியும் இத்தாலியின் வீழ்ச்சியும் நடைபெற்ற தருணம் அது. கபுவாவில் Lentulus Batiatus என்பவர் பல கிளேடியேட்டர்களுக்குப் பயிற்சி அளித்து வந்தார். பெரும்பாலானவர்கள் கால், திரேஸ் பகுதியைச் சேர்ந்தவர்கள். ஏதோ குற்றமிழைத்து அதனால் சிறைபிடிக்கப் பட்ட கைதிகள் அல்ல இவர்கள். குரூரமான எஜமானர்கள் வாய்த்ததால், ஒருவரையொருவர் அடித்துக்கொண்டு செத் தொழியட்டும் என்று நினைத்து இங்கே சேர்க்கப்பட்டவர்கள். இவர்களில் இருநூறு பேர் தப்பிச்செல்ல திட்டம் தீட்டினர். ரகசியம் வெளியில் கசிந்துவிட்டதால் எச்சரிக்கையடைந்த 78 பேர் கையில் கிடைத்த ஆயுதங்களைத் திரட்டிக்கொண்டு தப்பிச்சென்றனர். நகருக்குள் நுழைந்து மேலும் சில ஆயுதங் களைக் கைப்பற்றினர்.'

புளூடார்க் தொடர்கிறார். 'ஒரு பாதுகாப்பான பகுதியைச் சென்றடைந்ததும் இவர்கள் (அடிமைகள்) மூன்று பேரைத் தங்களை வழிநடத்தத் தேர்ந்தெடுத்தார்கள். அந்த மூவரில் ஸ்பார்டகஸ்தான் தலைவன். திரேசியனும் பழங்குடியினத்தைச் சேர்ந்தவனுமான ஸ்பார்டகஸ், பலம் பொருந்திய ஒரு நாயகன். என் புரிதலின்படி அவன் மற்றவர்களைக் காட்டிலும் மேலானவனாக, மற்ற குடிமக்களைக் காட்டிலும் உயர்ந்தவனாக, உண்மையான திரேஸியனாகத் திகழ்ந்தான்.'

அரசர்களையும் ஆதிக்கத்தில் இருப்பவர்களையும் வியந்தோதி வரலாறுகள் எழுதிய புளூடார்க், ஸ்பார்டகஸ் என்னும் அடிமையை புகழ்ந்து எழுதியிருப்பது ஆச்சரியமூட்டும் விஷயம் மட்டுமல்ல, முரண்பாடானதும் கூட. ஆலன் உட்ஸின் வார்த்தைகளில் சொல்வதானால், 'எதிரியாக இருந்தும், ஸ்பார்டகஸ் குறித்து மிக நல்ல அபிப்பிராயத்தை புளூடார்க் கொண்டிருந்ததற்கான காரணங்களை நாம் கண்டுபிடித்தாகவேண்டும்.'

இரு காரணங்களை உட்ஸ் முன்வைக்கிறார். ஒன்று, எவராலும் மறுக்கமுடியாதபடி ஸ்பார்டகஸின் வெற்றி அழுத்தமானதாகவும் ரோம சாம்ராஜ்ஜியமே ஏற்கும்படி அதிர்ச்சியூட்டும்படியும் இருந்திருக்கிறது. இரண்டாவது, ஸ்பார்டகஸை உயர்த்திக் காட்டுவதன்மூலம் ரோமர்களின் வீழ்ச்சியைச் சற்றே குறைத்துக் காட்ட வரலாற்றாசிரியர்கள் முயற்சித்திருக்கிறார்கள்.

எப்படி என்று பார்ப்போம். சாதாரண அடிமைகள் ஒன்றுசேர்ந்து ரோம ராணுவத்தைக் கதிகலங்க வைத்துவிட்டார்கள் என்பதுதான் வரலாற்று உண்மை. இதுதான் உண்மையில் நடந்ததும் கூட. ஆனால் இதை அப்படியே பதிவு செய்வது ரோம குடிமக்களுக்கு அதிர்ச்சியளிக்கக்கூடியதாக இருக்கும். இப்படிப்பட்ட 'உண்மைகள்' பரவுவது அரச குலத்துக்கும் சாம்ராஜ்ஜியத்துக்கும் அபாயமானது. அதே சமயம், ஸ்பார்டகஸைக் கண்டும் காணாமல் இருந்துவிடவும் முடியாது. ஒரே வழி, ஸ்பார்டகஸை அசாத்திய பலம் கொண்டவராக, அற்புத சக்தி கொண்டவராகச் சித்தரிப்பதுதான். ஒரு சாதாரண அடிமை ரோம சாம்ராஜ்ஜியத்தை வீழ்த்திவிடவில்லை, பேராற்றல் மிக்க அபூர்வமான ஒரு வீரனே, 'மற்றவர்களைக் காட்டிலும் மேலான' 'மற்ற குடிமக்களைக் காட்டிலும் உயர்ந்தவனான' 'உண்மையான திரேசியனான' ஒருவனால்தான் ரோம் ஆட்டம் கண்டது என்று சொல்வது ஒரு வகையில் ஆறுதல் அளிக்கக்கூடியது.

புளூடார்க் தொடர்கிறார். 'கத்தி உள்ளிட்ட கைப்பற்றப்பட்ட ஆயுதங்களுடன் அடிமைகள் மவுண்ட் வெசுவியஸ் சரிவுகளுக்கு வந்து சேர்ந்தனர். செய்தி கேள்விப்பட்டு கிராமப்புறங்களில் இருந்த அடிமைகளும் கலகக்காரர்களுடன் இணைந்தனர். அவர்களுடைய (அடிமைகள்) பலம் பெருகத் தொடங்கியது. உணவு, உடைமைகள் தேடி அவர்கள் நகரை வலம் வரத் தொடங்கினர். முதலில் சிறிய வெற்றிகளே கிடைத்தன. பிறகு பெரும் வெற்றிகள் தேடி வந்தன... ராணுவ வீரர்களின் சீருடைகளை அவர்கள் அணிந்துகொண்டனர். அவமானத்துக்குரிய தங்களுடைய பழைய ஆடைகளை அவர்கள் துறந்தனர்.'

அடிமைகள், வீரர்களாக உருப்பெற்ற தருணம் இது. அடிமை உடை அல்ல, படை வீரனுக்குரிய சீருடையே தனக்குத் தேவை; சங்கிலி அல்ல, வாள்களே தேவை என்று அடிமைகள் உணர்ந்தெழுந்த தருணம் என்றும் சொல்லலாம். சிறு வெற்றிகள் தந்த மகிழ்ச்சியில் உத்வேகம் பெற்று பெரும் சவால்களை எதிர்கொள்ள அடிமை வீரர்கள் உற்சாகத்துடனும் நம்பிக்கையுடனும் நடைபோடுகிறார்கள். அவ்வாறு நடைபோடும்போது அவர்கள் முறையான வீரர்களாகவும் போராளிகளாகவும் மாறியிருந்தனர். உன்னதமான உணர்வுகள் அவர்களுடைய உள்ளத்தில் பொங்கியெழுந்திருக்கும்.

ஒடுக்கப்பட்ட நிலையில் இருக்கும் ஒருவன் திமிறி எழுந்து அடிமைத்தனத்தில் இருந்து விடுபடும்போது ஒரு வீரனாக உருமாறுகிறான். அதுவரை சாமானியனாக இருந்த அவன், அந்தத் தருணத்தில் அசாத்திய பலம் பொருந்தியவனாக மாறுகிறான். 'வரலாற்றில் நடைபெற்ற ஒவ்வொரு புரட்சியிலும் ஒவ்வொரு வேலை நிறுத்தத்திலும் இப்படிப்பட்ட உணர்வுகள் மேலேழும்புவதைக் காணலாம்' என்கிறார் உட்ஸ். 'சாமானிய தொழிலாளிகள் (அடிமைகளின் வழிவந்தவர்கள்) தங்களுடைய மெய்யான உயரத்துக்குத் தங்களை உயர்த்திக்கொள்கிறார்கள். சுதந்தரமான ஒரு ஆணாகவும் பெண்ணாகவும் நடந்துகொள்கிறார்கள்.'

சாமானியர்களின் போராட்டத்தை ஓர் அரசு இன்று எப்படி அலட்சியமாக மதிப்பிட்டு எதிர்கொள்கிறதோ அப்படியேதான் அன்றும் செய்திருக்கிறது என்பதைச் சுட்டிக்காட்டுகிறார் உட்ஸ். அடிமைகளின் எழுச்சியை சாதாரண சட்ட ஒழுங்குப் பிரச்னையாகவே ரோம் கருதியிருக்கிறது. சில காவலர்களை அனுப்பி

மக்கள் கூட்டத்தை விலக்க முயல்வதைப்போல் ராணுவத்தின் ஒரு சிறு பகுதியை அனுப்பி அடிமைகளைச் சுற்றி வளைத்துக் கொன்றுவிடும்படி மேலிடம் உத்தரவு பிறப்பித்திருக்கிறது.

அவ்வாறே வெசுவியஸில் வீரர்கள் சுற்றிவளைக்கப்பட்டனர். கடினமான மலைப்பகுதியைக் கடந்துதான் அவர்கள் மாற்று வழியில் செல்லமுடியும், ஆனால் அங்கும் ராணுவம் இருந்தது. அதற்குப் பிறகு என்ன நடந்தது என்பதை புளூடார்க் விவரிக் கிறார். 'உயரத்தில் தொங்கிக்கொண்டிருந்த கொடிகளையும் வேர்களையும் அகற்றி ஏணிகளை (அடிமைகள்) உருவாக்கி னார்கள். தரைக்குச் செல்லும் வரை வளர்ந்திருந்த அந்த ஏணியைப் பயன்படுத்தி எல்லோரும் கீழே இறங்கினார்கள். ஒருவன் மட்டும் மலை உச்சியில் நின்றிருந்தான். ஆயுதங்கள் அனைத்தையும் கீழே போட்டுவிட்டு அவன் தானும் தப்பித்துக் கொண்டான். எதிர்பாராத திசையில் இருந்து வந்திறங்கிய படையைக் கண்டு திகைத்த ரோமானியர்கள் சுலபத்தில் வீழ்த்தப்பட்டனர். அவர்களுடைய கூடாரம் கைப்பற்றப் பட்டது.'

ராணுவ கமாண்டர் கிளாடியஸ் கிளேபர் தனது கூடாரத்தைப் பாதுகாக்கக்கூட போதுமான படைவீரர்களை நியமிக்கவில்லை. இந்த அலட்சியத்துக்கு அவர் பெரும் விலை கொடுக்கவேண்டி யிருந்தது. படுக்கையிலேயே பல வீரர்கள் கொல்லப்பட்ட தோடு, அவர்களுடைய ஆயுதங்களும் கைப்பற்றப்பட்டன. ஸ்பார்டகஸின் படைபலம் இப்போது பல மடங்கு பெருகிப் போனது. எல்லாவற்றையும்விட, 'நம்மால் போரிடமுடியும், வெல்லமுடியும் என்னும் உணர்வை வீரர்கள் வென்றெடுத் தார்கள்.' இதுவே அவர்களுக்குக் கிடைத்த மிகப் பெரிய வெற்றி என்கிறார் உட்ஸ்.

சாமானியர்களை அல்ல, தவிர்க்கவியலாத ஒரு பெரும் சக்தியை நாம் எதிர்த்துக்கொண்டிருக்கிறோம் என்னும் புரிதல் ரோமுக்கு ஏற்பட்டது இதற்கெல்லாம் பிறகுதான். ஸ்பார்டகஸின் பலம் ஒவ்வொரு நாளும் உயர்ந்துகொண்டிருக்கிறது என்பதையும் அவர்கள் உணர்ந்துகொண்டார்கள். ஆனால், இதையெல்லாம் விட அவர்களை அதிகம் அச்சுறுத்திய உண்மை எது தெரியுமா?

ஒவ்வொருவரும் தங்கள் வீட்டில், தோட்டத்தில், பண்ணையில் பல நூறு அடிமைகளை அடுக்கி வைத்திருந்தனர். நேற்றுவரை

அடிமைகள்தாம். ஆனால் இப்போதோ அவர்கள் வலுவான எதிரிகள். இனியும் அவர்கள் உதிரிகளில்லை. சொல்வதைச் செய்து முடிக்கும் உணர்வற்ற ஜடங்கள் இல்லை. ஒவ்வொரு அடிமையும் ஒரு சக்தி. ஒரு பெரும் படையின் பாகம். மறுக்க மட்டுமல்ல எதிர்க்கவும் அவர்கள் துணிந்துவிட்டார்கள். மட்டுமின்றி, வெல்லவும் ஆரம்பித்துவிட்டார்கள். மாபெரும் சாம்ராஜ்ஜியத்தின் படைகளை அவர்கள் அநாயாசமாக முறியடித்திருக்கிறார்கள். இனி என்னச் செய்யப்போகிறோம் அவர்களை? அடிமைகளைக் கண்டு எஜமானர்கள் அஞ்சத் தொடங்கியபோது, அதுவரை ஒரு திறமையான படைத் தலைவனாக மட்டுமே இருந்த ஸ்பார்டகஸ், ஒடுக்கப்பட்ட வர்க்கத்தின் பிரதிநிதியாகவும் மாறியிருந்தார்.

4. பாட்டாளி வர்க்கத்தின் பிரதிநிதி - 2

பொது யுகத்துக்கு முன்பு 73 வாக்கில் இத்தாலியின் தெற்கு கரைப் பகுதியில் கூடாரமிட்டிருந்தது ஸ்பார்டகஸின் படை. இத்தாலி, ஆல்ப்ஸ் ஆகியவற்றைக் கடந்து கால் (இப்போது பிரான்ஸில் உள்ள இப்பகுதி அப்போது ரோமின் ஆளுகைக்கு முழுக்க ஆட்படாமல் இருந்தது) நோக்கி முன்னேறி தப்பிப்பதே ஸ்பார்டகஸின் திட்டம்.

ஸ்பார்டகஸை இனியும் முன்னேறவிடக்கூடாது என்பது ரோம் செனட்டின் தீர்மானமான திட்டம். பலம் வாய்ந்த இரு படைப் பிரிவுகளை இந்த முறை ரோம் ஸ்பார்டகஸை நோக்கி அனுப்பிவைத்தது. ஆனால், இதைக் காட்டிலும் பெரிய சவாலை ஸ்பார்டகஸ் தன் தரப்பில் இருந்தே எதிர்கொள்ளவேண்டி யிருந்தது.

கமாண்டர் கிரிக்சஸ் ஸ்பார்டகஸின் தலைமையை ஏற்க மறுத்து 30,000 அடிமை வீரர்களைத் தனியே பிரித்துச் சென்றான். புளூடார்க்கின் குறிப்புகளின்படி கிரிக்சஸ் தன் பலத்தின்மீது அதீத நம்பிக்கை கொண்டவனாக அப்போது மாறியிருந்தான். முந்தைய வெற்றிகள் கொடுத்த துணிச்சல் இது. ஸ்பார்டகஸின் திட்டத்தையும் தலைமையையும் ஏற்க அவன் மறுத்தான். எதற்காக ஸ்பார்டகஸின் கீழ் பணிபுரியவேண்டும், நானே ஒரு தலைவன்தான் என்று கிரிக்சஸ் நினைத்திருக்கவேண்டும். இந்த நினைப்போடு இத்தாலிக்குள் நுழைந்த கிரிக்சஸும் அவனுடைய வீரர்களும் உற்சாகமாக நகரைக் கொள்ளையடிக்க ஆரம்பித்தனர்.

ரோம் செனட் தனது திட்டத்தை மாற்றியமைத்தது. ஸ்பார்டகஸை நோக்கி ஏவிவிடப்பட்ட இரு படைப் பிரிவுகளும் இப்போது கிரிக்சஸை நோக்கி திருப்பிவிடப்பட்டன. தான் செய்தது சாதாரணத் தவறல்ல பெரும் தவறு என்று கிரிக்சஸ் உணர்வதற்குள் அவன் படையில் இருந்த 20,000 வீரர்கள் கொல்லப்பட்டிருந்தனர். கிரிக்சஸையும் கொன்ற ரோம ராணுவம் தனது முதல் பெரும் வெற்றியை ஈட்டியது. ஆனால் அதே வேகத்தில் ஸ்பார்டகஸை நோக்கிப் பாய்ந்து வந்த இந்த இரு படைகளும் திட்டவட்டமாக முறியடிக்கப்பட்டது.

கிரிக்சஸைத் தோற்கடித்த ரோமால் ஸ்பார்டகஸைத் தோற்கடிக்க முடியாததற்கான காரணங்கள் ஆலன் உட்ஸின் ஆய்வில் கிடைக்கின்றன. கிரிக்சஸ் தலைமைக்குக் கீழ்படிய மறுத்தான். அதே சமயம், ஒரு நல்ல தலைவனாக வளரவும் அவனால் இயலவில்லை. தான் பிரித்துச் சென்ற முப்பதாயிரம் வீரர்களை ஒன்றுபடுத்தி ஒரே இலக்கை நோக்கி நகர்த்த அவனுக்குத் தெரியவில்லை. அதற்கும் மேலாக, அவன் ஒழுக்கமற்றவனாக இருந்தான். வர்க்க நலன் அல்ல, சுயநலனே அவனை உந்தித் தள்ளியது. அதுவே அவனை வீழ்த்தவும் செய்தது.

மாறாக, ஸ்பார்டகஸ் தன்னிடம் இருந்த வெவ்வேறு பின்னணியைச் சேர்ந்த, வெவ்வேறு மொழி பேசும், பல்வேறு பிரதேசத்தைச் சேர்ந்த பல்லாயிரக்கணக்கான வீரர்களை ஒழுங்குபடுத்தியும் தொகுத்தும் வைத்திருந்தார். நம்பிக்கையையும் ஊக்கத்தையும் மட்டுமின்றி நல்லொழுக்கத்தையும் அவர்களுக்கு ஊட்டியிருந்தார். ரோமப் படைகளைத் தொடர்ச்சியாக வென்றபோதும் ஸ்பார்டகஸ் கர்வமோ குருட்டு துணிச்சலோ கொள்ளவில்லை. வெற்றி, தோல்வி இரண்டையும் சமமாக அணுகி, இரண்டில் இருந்தும் பாடங்கள் கற்று, இரண்டையும் கடந்து தன் வழியில் அவர் முன்னேறிக்கொண்டிருந்தார். இறுதிவரை ஒரே இலக்கு. அடிமைகளின் விடுதலை. தன்னை எதிர்த்து வெளியேறிய கிரிக்சஸின் உடலுக்கு இறுதி மரியாதை செலுத்த ஸ்பார்டகஸ் தயங்கவில்லை. அந்த வகையில், ஒரு வீரனாகவும் திறமையாளனாகவும் மட்டுமின்றி மனிதாபிமானம் மிக்க மனிதனாகவும் ஸ்பார்டகஸ் திகழ்ந்தார்.

இதற்கிடையில் கால் நோக்கி முன்னேறத் திட்டமிட்டிருந்த ஸ்பார்டகஸ் திடீரென்று மீண்டும் இத்தாலியை நோக்கி திரும்பத்

தொடங்கியது ஏன் என்பதற்கு விளக்கங்கள் இல்லை. ஒரு வேளை ஸ்பார்டகஸ் கால் வழியாக ஜெர்மனிக்குச் சென்றிருந்தால் ரோமிடம் இருந்து முற்றிலுமாகத் தப்பியிருக்கலாம். அருகில் ஸ்பெயினில் கிட்டத்தட்ட இதே போன்றதொரு எழுச்சி ஆரம்பமாகியிருந்தால் அங்கும்கூட அவர் பாதுகாப்பாக இருந்திருக்கலாம்.

இத்தாலி நோக்கி நகர ஆரம்பித்த ஸ்பார்டகஸின் படை இப்போது பலவீனமடைந்திருந்தது. காரணம், பெண்கள், குழந்தைகள், முதியோர் என்று அடிமைகளின் குடும்பத்தைச் சேர்ந்த சுமார் பத்தாயிரம் பேர் இப்போது ஸ்பார்டகஸின் பயணத்தில் இணைந்திருந்தனர். அவர்களுடைய வரவால், பயணத்தின் வேகம் குறைந்தது. அவர்களைக் கவனித்துக்கொள்ளவேண்டிய கூடுதல் பொறுப்பும் இப்போது வீரர்களுக்குச் சேர்ந்திருந்தது.

மற்றொரு பக்கம், தன் எதிரியின் பலத்தை இப்போது நன்கு உணர்ந்திருந்த ரோம் தன் பலம் அனைத்தையும் திரட்டி பாய்ந்து வந்தது. ஒரு மோதலின்போது ஸ்பார்டகஸ் ரோம ராணுவக் கைதி ஒருவனை சிலுவையில் அறைந்து தண்டித்தார். உடனே ரோமில் பிரசார இயந்திரம் வேகமாக இயங்க ஆரம்பித்துவிட்டது. அடிமைகளின் 'குரூரமான, காட்டுமிராண்டித்தனமான' செய்கைகள் குறித்து அவர்கள் அங்கலாய்க்க ஆரம்பித்தார்கள். அடிமைகளை இத்தனை காலம் அழுத்தி வைத்திருந்ததன் காரணம் இப்போது புரிகிறதா என்று ஆவேசத்துடன் கேள்வி எழுப்பினார்கள். பல நூறு அடிமைகளை அவர்கள் சிலுவையில் அறைந்து கொன்றதை வசதியாக அவர்கள் மறந்து போனார்கள். நடைபெற்றது போர் என்பதையும் ஸ்பார்டகஸ் நிறைவேற்றியது போர்க்காலத் தண்டனை என்பதையும் அவர் தண்டித்தது ஒரு போர் வீரனைத்தான் என்பதையும் அவர்கள் மறைத்தார்கள்.

மிகத் திறமையாகவும் வஞ்சகத்துடனும் அவர்கள் செய்த இன்னொரு காரியம், ரோம ராணுவத்தின் வன்முறையையும் அதனை எதிர்த்தும் அதிலிருந்து மீண்டெழவும் ஸ்பார்டகஸ் செலுத்திய வன்முறையையும் ஒன்றாக்கிச் சமன்படுத்தியது. ஸ்பார்டகஸ் காலம் தொடங்கி இன்றுவரை தொடரும் பிரசாரப் போக்கு இது. ஆதிக்கசக்திகளின் அழுத்தத்தையும் அதற்கு எதிரான ஒடுக்கப்பட்டவர்களின் எதிர்வினையையும் பலர்

இன்றும் சமமாகவே பாவிக்கிறார்கள்; சமமாகவே மதிப்பிடு கிறார்கள். இந்த இரு போக்குகளையும் மறுதலிக்கிறேன் என்று சொல்லி 'நடுநிலை' வகிக்கவும் சிலரால் முடிகிறது.

இந்தப் பின்னணியில், அடிமைகளின் தலைவன் என்னும் பெயரோடு காட்டுமிராண்டி என்னும் பெயரும் இப்போது ஸ்பார்டகஸுக்குச் சேர்ந்திருந்தது. புரட்சியை முன்னெடுக்கும் யாவருக்கும் அவப்பெயரும் சேர்ந்தே வரும் என்பது வரலாற்று உண்மை அல்லவா?

ரோம் இரு பிரிவுகளாகப் பிரிந்து நின்றது. அடிமைகள், எஜ மானர்கள். அல்லது, அடிமை முறையால் நலன் பெறும் ஆளும் வர்க்கம், ஸ்பார்டகஸின் கிளர்ச்சியால் தூண்டப்பட்ட அடிமை வர்க்கம். ஸ்பார்டகஸை வளரவிடுவது தம் வர்க்க நலன்களுக்கு எதிரானது என்று கருதிய செல்வந்தர்களில் ஒருவனான லிசினியஸ் கிராசஸ் முன்பைவிடத் தீவிரமாக ரோமப் படை களைத் திரட்டிக்கொண்டான். பலமுறை ரோமப் படைகளை வீழ்த்திவிட்ட ஸ்பார்டகஸோடு நேருக்கு நேர் மோதுவதைவிட மறைமுகமாக பலவீனப்படுத்தலாம் என்று கருதிய கிராசஸ், மிகப் பலமான தடுப்புச் சுவர் ஒன்றை அமைத்தான். ஒரு பக்கம் சுவர், இன்னொரு பக்கம் ராணுவம், மற்ற பக்கங்களில் கடல். ஸ்பார்டகஸை ஒரு சிறிய மூலையில் தனிமைப்படுத்தி வீழ்த்துவதே அவன் திட்டம். தொழில்நுட்பரீதியிலும் சரி, போர்முறையிலும் சரி, நுட்பமான முறையில் வடிவமைக்கப் பட்ட வியூகம் இது. ஸ்பார்டகஸால் சுவரையும் உடைக்கமுடி யாது. உணவு கிடைக்க மார்க்கமில்லை என்பதால் இருக்கும் இடத்தில் தங்கியிருக்கவும் முடியாது. ஒன்று, பசியால் சாக வேண்டும் அல்லது, திரண்டிருக்கும் ரோம ராணுவத்தின் முழு வலிமையையும் எதிர்கொண்டு சாகவேண்டும்.

ஸ்பார்டகஸ் கிராசஸின் நுட்பமான வியூகத்தை புத்திசாலித்தன மாக எதிர்கொண்டார். சுவருக்கு அருகில் பள்ளங்கள் வெட்டப் பட்டன. மரங்கள் சாய்க்கப்பட்டன. பள்ளங்களில் மரங்களை நிறுத்தி, வீரர்கள் மேலே ஏறத் தொடங்கினார்கள். மூன்றில் ஒரு பங்கு படையை ஸ்பார்டகஸ் இவ்வாறு கடத்திச்சென்றான் என்கிறார் புளூடார்க். கிராசஸ் நடுங்கிவிட்டான். அடுத்து ரோமுக்குள் நுழைந்து ஆட்சியையும் கைப்பற்றிவிடுவார்களா அடிமைகள்?

ஆனால், கிராசஸ் நம்பிக்கை இழக்கவில்லை. த்ரேஸில் இருந்தும் போம்பேயிடம் இருந்தும் கூடுதல் படைகள் வேண்டி முன்கூட்டியே கிராசஸ் விண்ணப்பித்திருந்தான். இறுதிப் போரில் வெல்லப்போவது தானே என்பது அவனுக்குத் திட்ட வட்டமாகத் தெரிந்தது. அதே சமயம், அவனுக்குள் புதிதாக வேறொரு பயம் புகுந்திருந்தது. போம்பேயை (Pompey) அழைத்தது தவறோ? போர் இறுதிக்கட்டத்தில் இருக்கும் இந்தச் சமயத்தில் உள்ளே புகுந்து ஸ்பார்டகஸை வீழ்த்தி ஒட்டுமொத்த புகழும் போம்பே அபகரித்துவிடுவானா? ஆலன் உட்ஸ் இந்த மனநிலையைத் துல்லியமாகப் படம்பிடித்து காட்டுகிறார். புகழ் சேர்க்க ஒரே சிறந்த வழி, போர். அது யாரை எதிர்த்து நடத்தப் படுகிறது, எப்படி நடத்தப்படுகிறது என்பதெல்லாம் முக்கிய மில்லை. வெற்றி மட்டுமே முக்கியம். கிராசஸ் மட்டுமல்ல இன்றுவரை தலைவர்கள் தங்கள் புகழை உயர்த்திக்கொள்ள போரையே நாடிச் செல்கிறார்கள்.

கிராசஸ் பயந்ததைப் போலவே அடிமைகளின் எழுச்சியை வீழ்த்திய பெருமையை கடைசி நேரத்தில் போம்பே தட்டிச் சென்றான். கிராசஸுக்குச் சாதாரண வரவேற்பும் போம்பேவுக்கு அரசு மரியாதையும் (போம்பே தி கிரேட் என்று அவன் அழைக்கப்பட்டான்) வழங்கப்பட்டன. பிற்காலத்தில் ஜூலி யஸ் சீஸரின் மகளைத் திருமணம் செய்துகொண்ட போம்பே, ஒரு கட்டத்தில் ரோமக் குடியரசைக் கைப்பற்ற சீஸருடனும் போட்டியிடத் தொடங்கினான். இருவருக்குமான பகை ரோமில் சிவில் யுத்தத்தை ஏற்படுத்தியது. இறுதியில் தோல்வியுற்ற போம்பே எகிப்துக்குத் தப்பிச்சென்று, அங்கேயே கொல்லப் பட்டான். ஆளும் வர்க்கம் தனது வர்க்க எதிரிகளுக்கு எதிராக முதலில் போரிடுகிறது. பிறகு அதிகார வெறியால் உந்தப்பட்டு தனது வர்க்கத்தைச் சார்ந்தவர்களையே வீழ்த்தத் துடிக்கிறது. இந்த வழக்கமும் இன்றும் தொடர்வதுதான்.

ஸ்பார்டகஸ் தனது இறுதிக் கட்டப்போரில் மேலும் ஒரு பிளவைச் சந்தித்தார். அவரது படைப் பிரிவில் இருந்து மேலும் ஒரு குழு பிரிந்து சென்றது. அவர்களும் தோல்வியையே சந்தித் தனர். மரணத்துக்குப் பிறகு ஸ்பார்டகஸின் கூடாரத்தில் இருந்து மூவாயிரம் ரோம ராணுவக் கைதிகளை உயிருடன் மீட்ட ரோம ராணுவத்தால் நிச்சயம் வெட்கம் அடைந்திருக்கமுடியாது; ஆனால் குறைந்தபட்சம் அவர்கள் திகைத்திருக்கவேண்டும்.

காரணம், ரோம அதிகாரிகள் வழியெங்கும் தொடர்ச்சியாக அடிமைகளைக் கொன்றொழித்து வந்தனர். ஒருமுறை கபுவா, ரோம் வழித்தடத்தில் கிராசஸ் ஆறாயிரத்துக்கும் அதிகமான அடிமைகளைச் சிலுவையில் அறைந்து கொன்றான். அவர் களுடைய உடல்களைக்கூட அகற்ற உத்தரவிடாததால் அந்தத் தடத்தில் பயணம் செய்தவர்கள் அனைவரும் வீரர்களின் உடல் களைத் தரிசித்தபடியேதான் கடந்து செல்ல வேண்டியிருந்தது.

போரில் இறுதியாக வென்றது ரோம்தான் என்றாலும் அடிமை களின் எழுச்சி அவர்களுக்குச் சில பாடங்களைக் கற்றுக் கொடுத்தது. வரலாற்று உண்மைகள் உணர்த்தும் இந்தப் பாடங் கள் உலகப் பொதுவானவை. எவ்வளவு பலவீனமானவர்களாக இருந்தாலும் சரி, தொடர்ச்சியாக ஒரு பிரிவினரை யாராலும் ஒடுக்கிவைத்திருக்கமுடியாது. அசைக்கமுடியாத பெரும்பலம் என்று இந்த உலகில் எதுவுமில்லை. திராணியற்ற உதிரிகள் ஒரு வர்க்கமாகத் திரளும்போது பெரும் சக்தியாக உருமாறுகிறார்கள். அடிமைகள் எப்போதும் அடிமைகளாக நீடிப்பதில்லை.

காலப்போக்கில் ரோம சாம்ராஜ்ஜியம் தனது பளபளப்பையும் செல்வாக்கையும் இழந்து உதிர்ந்துபோனது. பெரும் சாம்ராஜ்ஜி யங்கள் அனைத்துக்கும் இதுவே நிலை என்பதை வரலாறு நமக்கு மீண்டும் மீண்டும் உணர்த்துகிறது. அதே வரலாறு, ஸ்பார் டகஸைத் தோற்கடிக்கப்பட்டவனாக நமக்கு இன்று அடை யாளம் காட்டவில்லை. ஒரு வர்க்கத்தை எழுச்சி கொள்ள வைத்த தலைவனாகவும் உத்வேகமூட்டும் ஒரு வலிமையான சக்தி யாகவும் உயர்த்திக் காட்டுகிறது.

27 பிப்ரவரி 1861 அன்று கார்ல் மார்க்ஸ் எங்கெல்ஸுக்கு எழுதிய கடிதத்தில், பலம் வாய்ந்தவராகக் கருதப்பட்ட போம்பே புழுதி யாக மாறியதையும் ஸ்பார்டகஸ் சக்தியுடன் உயர்ந்து நிற்பதை யும் கோடிட்டுக் காட்டினார். 'பண்டைய வரலாற்றிலேயே ஸ்பார்டகஸ்தான் ஒரே முக்கியக் கதாபாத்திரமாக எழுந்து நிற்கிறார்... அவர் தலைசிறந்த ராணுவ ஜெனரல் மட்டுமல்ல, அவர் காலத்தைச் சேர்ந்த ஒடுக்கப்பட்ட வர்க்கத்தின் பிரதிநிதி யும்கூட.'

புத்தர்

5. ஒரு மனிதனின் கதை

இந்தியத் தத்துவவியல் குறித்தும் தொன்மம் குறித்தும் ஆய்வு செய்துவந்த எமிலி செனார்ட் (Emile Senart) என்னும் பிரெஞ்சு மாணவி புத்தர் குறித்து வாசித்துக்கொண்டிருந்தபோது திகைப் படைந்தார். 'பௌத்தப் புனித நூல்கள் அவரைப் பற்றிக் கணக் கற்ற புராணக் கதைகளை அளிக்கின்றன. இவற்றை ஏற்க வேண்டுமானால் மாயங்களும் அதிசயங்களும் நிறைந்த ஓர் உலகில் அசாதாரணமான முறையில் அவர் வாழ்ந்தார் என்பதை யும் ஏற்கவேண்டிவரும்.' இதன் நீட்சியாகத் தவிர்க்கவியலாத படி அவர் ஒரு கேள்வியை எழுப்பினார். 'உண்மையில் புத்தர் என்பவர் வாழ்ந்தாரா?' அவருடைய விடை. 'நிச்சயம் இல்லை.'

எமிலியைப் போலவே பௌத்தத்தை ஆராயப் புகுந்த எம் செனார்ட் என்பவருக்கு இந்தச் சந்தேகம் எழுவில்லை. புத்தரைச் சூழ்ந்திருந்த மாயங்களையும் அதிசயங்களையும் கண்டு மயங்கி, உள்ளது உள்ளவாறே மேற்கத்திய வாசகர்களுக்கு இவர் அறிமுகப்படுத்தினார். 'பிறப்பதற்கு முன்பே புத்தர் ஒரு கதா நாயகர். அவர் கடவுள்களின் கடவுள். புத்தருக்குத் தந்தை இல்லை. அவர் சொர்க்கத்தில் இருந்து ஒரு கன்னித் தாயின் கருப்பைக்கு அனுப்பப்பட்டவர். அவர் தோன்றியபோது பூமியில் ஒளி உண்டாயிற்று. தக்க தருணத்தில் அவரது சக்தி வெளிப்பட்டது. பலவிதமான அரக்கர்களுடன் அவர் போரிட் டார். தேவதைகளும் தேவ கன்னிகைகளும் அவருடன் வலம் வந்தனர். ஆயிரம் ஒளிக்கற்றைகளை வீசும் சக்கரம் ஒன்று அவரிடம் இருந்தது. அசாத்திய ஆற்றலும் சொர்க்கத்துக்கு நீந்திச் செல்லும் திறனும் காடுகளில் அலைந்து திரிவதற்கான

திராணியும் அவரிடம் இருந்தன. தன் வாழ்வின் இறுதியில் அவர் மோட்சம் அடைந்தார்.'

புத்தரை அணுகுவதில் நமக்கு ஏற்படும் முதல் பெரும் சிக்கல் இதுவே. புத்தர் குறித்த செய்திகளில் எது சுவையான கற்பனை, எது வரலாறு என்று பிரித்துணரமுடியாதபடி பல்வேறு இழைகளும் சரடுகளும் பின்னிப் பிணைந்து கிடக்கின்றன. இந்தப் பிரதிகளைக் கொண்டு புத்தர் என்றொருவர் இருந்ததேயில்லை என்னும் முடிவுக்குச் சிலரும் புத்தர் என்பவர் சாமானியரே அல்ல என்னும் முடிவுக்கு வேறு சிலரும் வந்து சேர்ந்தனர்.

ஓரிடத்தில் புத்தர் தன்னை இவ்வாறு அறிமுகம் செய்துகொள்கிறார். 'புத்தர்களில் நான் ஒருவன். எனக்கு முன்னால் பல புத்தர்கள் தோன்றியிருக்கிறார்கள். எனக்குப் பிறகும் புத்தர்கள் தோன்றுவார்கள். தீமையும் வன்முறையும் பெருகும்போது புத்தர் தோன்றுவார், உலகை நல்வழிப்படுத்துவார்.' கிறிஸ்தவ மற்றும் இந்து மத இலக்கியங்களிலும் இத்தகைய பிரகடனங்கள் செய்யப்பட்டிருக்கின்றன. பொது யுகத்துக்கு முன் 412ல் புத்தர் இறந்திருக்கலாம் என்கிறார் டி.டபிள்யு. ரைஸ் டேவிட்ஸ். 'கி.மு. 485க்கு சில ஆண்டுகளுக்கு முன்போ பின்போ தனது 80வது வயதில் புத்தர் மரணமடைந்தார்' என்கிறார் தேவிபிரசாத் சட்டோபாத்தியாயா. திபெத்தியர்கள் பொயுமு 2422 தொடங்கி 546 வரை பதினான்கு வெவ்வேறு கணக்குகளை அளிக்கிறார்கள். பொயுமு 543ல் புத்தர் மறைந்திருக்கலாம் என்கிறார் மாக்ஸ் முல்லர்.

பாலி, சமஸ்கிருதக் குறிப்புகள், இந்து மதப் புராணங்களில் காணப்படும் செய்திகள், ஜைனர்களின் குறிப்புகள், கிரேக்கத்தின் பண்டைய வரலாறுகள், கல்வெட்டுகள் போன்றவற்றின் வாயிலாக புத்தர் குறித்த ஆதாரங்கள் திரட்டப்பட்டுள்ளன. புத்தரின் உபதேசங்கள் அனைத்தும் உரையாடல் வடிவில் வாய்மொழியாகச் சொல்லப்பட்டவை. எழுத்துபூர்வமான படைப்புகள் எதையும் புத்தர் விட்டுச் செல்லவில்லை.

புத்தர் குறித்த வாழ்க்கை வரலாற்று நூல்களில் பொதுவாகக் காணப்படும் குறிப்புகளின் வரிசை இது. புத்தர் பிறந்தபோது மிகப் பெரிய ஒளி தோன்றியது. குருடர்கள் பார்வை பெற்றனர்; செவிடர்கள் கேட்கும் திறன் பெற்றனர்; கூனர்கள் நிமிர்ந்து நின்றனர். கடவுள்கள் வானிலிருந்து தலை தாழ்த்தி குனிந்து

புத்தருக்குப் பணிவிடைகள் செய்தனர். பல்வேறு மூலைகளில் இருந்தும் அரசர்கள் திரண்டு வந்து குழந்தையை வரவேற்றனர். வளர்ந்ததும் சித்தார்த்தனுக்கு மூன்று விதமான மாளிகைகள் தயார் செய்யப்பட்டன. உரிய காலத்தில் போர்ப் பயிற்சியும் தத்துவப் பாடங்களும் அளிக்கப்பட்டன. திருமணமும் நடந்து முடிந்தது. ஒரு நாள் மாளிகையைவிட்டு சாமானிய மக்கள் வசிக்கும் தெருவில் நடைபோட்ட புத்தர் முதியவர் ஒருவரைக் கண்டார். இரண்டாவது நாள் நோயாளியையும் மறுநாள் ஒரு சடலத்தையும் கண்டார். இந்தக் காட்சிகள் கௌதம சித்தார்த் தனைப் புத்தராக மாற்றியது. புத்தரின் வாய்மொழி உபதேசங்கள் அவருடைய சீடர்களால் சேகரிக்கப்பட்டு தொகுக்கப்பட்டன.

கிறிஸ்து பிற்காலத்தில் சொல்லநேர்ந்ததையெல்லாம் புத்தர் முன்கூட்டியே போதித்துவிட்டார் என்கிறார் வில் ட்யூரண்ட். உதாரணத்துக்கு, கோபத்தை அமைதியால் எதிர்கொள்ள வேண்டும் என்றும் எதிரியை சாந்தத்துடன் அணுகவேண்டும் என்றும் தீமையை நன்மையால் வெல்லவேண்டும் என்றும் புத்தர் போதித்தார். 'வெறுப்பு வெறுப்பால் வீழ்த்தப்படுவதில்லை. நேசத்துக்கு மட்டுமே அந்த ஆற்றல் உண்டு.' புத்தரின் போதனை களில் எளிமையான அதே சமயம் ஆழமான தத்துவக் கூறுகளும் தரிசனங்களும் காணக்கிடைக்கின்றன என்கிறார்கள் ஆய் வாளர்கள்.

புத்தரை எதிர்கொள்வதில் உள்ள அடுத்த பிரதான சிக்கல் இது குறித்துதான் என்கிறார் தேவிபிரசாத் சட்டோபாத்தியாயா. 'புத்த மதம் பற்றிய எந்த நூலும் அவர் காலத்தைச் சேர்ந்தவையல்ல. பழங்கால புத்த மத இலக்கியங்கள் அனைத்தும் பேச்சுகள், உபதேசங்கள், கவிதைகள், கதைகள், நடத்தை விதிகள் ஆகிய வற்றை உள்ளடக்கியதாக உள்ளன.' பாலி மொழியில் எழுதப் பட்ட இவை மூன்று பெரும் தொகுப்புகளாகத் திரட்டப்பட்டு அவை திரிபிடகங்கள் என்று அழைக்கப்படுகின்றன. பிடகம் என்றால் கூடை அல்லது திரட்டு என்று பொருள்கொள்ளலாம்.

வினயபிடகம் என்பது கட்டுப்பாடு பற்றிய பகுதியாகும். புத்த பிட்சுக்களின் சங்கங்களைச் சேர்ந்த பிட்சுகளும் பிட்சணிகளும் பின்பற்றவேண்டிய ஒழுக்கநெறிகளை இது விவரிக்கிறது. சுத்தபிடகம் புத்தர் மற்றும் அவருடைய சீடர்களின் மதம், தர்மம் இவற்றின் ஆதாரம் பற்றியது. உரைநடையிலும் கவிதையிலும் எழுதப்பட்டுள்ள இந்தப் பகுதி பௌத்த இலக்கியங்களில்

முக்கியமானது. மூன்றாவது, அதிதர்மபிடகம் என்று அழைக்கப் படுகிறது. இலக்கியச் செறிவுள்ள வகையில் எழுதப்பட்டுள்ள மற்றொரு சுத்தபிடகம் என்று இதனை அழைக்கலாம்.

இந்த மூன்றும் மதம் தொடர்புடையவை என்பதை நினைவில் கொள்ளவேண்டும். எனவே இவற்றில் எவையெல்லாம் புத்தரின் அசலான போதனைகள், எவை மத நோக்கத்துடன் பிற்காலத்தில் புகுத்தப்பட்டவை என்பதைக் கண்டறிவதில் பல சிரமங்கள் இருக்கின்றன. பௌத்த மத நம்பிக்கையாளர் களுக்கும் பௌத்தத்தை ஒரு தத்துவமாக ஆராய முற்படும் வரலாற்றாசிரியர்களுக்கும் இடையில் இதுகுறித்து ஒருமித்த கருத்து பொதுவாக நிலவுவதில்லை.

ஆனாலும் இவற்றைவிட்டால் புத்தரை அணுக வேறு மார்க்கமில்லை என்கிறார் தேவிபிரசாத் சட்டோபாத்தியாயா. 'பிற்கால இடைச்செருகல்களையும் இவற்றில் விடுபட்டுப் போன புத்தரின் போதனைகளையும் ஒப்புக்கொண்ட போதிலும், இந்தப் பாலி திரிபிடகங்களின் நம்பகத்தன்மையை ஏற்பதைத் தவிர வேறு மாற்று நமக்குத் தெரியவில்லை. இல்லையெனில் புத்த மதத்தின் அசல் கொள்கை ஒருவகையில் ஒன்றும் புரியாத அல்லது புரிந்துகொள்ள முடியாத ஒன்றாகவே இருக்கும்.'

ஆக, புத்தரைப் பற்றியும் நமக்கு அதிகம் தெரியாது. புத்தரின் போதனைகள் பற்றியும் தீர்க்கமாகவும் திட்டவட்டமாகவும் அதிகம் தெரியாது. இந்தப் போதாமைகளைக் கடந்துதான் புத்தரை நாம் அணுகவோ ஆராயவோ மதிப்பிடவோ வேண்டி யிருக்கிறது. புத்தர் மறுபிறப்புகளை ஏற்றாரா, ஆன்மாவை மறுத்தாரா, கடவுளை முற்றிலும் நிராகரித்தாரா, வேதங்களோடு முரண்பட்டாரா போன்ற முக்கியமான கேள்விகளுக்கு ஆய் வாளர்கள் அவரவர் பின்னணியில் இருந்தே பதிலளிக்கிறார்கள்.

இந்த ஒப்பீடு சரியானதாக இருக்காது என்றாலும் ஸ்பார்டகஸுக் கும் புத்தருக்கும் இடையில் சில பொதுவான அம்சங்கள் இருப்பதைக் கண்டுகொள்ளமுடிகிறது. இருவரைப் பற்றியும் குறைவாகவே நமக்குத் தெரியும். வர்க்கச் சார்பு கொண்டே இருவரும் மதிப்பிடப்படுகிறார்கள். இருவருக்கும் எதிரிகள் அநேகம். இகழ்பவர்களால் மட்டுமல்ல புகழ்பவர்களாலும்கூட இருவருடைய சாதனைகளும் திரிக்கப்படுகின்றன. எதற்காகத் தங்கள் வாழ்நாள் முழுவதும் போராடினார்களோ அதற்கு

எதிரானவர்களாக அவர்களை முன்னிறுத்துவதற்கு ஒரு சாரார் தொடர்ந்து முயற்சி செய்து வருவதையும் நம்மால் காண முடிகிறது.

ரைஸ் டேவிட்ஸ் எழுதுகிறார். ‘கௌதமர் ஒரு வெற்றிகரமான அரசியல் சீர்திருத்தவாதி என்ற வகையில் வசதியானவர்களையும், முன்னுரிமை பெற்ற வர்க்கத்தினரையும் எதிர்த்து ஏழை மற்றும் ஒதுக்கப்பட்ட மக்களுக்காகப் போராடினார். சாதியத்தை ஒழிக்கும் செயலில் ஈடுபட்டார்...(இருந்தும்) வேறு சில எழுத்தாளர்கள் புத்தரைக் கடுமையாக விமரிசிக்கிறார்கள்... அவர் சாதிய விதிகளின் தீவிரத்தை ஒழிப்பதற்குத் தன்னுடைய செல்வாக்கைப் பயன்படுத்தவில்லை. பரிதாபத்துக்குரியவர்களையும், எளிய மக்களையும் அவர் கண்டுகொள்ளவில்லை.’

புத்தரை அவருடைய காலத்தில் பொருத்திப் பார்த்து மதிப்பிடுவதே சரியானதாக இருக்கும் என்கிறார் தேவிபிரசாத் சட்டோபாத்தியாயா. அவ்வாறு நோக்கும்போது அவர் வந்தடைந்த முடிவு இதுவே. ‘சமூகவியல் நலனில் அக்கறை கொண்ட பழங்கால இந்தியாவின் ஒரே சிந்தனையாளர் அவர் மட்டும் தான். இதைச் சந்தேகிப்பதற்கு எவ்வித அடிப்படையும் இல்லை.’

புத்தர் வேறு, நாம் இன்று அறிந்திருக்கும் பௌத்தம் என்பது வேறு. ‘பௌத்தம் அரசு மதமான பிறகு புத்தரின் அடிப்படையான செய்தி அதற்கு எதிர்மறையாக மாறிவிட்டது’ என்கிறார் சட்டோபாத்தியாயா. புத்தர் ஏன் இன்று நினைவுகூரப்பட வேண்டியவர்? ‘புத்தரை அவரது காலச் சூழ்நிலையைக் கொண்டு பார்க்கும்போது அவர் ஓரளவு மதச் சார்பற்றவராக இருந்தார். மேலும், அவர் பழங்கால இந்தியாவில் இயக்கவியல் பார்வை கொண்ட, உணர்வுபூர்வமாகச் செயல்படும் ஒரே சிந்தனையாளராக இருந்தார். இதனால் வர்க்கமாகப் பிளவுபட்ட சமூகத்தில் மக்களுக்குத் தேவையான ‘ஆறுதலளிக்கும் தீர்வாக’ உள்ள புரிதலுக்கு நெருக்கமாக வந்தார்.’

புத்தர் மனிதர்களின் தடுமாற்றங்களையும் தீங்கு செய்யும் இயல்பையும் நேரடியாகக் கண்டவர். தன்னைச் சுற்றியுள்ள பிரச்னைகளையும் அவற்றின் தோற்றுவாயையும் அறிந்து கெள்ளமுடியுமா என்று ஆராய முற்பட்டவர். தனக்குத் தெரிந்த, தான் உண்மை என்று நம்பிய விஷயங்களைப் பிறருக்கும்

உணர்த்த விரும்பியவர். அவர் வாழ்ந்த காலத்தில் அனைத்து துயரங்களுக்கும் ஒரே ஒரு தீர்வுதான் இ ருந்தது. ஆனால், புத்தர் அந்தத் தீர்வை ஏற்கவில்லை. தேவிபிரசாத் சட்டோபாத்தியாயா வின் வார்த்தைகளில் சொல்வதானால், 'அவர் மிகவும் யதார்த்த வாதி என்பதால் அவரால் கடவுளை நம்ப முடியவில்லை.' எனவே, புத்தர் வேறு வழிகளில் சிந்திக்கத் தொடங்கினார்.

6. ஒரு சிந்தனையாளரின் கதை

மதம் தொடர்பான சமூகவியல் துறையின் தந்தை என்று கருதப்படும் மாக்ஸ் வெபர் பௌத்தத்தை கீழ்வருமாறு மதிப்பிடுகிறார். 'பௌத்தத்தை ஒரு சமூக இயக்கம் என்று சொல்ல முடியாது. அரசியல்ரீதியாகவோ சமூகரீதியாகவோ பௌத்தத்துக்கு எந்தவித லட்சியங்களும் இல்லை... வேற்றுலகைச் சேர்ந்த ஒரு மதம் என்றுதான் பௌத்தத்தை அழைக்கமுடியும்.'

மார்க்சிய வரலாற்றாசிரியரான டி.டி. கோசாம்பி இந்த வாதத்தை மறுக்கிறார். 'மாக்ஸ் வெபர் போன்றவர்கள் பௌத்த மூல நூல்களை ஆழ்ந்து கற்கவில்லை என்பது தெரிகிறது. ஆரம்ப கால பௌத்தம் திட்டவட்டமாக வரையறுக்கப்பட்ட பொருளாதார, அரசியல் தத்துவங்களை உள்ளடக்கியிருந்தது' என்கிறார் கோசாம்பி. பௌத்தம் என்பது துறவிகளுக்கான மதம், அதைச் சாமானியர்கள் புரிந்துகொள்ளமுடியாது என்னும் வாதத்தையும் கோசாம்பி மறுக்கிறார். புத்தர் ஒரு தலைசிறந்த அரசியல் முற்போக்காளர் என்கிறார் சி.எஃப். கொப்பென். பௌத்தத்தில் கடவுள் என்பது இல்லை என்பதால் அனைத்து மதங்களையும் கடுமையாக விமரிசித்த கார்ல் மார்க்ஸ் பௌத்தத்தை மட்டும் தொடாமல் விட்டுவிட்டார் என்று சுட்டிக்காட்டுகிறார் ட்ரெவார் லிங்.

பௌத்தம் என்பது ஒரு சமூகத் தேவையை ஒட்டி மலர்ந்த கொள்கை என்கிறார் எம்.என். ராய். இதைப் பற்றி மேலதிகம் பார்ப்பதற்கு முன்னால் புத்தர் வாழ்ந்த காலகட்டம் பற்றிய ஒரு சிறு அறிமுகம் அவசியமாகிறது. புத்தர் யாரை எதிர்த்து அல்லது

யாரை ஆதரித்து தன் கொள்கைகளை வடிவமைத்துக்கொண்டார் என்பதை முதலில் நாம் புரிந்துகொண்டாகவேண்டும். தேவி பிரசாத் சட்டோபாத்தியாயாவின் அறிமுகம் இது. 'அக்காலத்தில் வடகிழக்கு இந்தியாவில் கொடிய அடக்குமுறை காணப் பட்டது. குறிப்பாக மகதம், கோசலம் ஆகிய நாடுகளில் பழங் குடி சமுதாயம் அழிக்கப்பட்டது. இப்படிப்பட்ட சூழலில் பேராசை, வெறித்தனமான காம இச்சை, கீழ்த்தரமான பேராசை, பொதுச் சொத்துகளைச் சூறையாடுதல், வரிப்பளு, ஊதாரித் தனம், அச்சுறுத்திப் பணம் பறித்தல் போன்றவை மக்களின் வாழ்க்கையில் சொல்லொணாத் துயரைத் தோற்றுவித்தன... மல்லர்கள், வஜ்ஜிகள், சாக்கியர்கள் போன்றோர் இன்னமும் பழங்குடியினரின் எளிய வாழ்க்கையை வாழ்ந்து வந்தனர். புத்தர் சாக்கிய மரபைச் சேர்ந்தவர். அவர் தனது பழங்குடிப் பெரு மையை எப்போதும் மறக்கவில்லை.'

புத்தர் தன்னை ஒரு பழங்குடியினராகவே அடையாளம் கண்டார் என்பதையும் தனது மரபின்மீது அவருக்கு மிகுந்த மரியாதை இருந்தது என்பதையும் இங்கே நினைவில் கொள்ளவேண்டும். சுதந்தரம், சமத்துவம் போன்ற கொள்கைகள்மீது பற்றுள்ளவர் களாக பழங்குடிகள் இருந்தனர். ஆனால் அந்தக் கொள்கைகள் ஆளும் அரசுகளால் அச்சுறுத்தலுக்கு உள்ளாயின. நிலத்துக்கான தேவைகள் பெருகியபோது இன்று நடப்பதைப் போலவே அன்றும் பழங்குடிகள்மீது அரசு போர் தொடுத்தது. தேவிபிரசாத் தொடர்கிறார். 'அரசை விரிவுபடுத்த வனத்தை அழிப்பதைப் போலப் பரந்துபட்ட அளவிலிருந்த பழங்குடிகளை அழித்தனர். அரசுகள் பழங்குடியினரை அடிமைப்படுத்தவும், அழிக்கவும் முற்பட்டன. புத்தர் காலத்தில் வாழ்ந்த கோசல மன்னன் விதூதபன் சாக்கியர்களைக் கொடூரமாகக் கொன்று குவித்தான். புத்தருடைய உறவினர்கள், பெண்கள், குழந்தைகள் அனை வரும் இதே கதிக்கு ஆளாயினர்.'

வாழும் மக்களை விரட்டியடித்து நிலத்தை ஆக்கிரமிக்கும் அர சாங்கத்தின் பேராசை புத்தரை உலுக்கியெடுத்திருக்கவேண்டும். பேராசை கொண்டவர்களை அந்த ஆசையே அழித்தொழிக்கும் என்பது அவருக்குத் தெரிந்திருந்தது. 'ஒரு மன்னன் உலகிலுள்ள ராஜ்ஜியங்கள் அனைத்தையும் வெற்றி கொண்டாலும், கடலுக்கு அப்பாலுள்ள நிலத்தையும் அபகரிக்கவேண்டுமென்ற ஆசை அவனுக்கு வரும்.' என்றார் புத்தர்.

புதிய வரிகள், அடிமைத்தனம், அச்சுறுத்திப் பணம் பறித்தல், அடமானம் வைத்தல், வட்டி, ஊதாரித்தனம் போன்ற பழக்கங்கள் அப்போது நிலவி வந்தன என்பது புத்த ஜாதகக் கதைகள் மூலம் தெரியவருகின்றன. 'புத்தரே இவை அனைத்தையும் கண்டார். ஆனால் என்ன செய்யமுடியும்? அவரால் கடவுளை நம்பமுடியவில்லை. தன்னைச் சுற்றிக் காணப்படும் துன்பங்களுக்குப் பிரார்த்தனைகளும் யக்ஞங்களும் எவ்வித பலனையும் அளிக்காது என்று புத்தர் கருதினார்.' என்கிறார் தேவிபிரசாத். தம்மைச் சுற்றியுள்ள விஷயங்களை நேரடியாகக் கண்டு அவற்றின் தன்மைகளைப் புரிந்துகொண்டு வினையாற்றுவதே புத்தரின் அணுகுமுறையாக இருந்தது. பிரச்னைகள் யதார்த்தமானவை. நம் கண்முன் நிகழ்பவை. அவற்றுக்கு அசாதாரணமான வழிகளில் தீர்வு கண்டுவிடமுடியாது என்று புத்தர் நினைத்தார். 'புத்தர் முன்வைத்த கடவுள் மறுப்பு அல்லது நாத்திகவாத கருத்துகளை அஸ்வகோஷர் எடுத்துச் சொல்கிறார். துறவறம் பூண்டு உடலை வருத்திக்கொள்வது வேதனையைத் தரும், தேவையற்றது, பலனளிக்காதது என்கிறார் புத்தர். உபநிஷத்தையும் மோட்ச நம்பிக்கைகளையும் புத்தர் புறம் தள்ளினார்.'

அந்த வகையில், புத்தர் ஒரு யதார்த்தவாதியாகவும் பகுத்தறிவுவாதியாகவும் திகழ்ந்தார். தன்னால் நேரடியாகக் கண்டு, கேட்டு, உணர முடிந்த விஷயங்களுக்கு மட்டுமே அவர் எதிர்வினை புரிந்தார். பிரபஞ்சப் பொருள்களின் தோற்றம் குறித்த தத்துவார்த்த ஆய்வுகளையும் இறப்புக்குப் பிறகான காலகட்டம் குறித்தும் கவலைப்படுவது தேவையற்றது என்றார் புத்தர். தனது உடலில் பாய்ந்திருக்கும் அம்பு எங்கிருந்து வந்தது என்றோ அதை யார் செய்தது என்றோ ஆராய்ந்து கொண்டிருப்பது மடத்தனம். உடனே அதனைப் பிடுங்கி எறிய வேண்டியதுதான் புத்திசாலித்தனம் என்றார் புத்தர். வாழ்க்கைக்குத் தொடர்பற்ற தத்துவார்த்த கேள்விகள் கேட்கப்பட்டபோது புத்தர் மௌனம் சாதித்தார். அவரைப் பாதித்த அம்சம் ஒன்றுதான். எங்கு நோக்கிலும் துன்பங்கள் காணப்படுவது ஏன்?

உலகிலுள்ள பிரச்னைகள் மெய்யானவை என்கிறார் தேவி பிரசாத் சட்டோபாத்தியாயா. இதற்கு தீர்வு என்ன? 'வரலாற்று ரீதியான வளர்ச்சிக் கட்டங்களைத் தாண்டி மனித உற்பத்திச் சக்தியைப் பிரம்மாண்டமான அளவுக்குப் பெருக்கி, அனைவருக்கும் அனைத்தையும் அளிக்கவேண்டும். இதுதான் தீர்வு.

ஆனால் உற்பத்திச் சக்தி பெருகி, அதன் காரணமாக சுரண்டலும் அதிகரித்து, துயரம் தாங்கொணா நிலைமைக்கு வளர்ந்ததுதான் புத்தர்காலச் சூழல்.'

சுரண்டலை ஒழித்து அனைவருக்கும் அனைத்தும் கிடைக்கும் படிச் செய்யவேண்டும் என்னும் புரட்சிகரமானத் தீர்வை புத்தர் முன்வைக்கவில்லை. அவர் சற்றே அடக்கத்துடன் தனிநபர் சிந்தனை சார்ந்து ஒரு யோசனையை முன்வைத்தார். 'உள்ளத்தில் உருவாகும் போதைகளான ஆசைகளை அடக்கவேண்டும்.' ஏன் அனைவருக்கும் அனைத்தும் கிடைக்கவில்லை என்னும் கார்ல் மார்க்ஸின் புரட்சிகரமான கேள்வியை புத்தரால் எழுப்பமுடி யாமல் போனதற்காக அவரைக் குற்றம் சொல்லமுடியாது.

புத்தர் உலகைத் தார்மிகரீதியில் மாற்றியமைக்க விரும்பினார். நம்பிக்கை, உறுதி, நன்னடத்தை, ஒழுக்கம் போன்ற மதிப்பு களை மீட்டெடுக்க விரும்பினார். தன் காலத்தில் இத்தகைய மதிப்புகள் காலில் போட்டு மிதிக்கப்படுவதை அவர் கண்டார். அடிப்படை ஒழுக்கம் இல்லாத, பகுத்தறிவு தொலைத்த ஒரு சமூகத்தை அவர் வெறுத்தார். அதே சமயம் சமூக மாற்றங்களை உடனடியாகக் கொண்டுவருவதில் உள்ள சிரமங்களையும் அவர் அறிந்திருந்தார். ஒரே நாளில் அனைத்தையும் புரட்டிப்போட்டு விடமுடியும் என்று அவர் நம்பவில்லை. தீமைகள் நிறைந்த சமூகத்தில் இருந்து வெளியேறி சங்கங்களில் மக்கள் வாழ வேண்டும் என்று புத்தர் கட்டளையிட்டார்.

இந்தச் சங்கங்கள் எந்த வகையில் சமூகத்தில் இருந்து மாறு பட்டிருந்தன? ஏன் அங்கே மக்கள் வாழவேண்டும் என்று புத்தர் விரும்பினார்? தேவிபிரசாத் சட்டோபாத்தியாயா பதிலளிக் கிறார். 'பிட்சுக்கள் வாழும் சங்கங்களில் நிலைமைகள் வேறாக இருந்தன. அது பழங்குடியினரின் கூட்டு வாழ்க்கைபோல் இருந்தது. அந்தச் சங்கங்களில் தனிச்சொத்து இல்லை. முழு அளவில் சமத்துவமும், ஜனநாயகமும் நிலவின. இவற்றில் பழங்காலச் சமுதாயத்தின் பெருமையைக் கொண்டுவரமுடியும் என்றார் புத்தர். இச்சங்கங்கள் வர்க்க சமுதாயத்துக்குள் வர்க்கமற்ற சமுதாயமாக, இதயமற்ற உலகின் இதயமாகவும், ஆன்மாவற்ற நிலையின் ஆன்மாவாகவும் இருந்தன.'

முதலாளித்துவச் சமூகத்தில் அடிப்படை மாற்றங்கள் சாத்திய மில்லை, எனவே நமக்கான சமூகத்தை நாமே கட்டியமைத்துக்

கொள்ளலாம் என்றார் கார்ல் மார்க்ஸ். வர்க்கச் சுரண்டலை ஒழித்து, உற்பத்திக் கருவிகளைப் பொதுவில் ஆக்கி பாட்டாளி வர்க்கத்தின் சர்வாதிகாரத்தை நிலைநாட்டவேண்டியதன் அவசியத்தை மார்க்சியம் பின்வரும் காலங்களில் திட்டவட்டமாகச் சுட்டிக்காட்டியது. புத்தர் தன் காலத்துச் சமூகச் சிக்கல்களுக்கு மாற்றாகச் சங்கங்களை சுட்டிக்காட்டினார். மார்க்ஸைப் போலவே புத்தர் தனிச்சொத்துரிமைக்கு எதிராகக் குரல் கொடுத்தார். பௌத்த சங்கங்களில் தனிச்சொத்துரிமை மறுக்கப்பட்டது.

தனிச்சொத்துரிமையை புத்தர் ஏன் தீவிரமாக எதிர்த்தார் என்பதை பௌத்தக் கோட்பாடுகள் குறித்து ஆய்வுகள் மேற்கொண்ட ஸ்ட்செர்பார்ஸ்கி (Stcherbatsky) விளக்குகிறார். 'தனிநபர் ஒருவர் எங்கு உள்ளாரோ அங்கு அவருக்குச் சொத்து உள்ளது. எங்கு நான் இருக்கிறேனோ அங்கு என்னுடையதும் இருக்கிறது. எங்கு தனிச்சொத்து இருக்கிறதோ, அங்கு அதன்மீது ஏதோ ஒரு வடிவில் கட்டாயம் பாசம் வரும். தனிச்சொத்தின் மீதான இந்த ஈடுபாடே அனைத்துத் தீமைகளுக்கும் மூலவேராகும். ஒவ்வொரு தனித்த செயல்பாடுகளுக்கும், சமூக அநீதிக்கும் மூல காரணமாகும்... தனிநபர் இல்லாதபோது தனிநபர் சொத்துரிமை எவ்வாறு இருக்கமுடியும்? எனவே தனிநபர் சொத்துரிமையை, சாதாரண சொத்துகளை மட்டுமல்ல, குடும்பம், வீடு போன்றவற்றையும் என்றென்றைக்கும் யார் ஒருவர் கைவிடுகிறாரோ அவரே உண்மையான பௌத்தராக இருப்பார். உலக மதங்களின் வரலாற்றில் (கிறிஸ்தவம், இஸ்லாம் போன்றவற்றில்) சொத்துரிமை மறுப்பு மற்றும் அவற்றைக் கைவிட வலியுறுத்தும் கோட்பாடுகளை ஆங்காங்கே நாம் காணலாம். ஆனால், பௌத்தம் இப்பிரச்னையைத் தீவிரமாக அணுகியது.'

தனிச்சொத்துரிமை குறித்த புத்தரின் கருத்தாக்கத்தை நீட்டித்தால் புரட்சிகரமான தத்துவம் ஒன்றும் நமக்கும் கிடைக்கும். அதை தேவிபிரசாத் வார்த்தைகளில் கேட்போம். 'மனிதனின் விடுதலைக்கு, எல்லாவற்றுக்கும் மேலாக வர்க்கச் சுரண்டலில் இருந்து விடுதலை பெற உற்பத்திச் சக்திகளின் தனியுடைமையை ஒழிப்பதுதான் அடிப்படையான முன் நிபந்தனை. எனவே, சமுதாயத்தின் வர்க்கக் கூட்டமைப்பைத் தூக்கியெறிவது ஒன்றே சரியான வழி.' புத்தர் தனிச்சொத்துரிமையை நிராகரிக்க மட்டுமே சொல்கிறார். சொத்துரிமை கொண்டிருக்கும் சமூகத்தைத் தூக்கியெறிந்துவிடச் சொல்லவில்லை. இருந்தாலும்,

புத்தரின் அணுகுமுறை தனிச்சொத்துரிமையைக் கொண்டிருப் பதன் முட்டாள்தனத்தைச் சுட்டிக்காட்டுகிறது. அந்த வகையில், அவர் காலத்தில் அது ஒரு புரட்சிகரமான கொள்கை. தேவிபிரசாத் தொடர்கிறார்.

'தனிச்சொத்துரிமையை ஒழிப்பது என்ற புத்தரின் கோரிக்கை சமுதாயத்தில் தனிப்பட்ட சில பகுதிகளில் மட்டும் உள்ளவற்றை ஒழிப்பதாகும். இது வரலாற்றுரீதியாகப் பக்குவமடையாத நிலை. தனிச்சொத்து டைமையை சமுதாயத்திலிருந்து அறவே ஒழிக்கக்கூடிய நிலைமை அங்கு வரவில்லை.'

செல்வம் எப்படிச் சேர்கிறது? போர்கள், ஆக்கிரமிப்புகள் மற்றும் துன்மார்க்கத்தின்மூலம் என்கிறார் புத்தர். இந்த வழி களில் மட்டுமே செல்வம் சேர்கிறது என்று இன்றைய தேதியில் கொள்ளமுடியாது என்றபோதும் பெரும்செல்வம் சேர்வதற்கு இவையே பிரதான வழிகள் என்பதையும் மறுப்பதற்கில்லை. இன்று உலகின் வளர்ந்த நாடுகள் எப்படி வளர்ச்சியடைந்தன என்பதையும் ஏழைமை நாடுகள் ஏன் அவ்வாறு இருக்கின்றன என்பதையும் வரலாற்று நோக்கில் ஆராய்ந்தால் இரண்டுக்கும் இடையிலான தொடர்பும் வேறுபாடும் புரியவரும். உதாரணத் துக்கு, ஆப்பிரிக்கா அடிமை நாடாகவும் பின்தங்கிய இருண்ட கண்டமாகவும் இருந்ததற்கு ஆப்பிரிக்கா மட்டுமேவா காரணம்?

இதைத் தொடர்ந்து புத்தர் வந்தடைந்த முடிவு புரட்சிகரமானது. பிரபஞ்சத்தில் உள்ள அனைத்தையும் போலவே செல்வத்துக்கும் ஒரு முடிவு வரும். அனைத்தையும் போல் செல்வமும் மறைந்து விடும். இதைத் தடுக்கமுடியாது. எனவே, நிலையற்ற இந்த செல்வத்தைத் தேடி வாழ்வை வீணாக்கவேண்டாம், சொத்து களைக் குவித்துக்கொள்ளும் பொருட்டு போரிட்டுச் சாக வேண்டாம் என்றார் புத்தர். புத்தர் தனியுடைமையை நிரா கரிப்பது என்பது ஆன்மாவையும் தனிப்பட்ட சொத்துரிமையை யும் நிராகரிப்பது என்ற முடிவின் விளைவு என்கிறார் ஸ்ட்செர்பார்ஸ்கி.

குடும்பம், தனிச்சொத்து, அரசு ஆகியவற்றின் தோற்றம் என்னும் நூலில் எங்கெல்ஸ் கீழ்வருமாறு எழுதுகிறார். 'கேவலம் சொத்து தேடும் வாழ்க்கை மனித குலத்தின் இறுதியான தலைவிதி அல்ல. நாகரிகம் தொடங்கியதிலிருந்து கழிந்திருக்கிற காலம் இருக் கிறதே, அது சென்ற காலத்திலிருந்து மனிதன் வாழ்ந்திருந்த

காலத்தில் ஒரு சிறு பகுதியே ஆகும். பின்னால் வரப்போகும் யுகங்களின் ஒரு சிறு பகுதியே ஆகும். சமுதாயத்தின் மறைவு என்பது சொத்தையே குறிக்கோளாகவும் இலக்காகவும் கொண் டிருக்கும் ஒரு வாழ்க்கையின் முடிவுதான். அப்படிப்பட்ட ஒரு வாழ்க்கை சுயநாசத்துக்குரிய அம்சங்களைத் தனக்குள்ளே கொண்டிருக்கிறது.'

புத்தர் தன் காலச்சூழலுக்கு ஏற்றவாறு இதைச் சொன்னார். 'சாதாரண சொத்து மனித குலத்தின் இறுதி லட்சியமாக இருக்க முடியாது. ஒரு குறிப்பிட்ட நிலைமையில் அது தோன்றுவதும் எதிர்காலத்தில் அது உதிர்வதும் தவிர்க்கவியலாதது.'

7. ஒரு போராளியின் கதை

சுமார் 2500 ஆண்டுகளுக்கு முன்பு புத்தர் போதித்துக்கொண் டிருந்த சமயத்தில் இந்தியாவில் சமூகக் கட்டுமானம் இறுக்க மான வடிவத்தில் இருந்தது. இந்த வடிவத்துக்குத் தத்து வார்த்தமான பின்புலமும் வழங்கப்பட்டிருந்தது. நெருப்பு என்றால் எரியவேண்டும். பாறை என்றால் கடினமாக இருக்க வேண்டும். மாடு என்றால் பால் கொடுக்கவேண்டும். உயிரற்ற பொருள்களுக்கு மாத்திரமல்ல உயிருள்ள பொருள்களுக்கும் பொருந்தக்கூடிய உலகப் பார்வையாக இது வளர்த்தெடுக்கப் பட்டது. ஒரு மனிதன் என்ன தொழில் செய்யவேண்டும், எப்படி வாழவேண்டும், அவனது கடமைகள் என்னென்ன போன்றவை முன்கூட்டியே வரையறுக்கப்பட்டிருந்தன. இந்தப் பார்வை பிற்காலத்தில் மேலும் இறுக்கமடைந்து வர்ணங்களும் சாதிகளும் தோன்றுவதற்குத் தோதான சூழலை உருவாக்கிக் கொடுத்தது. யார் நாட்டை ஆளவேண்டும், யார் சேவகம் புரியவேண்டும், யார் போர் புரியவேண்டும், யார் எப்படி வாழ வேண்டும் போன்றவை பிறப்பின் அடிப்படையில் தீர்மானிக்கப் பட்டன.

இந்தப் பின்னணியில்தான் புத்தர் சிந்திக்கவும் செயல்படவும் தொடங்கியிருந்தார். அவருடைய போதனைகள் இந்தச் சூழ லில் இருந்தும், இந்தச் சூழலை எதிர்த்தும் உருவானவை. தன் காலத்தில் நிலவிய வாழ்வியல் சித்தாந்தமும் அறவியல் தத்துவ மும் பிழையானவை என்பதை புத்தர் முதலில் தெரிந்துகொண் டார். அதற்கான மாற்றை முன்வைக்கவேண்டியது அவசியம் என்பதையும் அவர் உணர்ந்திருந்தார்.

எல்லாமே முன்கூட்டியே தீர்மானிக்கப்பட்டுவிட்டன, குறிப் பிட்ட வட்டத்துக்குள் பிறந்த ஒருவன் குறிப்பிட்ட வகையில் தான் நடந்துகொள்வான் போன்ற கருத்தாக்கங்களை புத்தர் நேரடியாகத் தாக்கினார். 'ஒருவன் தன் பிறப்பால் பிராமண னாகவோ விலக்கப்பட்டவனாகவோ மாறுவதில்லை. அவனது செய்கைகளே அவனது குணத்தைத் தீர்மானிக்கின்றன. ஆணா, பெண்ணா என்பது முக்கியமல்ல. ஏழையா, பணக்காரனா என்பது பொருட்டல்ல. செய்கை மட்டுமே முக்கியம்; செய் கையைக் கொண்டே மதிப்பீடுகள் உருவாக்கப்படவேண்டும்' என்றார் புத்தர். புத்தரின் போதனைகள் அவர் காலத்து வர லாற்றுத் தேவையைப் பூர்த்தி செய்வதாக அமைந்தன. ஆதிக்கக் கருத்தியலுக்கு எதிராகத் தொடர்ந்து குரல் கொடுத்தன்மூலம் ஒரு தெளிவான மாற்றுப் பாதையை வகுத்துக்கொடுத்தன்மூலம் புத்தர் ஒரு சமூகப் போராளியாக எழுச்சி பெற்றார்.

'இந்திய வரலாறு என்பது பிராமணியத்துக்கும் பௌத்தத்துக்கும் இடையிலான யுத்தங்களின் வரலாறே ஆகும்' என்று 'பண்டைய இந்தியாவில் புரட்சியும் எதிர்ப் புரட்சியும்' என்னும் நூலில் குறிப்பிடுகிறார் அம்பேத்கர். வரலாறு என்பது வர்க்கப் போராட் டங்களின் வரலாறே ஆகும் என்னும் மார்க்சியப் பார்வையை நினைவுபடுத்தும் வாசகம் இது. 'பிராமணர்களுக்கும் பிராமணர் அல்லாதாருக்கும் இடையில் அல்ல; ஆரியர்களுக்கும் ஆரியர் அல்லாதாருக்கும் இடையில் அல்ல; வேதங்களுக்கும் பிற இந்திய கலாசாரங்களுக்கும் இடையில் அல்ல. பௌத்தத்துக்கும் பிராமணியத்துக்கும் இடையிலேயே முக்கிய மோதல்கள் நடை பெற்றன' என்றார் அம்பேத்கர்.

நவீன உலகுக்கு ஏற்ற ஒரே மதம் பௌத்தம் என்பது அம்பேத் கரின் முடிவு. அறிவியல் உணர்வால் உந்தப்பட்டவர்களுக்கு இது மட்டுமே மார்க்கம் என்றார் அவர். அதே சமயம் பௌத்தம் மெல்ல மெல்லவே பரவிக்கொண்டிருக்கிறது என்பதையும் அவர் உணர்ந்திருந்தார். அதற்குக் காரணம் கிறிஸ்தவர்களுக்கு பைபிள் என்பதுபோல் பௌத்தர்களுக்கு என்று தனியொரு நூல் கிடையாது. அந்தக் குறையைத் தீர்க்கும் வகையில் புத்தரும் அவர்தம் தம்மமும் என்னும் நூலை அம்பேத்கர் எழுதினார். அம்பேத்கருக்கு முன்பே பால் காரஸ், எட்வின் அர்னால்ட் ஆகியோர் பௌத்தம் குறித்து எழுதியுள்ளனர் என்றாலும் புத்தரை ஒரு போராளியாக அடையாளப்படுத்தி நவீன அரசியல்

களத்துக்கு அவரை மறு அறிமுகம் செய்து வைத்ததில் அம் பேத்கரின் பங்களிப்பு முதன்மையானது.

2500 ஆண்டுகளுக்கு முன்பு புத்தர் யாரை எதிர்த்துப் போரிட் டாரோ அவர்களையே அம்பேத்கரும் தன் காலத்தில் எதிர்க்க வேண்டிவந்தது. புத்தரின் போதனைகளை மீறி சாதியக் கட்டு மானம் மேலும் இறுக்கமடைந்து தீண்டாமைக் கொடுமைகள் வளர்ந்து நிற்பதை அம்பேத்கர் கண்டார். இவற்றையெல்லாம் விட, மேலாதிக்கத்துக்கு எதிராகப் போரிட்ட புத்தரையே மதவாதிகள் கடவுளின் அவதாரமாகவும் கடவுளாகவும் உரு மாற்றியிருந்தனர்.

எனவே, அம்பேத்கர் முதலில் புத்தரை மதவாதக் குப்பைகளில் இருந்து மீட்டெடுத்தார். நோய், மூப்பு, சாவு ஆகியவற்றைக் கண்டு அதிர்ச்சியடைந்து புத்தர் தன் வீட்டைவிட்டு வெளியேற வில்லை; சாக்கியர்களுக்கும் கோலியர்களுக்கும் இடையிலான நதி நீர்ப் பங்கிட்டுப் பிரச்னையை அமைதி வழியில் தீர்ப்பதற் காகவே அவர் வெளியேறினார் என்று தெளிவுபடுத்தினார். அடுத்து, ஆதிக்கச் சாதியினருக்கு எதிரான போராட்டத்தில் புத்தரை ஒரு வலுவான அரசியல் ஆயுதமாக பயன்படுத்தத் தொடங்கினார்.

இந்து மதத்தில் இருந்து தீண்டாமையைப் பிரித்தெடுக்கமுடி யாது என்பதால் அந்த மதத்தில் இருந்து பாதிக்கப்பட்டவர்கள் வெளியேறவேண்டும் என்றார் அம்பேத்கர். 1936ம் ஆண்டு மே 30, 31 இரு தினங்களில் பம்பாயில் நடைபெற்ற மாநாட்டில் கலந்துகொண்ட அம்பேத்கர் தீண்டத்தகாதவர்கள் இந்து மதத் தில் இருந்து பிரிந்து வரவேண்டும் என்று அழைப்பு விடுத்தார். இந்து மதம், அதைக் கடைபிடிக்கும் அனைவருக்கும் பொது வானது என்றால், இந்துக்களில் ஒரு பிரிவினர் ஏன் கீழ்மட்டத்தில் இருக்கிறார்கள்? அவர்கள் ஏன் மேல்சாதி இந்துக்களால் ஆளப் படுகிறார்கள்? மேல், கீழ் என்னும் பிரிவுகள் எப்படி, ஏன் தோன்றின? கால ஓட்டத்தில், இந்நிலைகள் ஏன் மாறாமல் அப்படியே நீடிக்கின்றன?

‘சமூகத்தின் அடிநிலையில் உங்களை வைத்திருக்கும் மதம் என்றுமே மாற்றமுடியாத ஒன்றாகும். காலத்துக்கு ஏற்ப, சூழ் நிலைகளுக்கு ஏற்ப இதில் மாற்றங்களுக்கு வாய்ப்பே இல்லை. நீங்கள் படிநிலைப்படுத்தப்பட்ட இந்து மதத்தில் கீழ் நிலையில்

இருக்கிறீர்கள். இறுதிவரை நீங்கள் அங்கேதான் இருக்க முடியும். இந்துக்களுக்கும் தீண்டத்தகாதவர்களுக்கும் இடையில் நடைபெறும் போராட்டம், என்றென்றைக்கும் இடைவிடாமல் தொடர்ந்து கொண்டே இருக்கும் என்பதுதான் இதன் பொருள். இந்தப் போராட்டத்தை நீங்கள் எப்படி சந்திக்கப் போகிறீர்கள் என்பதுதான் மிக முக்கியமான கேள்வி.'

அம்பேத்கர் புத்த மதத்தைத் தழுவியதற்கும் அதையே ஒரு தீர்வாக ஒடுக்கப்பட்டவர்களுக்கு முன்வைத்தற்கும் என்ன காரணம்?

- இன்றைய தீண்டப்படாதவர்கள் ஒரு காலத்தில் புத்த மதத்தினராக இருந்தனர் என்பது அம்பேத்கரின் முடிவு.
- புத்த மதம் ஓர் இந்திய மதம் என்பதால் அன்னியத் தன்மைகள் இருக்காது.
- புத்த மதம் மிக மிகக் கடுமையான அறிவியல் சோதனைகளைக் கூடத் தாக்குப்பிடிக்கக் கூடியது. நவீன உலகின் தலைவிதிகளை நெறிப்படுத்துவதற்கான திறனையும் ஆற்றலையும் அது பெற்றிருந்தது.
- தீண்டப்படாதவர்கள் உலக புத்த சமூகத்தோடு சேர்ந்து உலக சகோதரத்துவத்துக்கான வழியை வகுப்பார்கள்.
- புத்த மதத் தத்துவத்தின் நல்லியல்புகளை அம்பேத்கர் குறித்து ஆய்வுகள் மேற்கொண்ட டபிள்யூ.என். குபேர் பட்டியலிடுகிறார்.
- புத்த மதம், இங்கு இந்தப் பிறவியிலேயே அடையக்கூடிய வாழ்க்கை அனுபவத்தைப் பற்றி கூறுகிறது.
- புத்த மதம் நடப்பு இயல்புகளை அடிப்படையாகக் கொண்டுள்ளது. கருத்துமுதல்வாதத்தன்மை அதில் இல்லை.
- சுதந்தரம், சமத்துவம்,வாய்மை மற்றும் நீதியை உயர்த்திப் பிடிக்கிறது. மனித நேயம், அன்பு, சமாதானம் ஆகியவற்றை வலியுறுத்துகிறது.
- இயங்கியல்தன்மை கொண்டது. அறிவியல்பூர்வமானது. அனைத்தையும் தழுவிச் செல்வது. அறிவுக்கும் தர்க்கவியலுக்கும் பொருந்தக்கூடியது. அறவொழுக்கம் சார்ந்தது.

- புத்த மதத்தில் மனிதனை மையமாகக் கொண்ட ஆராய்ச்சியும் தேர்வும் உள்ளன. மனிதனைத் தாண்டி அது சிந்திக்கவில்லை.

பௌத்தத்துக்கும் மார்க்சியத்துக்கும் உள்ள சில அடிப்படை ஒற்றுமைகளை முன்வைத்து விவாதிக்கிறார் விக்டர் குண சேகரா. புத்தர், மார்க்ஸ் இருவருமே உலகம் தொடர்ந்து மாற்ற மடைந்துவருகிறது என்பதை ஏற்கிறார்கள். புத்தர் இதனை நிலையின்மை என்றார். மார்க்ஸ் இயங்கியல் என்றார். வலியும் துயரங்களும் நிஜமானவை; மனரீதியிலும் உடல்ரீதியிலும் வலி நீடிக்கிறது என்றார் புத்தர். பெரும்பாலான மக்கள் துயரங் களிலும் வலிகளிலும் சிக்கிக்கிடக்கிறார்கள் என்றார் மார்க்ஸ். நவீன முதலாளித்துவ சமூகத்தில் மக்கள் அந்நியப்படுத்தப் படுவதை மார்க்ஸ் சுட்டிக்காட்டினார். புத்தர், மார்க்ஸ் இரு வருமே தத்துவத்தோடு நின்றுவிடாமல் உலகை மாற்றுவதற் கான அவசியம் குறித்தும் அதற்கான வழிமுறைகள் குறித்தும் விவாதித்தார்கள். இருவருமே கருத்துமுதல்வாதத்தையும் கட வுளையும் எதிர்த்தனர். ஒரு பிரிவினரால் இன்னொரு பிரிவினர் ஆதிக்கம் செலுத்தப்படுவதை எதிர்த்தனர்.

தத்துவம், செயல்பாடு என்னும் இரு பிரிவுகளிலும் புத்தர் செயலாற்றினார். இந்தியத் தத்துவத் துறையில் புத்தரின் பங்களிப்பு கிரேக்கத் தத்துவ மரபில் ஹெராகிளிடஸின் பங்களிப் போடு ஒப்பிடப்படுகிறது. இந்தியத் தத்துவ உலகில் முதன் முதலாகப் பொருள்முதல்வாதச் சிந்தனையை புத்தரிடமே காண்கிறோம் என்கிறார் தேவிபிரசாத் சட்டோபாத்தியாயா.

இன்று நாம் எதிர்கொள்ளும் பிரச்னைகளில் முதன்மையானது மதவெறி என்றால் இன்றைய நம் தேவைகளில் முதன்மை யானது பௌத்தம். முதலாளித்துவச் சமூகத்தால் பாதிக்கப் பட்டவர்களுக்கு மார்க்சியம் எந்த அளவுக்குத் தேவையோ அந்த அளவுக்கு சாதிய மேலாதிக்கத்தால் பாதிக்கப்பட்டவர்களுக்கு புத்தர் தேவை.

அதற்கு முதலில் எது பௌத்தம் என்பதைவிட எதெல்லாம் பௌத்தம் அல்ல என்னும் புரிதல் அவசியமாகிறது. புத்தர் எந்தவொரு மதத்தையும் நிறுவவில்லை. என்னிடம் வாருங்கள், நான் உங்களை மீட்கிறேன் என்று சொல்லவில்லை. ஒரு புத்தரால்கூட வழியை மட்டுமே காட்டமுடியும், நீங்கள்தான்

உங்கள் பாதையைத் தேர்ந்தெடுத்துக்கொள்ளவேண்டும் என்கிறார் புத்தர்.

புத்தரின் போதனைகளில் ரகசியம் என்று எதுவும் இல்லை. பூடகம் என்று எதுவும் இல்லை. இன்றைய லாமாக்களுக்கும் புத்தருக்கும் எந்தவிதத் தொடர்பும் இல்லை. பௌத்தத்தில் சடங்குகள், சம்பிரதாயங்கள் இல்லை. ஜென், யோகா, தவம் போன்றவற்றுக்கும் புத்தருக்கும் தொடர்பில்லை. பௌத்தம் என்பது ஒரு வறட்டுத் தத்துவப் பிரிவு மட்டுமே அல்ல. பௌத்தம் என்பது சைவ உணவு முறை அல்ல. (புத்தர் இறைச்சி உண்டதாகக் குறிப்புகள் இருக்கின்றன. அசைவம் உண்பது அசுத்தமானது என்று புத்தர் கருதவில்லை). புத்தருக்கும் அதிசயங்களுக்கும் அற்புதங்களுக்கும் தொடர்பில்லை. மந்திர உச்சாடனங்களுக்கு பௌத்தத்தில் இடமில்லை. பௌத்தம் நிச்சயமாக, இந்து மதத்தின் ஒரு பிரிவு இல்லை.

எனில், எது பௌத்தம்? மக்கள் வேதனைப்படுகிறார்கள்; அதற்கு ஒரு காரணம் இருக்கிறது; அந்தக் காரணத்தைக் கண்டறியமுடியும்; அகற்றமுடியும் என்று உணர்தல். வேதனையைக் கண்டு ஒதுங்காமல், ஓடாமல், ஒளியாமல் இருத்தல். வேதனை குறித்த வியாக்கியானங்களோடு நின்றுவிடாமல் துணிவுடன் போராடுதல். புத்தர் இதைத்தான் செய்தார்.

மார்க்ஸைக் கடந்தும் முதலாளித்துவம் உயிர்ப்புடன் இருப்பது போல் புத்தரைக் கடந்தும் சாதிய ஒடுக்குமுறையும் மேலாதிக்கமும் உயிர்ப்புடன் நீடிக்கிறது. இந்தச் சவாலை எதிர்கொள்வதற்கு புத்தரிடமே நாம் மீண்டும் திரும்பிச் சென்றாக வேண்டும். புத்தரை ஓர் ஆயுதமாக மாற்றியாகவேண்டும். ஒற்றை வார்த்தையில் புத்தர் சொன்னார். 'செயல்படு!'

கார்ல் மார்க்ஸ், பிரெட்ரிக் எங்கெல்ஸ்

8. அறிமுகம்

கார்ல் மார்க்ஸ் மார்ச் 14, 1883 அன்று மரணமடைந்தபோது வாஷிங்டன் டிசி, பால்டிமோர், டென்வர், சின்சினாட்டி, அட்லாண்டா உள்ளிட்ட அமெரிக்க நகரங்களில் வெளியான பத்திரிகைகள் அவரது மரணச்செய்தியை வெளியிடவில்லை. கார்ல் மார்க்ஸை அமெரிக்கா அறிந்திருக்கவில்லை என்பதல்ல காரணம். அமெரிக்காவின் பிரபலமான நியூ யார்க் டிரிப்யூன் இதழின் அயல்நாட்டு நிருபராக 1851 தொடங்கி 1862 வரை மார்க்ஸ் பணியாற்றியிருக்கிறார். தனது பெயரிலும் 'லண்டன் நிருபர்' என்னும் பெயரிலும் அவர் எழுதிய கட்டுரைகள் இரண்டு லட்சம் அமெரிக்க வாசகர்களுக்குப் பரிச்சயமானவை. இவற்றில் பல கட்டுரைகள் தலையங்கமாகவும் வெளிவந்திருக்கின்றன. இருந்தும் கார்ல் மார்க்ஸ் பற்றி ஒரு தலையங்கம் அல்ல, ஓர் அஞ்சலிக் கட்டுரை அல்ல ஒற்றை வரிச்செய்தி வெளியிடுவதும்கூட அநாவசியமானது என்று அவர்களுக்குத் தோன்றியிருக்கிறது.

மார்க்ஸ் எழுதிய நியூ யார்க் டிரிப்யூன் அமெரிக்காவின் சக்தி வாய்ந்த பத்திரிகையாக அறியப்பட்டிருந்த சமயம் அது. 1873ல் ஒயிட்லா ரீட் என்பவர் அதன் தலைவராகப் பொறுப்பேற்றுக் கொண்டார். அடிப்படையில் பழமைவாதியான அவர் தனது பத்திரிகையையும் அவ்வாறே வடிவமைக்க விருப்பம் கொண்டிருந்தார். டிசம்பர் 1878ல் வெளியான ஒரு தலையங்கம், 'ஜெர்மானிய சோஷிலிச சக்திகளை இங்கிருந்து அகற்றியாக வேண்டும்' என்று கேட்டுக்கொண்டது. அதற்கு முன்பு, சார்லஸ் ஏ டானா என்பவரின் தலைமையில் டிரிப்யூன் இருந்தவரைதான்

கார்ல் மார்க்ஸ் அதில் எழுதிக்கொண்டிருந்தார். மார்க்ஸை அமெரிக்க வாசகர்களுக்கு அறிமுகம் செய்ததில் டானாவின் பங்கு முக்கியமானது. ஆனால் இவரும்கூட பிற்காலத்தில் தன் நிலைப்பாட்டை மாற்றிக்கொண்டு, பழமைவாதச் சிந்தனை யோட்டத்துக்குத் தாவிவிட்டார். நியூ யார்க் சன் பத்திரிகையைக் கைப்பற்றியபிறகு டானாவுக்குத் தொழிலாளர் அமைப்புகள் மீதும் சோஷலிசத்தின்மீதும் போராட்டங்கள்மீதும் கடும் வெறுப்பு ஏற்பட்டுவிட்டது. இருந்தாலும் மார்க்ஸைத் தனிப் பட்ட முறையில் நேசித்த காரணத்தால் தனது பத்திரிகையில் அவர் மார்க்ஸின் மரணச்செய்தியை இடம்பெறச் செய்தது தனிக்கதை.

கார்ல் மார்க்ஸின் மரணச் செய்தியை வெளியிடத்தான் வேண்டுமா, அப்படியே வெளியிடுவதானாலும் அவரை என்ன சொல்லி அறிமுகப்படுத்துவது, எப்படி மதிப்பிடுவது என்று குழம்பித் தவித்த சில அமெரிக்கப் பத்திரிகைகள் இறுதியில் அவரைப் பற்றி ஒன்றுமே எழுதாமல் அமைதியாக இருந்து விட்டன. சார்லஸ் டானாவைப் போல் மார்க்ஸ்மீது சில பத்திரிகை ஆசிரியர்களுக்கு அனுதாபம்கூட இருந்திருக்கலாம், ஆனால் அவர்கள் விரும்பியிருந்தாலும்கூட அவர்கள் பணி யாற்றும் பத்திரிகைத் தலைவர்களின் அரசியல் கண்ணோட்டத் துக்கு விரோதமாக எந்தச் செய்தியையும் வெளியிட்டிருக்க முடியாது.

இறுதியில் நியூ யார்க் சன் இப்படி எழுதியது. 'வியாழக்கிழமை நிகழ்ந்த கார்ல் மார்க்ஸின் மரணம் கிட்டத்தட்ட கவனிக்கப் படவில்லை. சமீபத்தில் மறைந்துபோன ஜெனரல்கள், தலைவர் கள், ராஜதந்திரிகளைப்போல் அவரது மரணம் முறைப்படி பதிவுசெய்யப்படவில்லை. ஆனால் அவர்களைப் போலவே மார்க்ஸும் நீண்டகாலம் நினைவுகூரப்படுவார் என்றே தோன்றுகிறது. நம் காலத்தின் சோஷலிச இயக்கத்தை முன் னின்று நடத்திய தீர்க்கதரிசி என்று ஒருவரை அழைக்கவேண்டு மானால் அவர் கார்ல் மார்க்ஸ் மட்டும்தான்... கிட்டத்தட்ட அரை நூற்றாண்டு காலத்துக்கு தொழிலாளர் இயக்கத்தை வழி நடத்திச் சென்றவர்... ஐரோப்பா முழுவதிலுமுள்ள உழைக்கும் பிரிவினரை ஒரு சீரான, வலுவான சமூகச் சக்தியாக மாற்றிக் காட்டியவர். அவர்களுக்காகத் தன் வாழ்நாளை அர்ப்பணித்த கார்ல் மார்க்ஸின் வார்த்தைகள் என்றென்றும் நினைவில்

கொள்ளத்தக்கவை. 'பாட்டாளிகளுக்கு இழப்பதற்கு ஒன்று மில்லை தங்கள் அடிமைச் சங்கிலிகளைத் தவிர. ஆனால் அவர்கள் வெல்வதற்கோர் பொன்னுலகம் காத்திருக்கிறது.' என்றார் மார்க்ஸ். எனவே அனைத்து நாடுகளைச் சேர்ந்த பாட்டாளிகளும் ஒருவரோடு ஒருவர் ஒன்றிணையவேண்டும்.'

அமெரிக்கா, பிரிட்டன், சுவிட்ஸர்லாந்து, ஜெர்மனி, ஆஸ்திரியா ஹங்கேரி, பிரான்ஸ், ஹாலந்து, ரொமேனியா, ஸ்பெயின், இத்தாலி, ரஷ்யா என்று உலகம் முழுவதிலும் உள்ள லட்சக் கணக்கான தொழிலாளர்கள் கார்ல் மார்க்ஸின் மரணத்தை தங்கள் வாழ்நாளில் ஏற்பட்ட ஒரு பெரும் இருளாகவே கண்டனர். மார்க்ஸ் மறைந்த மறுநாள் சோஷலிஸ்ட் தொழிலாளர் கட்சியின் நாளேடு (New Yorker Volkszeitung) இவ்வாறு எழுதியது. 'கார்ல் மார்க்ஸ் இறந்துவிட்ட செய்தி பல லட்சக்கணக்கானவர்களுக்கு ஒரு முக்கிய உலக நிகழ்வாகவே இருக்கும். இயந்திரங்களின் ஓயாத இரைச்சல்களிலும், இருள் படிந்திருக்கும் பணியிடங் களிலும், சுட்டெறிக்கும் சூளைகளிலும் 'எஜமான நாடுகளிலும்' வாழும் தொழிலாளர்களுக்கு இது ஒரு துக்க தினம். மிருகத் தனமான ஒடுக்குமுறைக்கு மத்தியில் சிந்திக்க மறக்காமல் இருக்கும் தொழிலாளர்களுக்கு, ஒரு வளமான எதிர்காலத்துக் காக உறுதியுடன் போராடும் தொழிலாளர்களுக்கு இன்றைய தினம் துக்க தினம்.'

கலீலியோ, நியூட்டன், வால்டேர் ஆகியோரின் வரிசையில் 'கார்ல் மார்க்ஸின் பெயரும் திடமான புகழுடன் எதிர்காலத்தில் நிலைத்து நிற்கும்' என்றது வாய்ஸ் ஆஃப் தி பீப்பிள், நியூ யார்க். ஆம்ஸ்டர்டாமில் இருந்து எழுதிய ஒரு கட்டுரையாசிரியர், சார்லஸ் டார்வின் இயற்கை அறிவியலுக்கு ஆற்றிய பங்களிப் போடு பொருளாதாரத்தில் மார்க்ஸ் ஆற்றிய பங்களிப்பை ஒப்பிட்டார். 'இந்த இரு பெயர்களும் ஒரு சாரார் மத்தியில் ஆழ்ந்த வெறுப்பையும் இன்னொரு சாரார் மத்தியில் நன்றி யுணர்வையும் ஏற்படுத்துகின்றன.' மார்க்ஸைப் புரிந்துகொள் வதற்கான முதல் படி இது.

கார்ல் மார்க்ஸ் (5 மே 1818 - 14 மார்ச் 1883) மறைந்து 130 ஆண்டுகள் ஆகிவிட்டன. அவர் வாழ்ந்து, விட்டுச்சென்ற உலகம் இன்று வெகுவாக மாறிவிட்டது. இரண்டு உலகப் போர்கள் நடந்து முடிந்திருக்கின்றன. அறிவியல், மருத்துவம், தொழில்நுட்பம் உள்ளிட்ட துறைகளில் மாபெரும் பாய்ச்சல்கள் நிகழ்ந்துள்ளன.

மைக்ரோசிப் தொடங்கி அணு குண்டுவரை பல கண்டுபிடிப்புகள் வந்துவிட்டன. அரசியல், பொருளாதாரம் மற்றும் சமூகத் தளங்களிலும் கார்ல் மார்க்ஸின் 19ம் நூற்றாண்டுக்கும் இன்றைய 21ம் நூற்றாண்டுக்கும் இடையில் பெருத்த வேறுபாடுகள் உள்ளன. இந்நிலையில், எதற்காக கார்ல் மார்க்ஸ் இன்று நமக்குத் தேவைப்படுகிறார்? அவரது வாழ்வையும் சிந்தனைகளையும் இன்று நாம் நினைவுகூரவேண்டிய அவசியம் என்ன?

இரண்டு காரணங்களைச் சொல்லமுடியும். முதலாவதாக, நாம் உலகைக் காணும் முறையை அடியோடு மாற்றியமைத்தவர் மார்க்ஸ். மார்க்ஸைத் தெரிந்துகொள்ளாமல் போவதன்மூலம் உலகின் ஒரு பரிமாணம் நமக்குக் கிடைக்காமல் போகிறது. மார்க்ஸ் 'ஓர் எளிய உண்மையை' முன்மொழிந்தவர் என்கிறார் ஃபிரெட்ரிக் எங்கெல்ஸ். அந்த எளிய உண்மை இது. 'அரசியல், அறிவியல், கலை, மதம் ஆகியவற்றை நாடிச்செல்வதற்கு முன்னால் ஒரு மனிதனுக்கு முதலில் உணவும், நீரும், உடையும் இருப்பிடமும் தேவைப்படுகிறது.' இந்த அடிப்படைத் தேவைகளும்கூட மனிதனுக்கு ஏன் மறுக்கப்படுகிறது என்னும் கேள்வியை எழுப்பி அதற்கு விடை காண முயன்றது மார்க்சியம். இரண்டாவதாக, எங்கெல்ஸ் குறிப்பிட்டதுபோல், 'எல்லாவற்றுக்கும் மேலாக மார்க்ஸ் முதலில் ஒரு புரட்சியாளர்.' மார்க்ஸைப் பொருத்தவரை கோட்பாடு என்பது உலகைப் புரிந்துகொள்வதற்கான ஒரு கோட்பாடு மட்டுமல்ல. உலகைச் சிறிதளவேனும் மாற்றுவதற்கான ஒரு கருவியும்கூட.

அதனால்தான் மார்க்சியம் ஒரு தத்துவமாக முன்மொழியப்பட்ட நாள் தொடங்கி அதற்கான மறுப்புகளும் எதிர்ப்புகளும் வலுக்கத் தொடங்கிவிட்டன. மார்க்சியத்தை ஏன் நடைமுறைப்படுத்த இயலாது என்பதை விளக்க முனையும் பல நூறு அறிவுஜீவிகள் பல்லாயிரம் சிறு, பெரு நூல்களை எழுதிக்குவித்துவிட்டார்கள். தாராளமயமும் உலகமயமாக்கலும் கிட்டத்தட்ட உலகம் முழுவதும் பரவிவிட்ட இன்றைய காலகட்டத்திலும்கூட விடாப்பிடியாக மார்க்சியத்தை பலர் அதே தீவிரத்துடன் எதிர்த்துக்கொண்டிருக்கிறார்கள்.

'இந்தப் படைப்புகள் (மார்க்சியத்துக்கு எதிரான விமரிசனங்கள்) ஒரே விஷயத்தை மீண்டும் மீண்டும் சொல்லிக்கொண்டிருக்கின்றன. மார்க்ஸின் படைப்புகள் பல புத்தகங்களில் விரியக்கூடியவை என்றாலும் அவருடைய கருத்துகள் அளவில்

சுருக்கமானதுதான். அதனால்தான் ஒருசில அசலான விமரிசனங்களைக் கடந்து புதிதாகக் குற்றம் கண்டுபிடிக்க முடியாமல் போய்விட்டது. அதற்கு மேல் புதிதாக மார்க்சியத்தை விமரிசிக்க எதுவும் இல்லை.' என்கிறார் எரிக் ஹாப்ஸ்பாம். இருந்தும், மார்க்சிய எதிர்ப்பு தொடர்வதற்குக் காரணம் அறியாமை என்கிறார் ஹாப்ஸ்பாம். மார்க்சின் படைப்புகளுக்கு ஜெர்மானிய மொழியில் அப்போதே வெளிவந்த விமரிசனங்களைத்தான் இன்னமும் பலர் வெவ்வேறு விதமாக எழுதிக்கொண்டிருக்கிறார்கள். இரண்டாவது, அரசியல் காரணம். எதையும் திரும்பத் திரும்பச் சொல்லிக்கொண்டே இருந்தால்தான் அது மக்களைப் பற்றிக்கொள்ளும் என்னும் விளம்பர உத்தியைத்தான் மார்க்சிய எதிர்ப்புக்கும் பலர் பயன்படுத்துகிறார்கள் என்கிறார் ஹாப்ஸ்பாம்.

ஒவ்வொரு தலைமுறையும் புதிது புதிதாக மார்க்ஸைக் கண்டறிந்து தாக்குதல் தொடுத்துக்கொண்டிருப்பதையும், சொன்னதையே திரும்பத் திரும்பச் சொல்லி மார்க்சியத்தை நிராகரிப்பதையும் வைத்துப் பார்க்கும்போது, எப்படியாவது மக்களிடம் இருந்து மார்க்ஸை அந்நியப்படுத்திவிடவேண்டும் என்னும் முனைப்பு ஒரு சாராரிடம் நீடிப்பதைப் புரிந்துகொள்ள முடிகிறது. மார்க்சியம் காலாவதியாகிவிட்டது என்றும் மார்க்சியம் தோல்வியடைந்துவிட்டது என்றும் இன்றைய சூழலுக்கு மார்க்ஸ் தேவைப்படமாட்டார் என்றும் மீண்டும் மீண்டும் நிறுவவேண்டிய கட்டாயத்துக்கு பல அறிவுஜீவிகள் தள்ளப்பட்டிருப்பதையும் காணமுடிகிறது.

அதே சமயம், முதலாளித்துவத்தை எதிர்த்த கார்ல் மார்க்ஸ் மட்டுமல்ல, முதலாளித்துவத்தை ஆதரிப்பவர்களுமேகூட ஒப்புக்கொள்ளும் ஓர் மார்க்சிய உண்மை இது. ஒரு முதலாளி அல்லது முதலீட்டாளரை இயக்கும் ஒரே விசை பணம் சம்பாதிக்கவேண்டும் என்னும் விருப்பம்தான். இந்த விருப்பத்தால் உந்தப்பட்டு இயங்கும் உலகம்தான் இன்று நாம் காணக்கூடியது, நாம் வாழ்ந்துகொண்டிருப்பது. கடந்த இரு நூற்றாண்டுகளாக, அறிவுஜீவிகளும் சிந்தனையாளர்களும் இந்த வாழ்க்கைமுறைதான் சிறந்தது என்று சொல்லி வந்திருக்கிறார்கள். சிறந்ததுதான், ஆனால் யாருக்கு என்று கேள்வி எழுப்பினார் மார்க்ஸ்.

19ம் நூற்றாண்டின் தொடக்கத்தில் பிரிட்டனும் ஓரளவு ஜெர்மனி, பிரான்ஸ் ஆகிய நாடுகளும் பெருமளவிலான

இயந்திரங்களை அறிமுகப்படுத்தி துரித தொழில்மயமாக்கலில் ஈடுபட்டுவந்தன. இதன் காரணமாக உற்பத்தி பெருமளவில் அதிகரித்தது. அதே சமயம், தொழிலாளர்கள் மனித இயந்திரங் களாக, கொடூரமான பணிச்சூழலில் நீண்ட நேரம் உழைக்க வேண்டிய நிர்பந்தத்துக்குத் தள்ளப்பட்டனர். பிரிட்டன் தொழிற் சாலைகள் குழந்தைகளையும் தொழிலாளர்களாக மாற்றி, அடிமைகளைப்போல் நடத்தியதை சார்லஸ் டிக்கன்ஸ் தனது படைப்புகளில் உயிர்ப்புடன் கொண்டுவந்திருக்கிறார்.

முதலாளித்துவ தொழில்மயமாக்கல் என்பது தீர்வல்ல, நவீன உலகின் பிரச்னைகளுக்கான தோற்றுவாய் என்பதில் கார்ல் மார்க்ஸ், ஃபிரெட்ரிக் எங்கெல்ஸ் இருவரும் தொடக்கத்தி லேயே தெளிவாக இருந்தனர். முதலாளித்துவ அமைப்பின் தவறுகளையும் போதாமைகளையும் வெளிப்படுத்தும் பணியை யும் அந்த அமைப்பை அடிப்படையில் மாற்றியமைப்பதற்கான வழிமுறைகளை வகுக்கும் பொறுப்பையும் இந்த இருவரும் முன்வந்து தாமாகவே ஏற்றுக்கொண்டனர்.

'தத்துவஞான ஆராய்ச்சிக்கு முதலில் அவசியமாக இருப்பது துணிவான, சுதந்தரமான அறிவே' என்று தனது முனைவர் பட்ட ஆராய்ச்சிக் குறிப்புகளில் தொடக்க காலத்தில் எழுதினார் கார்ல் மார்க்ஸ். தனது 26வது வயதில் கார்ல் மார்க்ஸ் தனது பாத்தி ரத்தைக் குறித்து இவ்வாறு எழுதிவைத்தார். 'நாங்கள் இப்போது என்ன செய்யவேண்டும் என்பது குறித்த மிகத் தெளிவான புரிதல் ஏற்பட்டிருக்கிறது. அனைத்தையும் இரக்கமற்ற முறையில் முதலில் விமரிசிக்கவேண்டும்.' இரக்கமற்ற முறை என்பது என்ன? 'வந்தடையப்போகும் முடிவு எப்படியிருக்கப்போகிறது என்பதைப் பற்றி அஞ்சாத வகையில் எங்கள் விமரிசனங்கள் இருக்கவேண்டும். அதிகாரத்தோடு மோதுவது குறித்த அச்சம் இல்லாதபடியும் இருக்கவேண்டும்.'

'கார்ல் மார்க்ஸும் ஃபிரெட்ரிக் எங்கெல்ஸும் தம் காலத்தின் மிக அவசரமான பிரச்னைகளை ஆராய்ந்தனர். அவர்கள் முதலாளித்துவ சமூக, பொருளாதார அமைப்பின் சாராம்சத்தைப் பகுப்பாய்வு செய்தனர். சோஷலிசப் புரட்சிக்கான போராட்டத் தில் பாட்டாளி வர்க்கம் கடைபிடிக்கவேண்டிய போர்த் தந்திரம் மற்றும் செயல்தந்திரத்தின் அடிப்படைகளை வரையறுத்தார் கள். எதிர்கால கம்யூனிச சமூகத்தின் முக்கியமான கோட்பாடு

களைச் சுட்டிக்காட்டினார்கள்' என்கிறார் அந்திரரேயெவ் என்னும் ரஷ்ய வரலாற்றாசிரியர்.

மார்க்ஸ், எங்கெல்ஸ் இருவரையும் ஒரே பெயராக, ஒரே பதமாகப் பயன்படுத்தும் அளவுக்கு இருவரும் நீடித்த நண்பர் களாக, ஒவ்வொன்றையும் பற்றி ஒன்றுபோல் சிந்தித்தவர்களாக இருந்தனர். ஒருவருடைய படைப்பை இன்னொருவர் திருத்தி எழுதுவார். மார்க்ஸ் என்று கையெழுத்திடப்பட்ட கட்டுரையை எங்கெல்ஸும், எங்கெல்ஸ் பெயரில் வந்த கட்டுரையை மார்க்ஸும் எழுதியிருப்பார். மார்க்ஸின் மரணம்வரை நாற் பதாண்டுகாலம் நீடித்த நட்பு அது. கார்ல் மார்க்ஸின் எழுத்து களில் இருந்து எங்கெல்ஸின் எழுத்துகளைப் பிரித்தெடுக்க முடியாது. மட்டுமின்றி, மார்க்ஸ் என்னும் ஆளுமையையும்கூட எங்கெல்ஸைப் பிரித்தெடுத்துவிட்டு ஆராய்ந்துவிடமுடியாது. எனவே அவர்களை இருவராக அல்லாமல் ஒருவராகக் கருதி இந்தப் பகுதி தொடங்குகிறது.

9. அடிப்படைகள் - 1

உண்மைதான், மார்க்சியத்தை அவ்வளவு சுலபத்தில் ஒருவர் படித்துப் புரிந்துகொண்டுவிடமுடியாதுதான். கார்ல் மார்க்ஸின் வாழ்க்கை வரலாறை எழுதிச்செல்லும்போது, 'மார்க்சியம் கற்பது என்பது கற்பாறைச் சுனையிலிருந்து நீர் எடுப்பதாகும்' என்று குறிப்பிடுகிறார் வெ. சாமிநாத சர்மா. இங்கிலாந்தைச் சேர்ந்த கம்யூனிஸ்ட் சிந்தனையாளரும் பேச்சாளருமான மாரிஸ் கார்ன்ஃபோர்த் இந்தச் சிக்கலையும் அதற்கான தீர்வையும் தனது நூல் ஒன்றில் விவரிக்கிறார். மார்க்சிய இலக்கியங்கள் வாசிப்பதற்கு கடினமாக இருப்பது, 'விஷயத்தின் கடினமான தன்மையால் ஏற்படுகிறது. சில சமயங்களில் பழக்கமில்லாத சொற்களாலும் நேர்கிறது... இவ்வாறான சிரமங்களை எதிர்கொள்ளும்போது, குறிப்பிட்ட இடத்தில் அழுந்தி சிக்கிக் கொள்ளாதீர்கள். அந்தப் பகுதியை நீங்கள் புரிந்துகொள்ள முடியாவிட்டாலும் தொடர்ந்து மேற்கொண்டு படியுங்கள். கடினமான பகுதி முடிவுற்றதும் மீண்டும் நீங்கள் வழித்தடத்துக்கு வருவதை உணர்வீர்கள். இன்னும் விரிவான படிப்புடனும் விஷயத்துக்கு இன்னும் அதிகமான பரிச்சயத்துடனும் நீங்கள் அந்த நூலுக்கு மீண்டும் திரும்பலாம்.'

மார்க்சியத்தைப் புரிந்துகொள்வது என்பது ஒருசில சொற்றொடர்களைப் புரிந்துகொள்வதோ ஒருசில இலக்கணங்களையோ சூத்திரங்களையோ மனப்பாடம் செய்துகொள்வதோ அல்ல. 'மாறாக, சோஷலிசத்துக்கான போராட்டத்தின் போக்கில் எவ்வாறு மார்க்சியத்தின் கோட்பாடுகள் வளர்க்கப் பட்டன, நமது பங்குக்கு நமது சொந்தப் போராட்டத்திலும்

எவ்வாறு நாம் நடைமுறைப்படுத்தவும் வளர்க்கவும் முடியும் என்பதைக் கற்றறிவதாகும். எந்த அளவு நாம் நமது மார்க்சியக் கல்வியை முன்னேற்ற முடியுமோ, அந்தளவு நன்றாக நமது நடைமுறை அரசியல் வேலைக்கு நம்மைத் தயாரித்துக் கொள் கிறோம். அதே சமயம் எந்த அளவு நாமே அரசியல் அனுபவங் களைப் பெறுகிறோமோ அந்த அளவு நாம் மார்க்சியத்தின் படிப்பினைகளைப் புரிந்துகொள்ளவும் நடைமுறைப்படுத்தவும் நம்மை மேலும் நன்றாகத் தயாரித்துக் கொள்கிறோம்.'

கார்ல் மார்க்ஸ், ஃபிரெட்ரிக் எங்கெல்ஸ் இருவரும் தங்கள் சொந்தப் போராட்டங்களின் ஊடாகத்தான் கம்யூனிசத்தைக் கண்டடைந்தார்கள். வாழ்க்கை வேறு, தத்துவம் வேறு என்று பிரித்து பார்க்காமல் இரண்டையும் பிணைத்துப் புரிந்துகொண்ட வர்கள் இவர்கள். ஏதோ ஒரு புத்தகத்தைப் படித்து அல்லது ஏதோ சில நிகழ்வுகளின் அடிப்படையில் அவர்கள் கம்யூனிஸ்டுகளாக மாறிவிடவில்லை. தத்துவம், வரலாறு, பொருளாதாரம், சமூக அறிவியல், இலக்கியம் என்று விரிவாகவும் ஆழமாகவும் ஒன்றோடு ஒன்றைத் தொடர்புபடுத்தியும் அவர்கள் கற்றனர். தவிரவும், மக்களிடம் இருந்தும் அவர்கள் பாடம் படித்துக் கொண்டார்கள். பண்டைய கிரேக்க வரலாறாக இருந்தாலும் சரி, ஹெகலின் தத்துவமாக இருந்தாலும் சரி; நடப்பு அரசியல், சமூக நிகழ்வுகளோடும் நடைமுறை வாழ்வின் பிரச்னைகளோடும் அவற்றைத் தொடர்புபடுத்தியே சிந்தித்தனர்.

முதலாளி வர்க்கம், தொழிலாளி வர்க்கம்; ஆளும் வர்க்கம், அடிமை வர்க்கம். இந்த இரண்டில் எதை ஆதரிக்கவேண்டும் என்பதில் அவர்களுக்குக் குழப்பங்கள் இருக்கவில்லை. ஏன் தொழிலாளர் வர்க்கத்தை மார்க்ஸும் எங்கெல்ஸும் உயர்த்திப் பிடித்தனர்? தொழிலாளர்களுக்காகப் போராடுவதை எப்படி மக்களுக்காகப் போராடுவது என்று அவர்கள் எடுத்துக்கொண் டனர்? மாஸ்கோ பல்கலைக்கழகத்தில் தத்துவத்துறை பேராசிரி யராகப் பணியாற்றிய தியொடோர் ஓய்சேர்மான் எழுதுகிறார். 'முதலாளித்துவ சமுதாயத்தின் பொருளாதார அடித்தளங்களை, அதாவது உற்பத்தி சாதனங்களில் தனியார் உடைமை, முதலாளித்துவப் போட்டி, சுரண்டல், உற்பத்தியில் அராஜகம் ஆகியவற்றை ஒழித்துக் கட்டாமல் தொழிலாளி வர்க்கம் தன்னை விடுவித்துக்கொள்ளமுடியாது. இந்தக் காரணத்தா லேயே தொழிலாளி வர்க்கத்தின் சமூக விடுதலையானது, அதே

சமயத்தில் சகல உழைப்பாளி மக்களுடைய, சகல சுரண்டப் பட்ட, ஒடுக்கப்பட்ட மக்களுடைய சமூக விடுதலையையும் இயல்பாகவே ஏற்படுத்துகிறது.' தொழிலாளர்களின் விடுதலை உழைக்கும் மக்களின் விடுதலையாகவும் ஒடுக்கப்பட்ட மக்களின் விடுதலையாகவும் திகழும் என்பதை மார்க்ஸும் எங்கெல்ஸும் கண்டுணர்ந்த அந்தத் தருணம் முக்கியமானது.

மார்க்சியம் என்பது வெறும் தத்துவம் மாத்திரமல்ல என்கிறார் வெ. சாமிநாத சர்மா. 'மார்க்சியம் என்பது மனித வாழ்க்கையை பண்படுத்திக் காட்டுகிற ஓர் ஒழுங்குமுறை. மானிட ஜாதியின் சரித்திரத்தைப் புதிய உருவத்தில் காட்டும் கண்ணாடி. பொருளா தாரத்தை முக்கிய அடிப்படையாகக் கொணட சமுதாயத்தின் தோற்றம். முதலாளித்துவத்தின் முடிவு இன்னபடிதான் ஆகும் என்று அறுதியிட்டுச் சொல்கிற இறுதி வாசகம்... மார்க்ஸின் முடிபுகளைச் சிலர் ஒப்புக்கொள்ளாமல் இருக்கலாம். ஆனால் அவன் அந்த முடிபுகளுக்கு வந்த வழியை யாரும் பாராட்டாமல் இருக்கமுடியாது.'

மார்க்ஸ், எங்கெல்ஸ் இருவரும் எந்த வழியில் பயணம் செய்து தங்கள் முடிவுகளைக் கண்டடைந்தார்கள் என்பதை ஆராயும் போது அவர்களுடைய ஆளுமையும் சிந்தனையோட்டமும் வளர்ந்த கதையும் நமக்குக் கிடைக்கிறது.

கார்ல் மார்க்ஸ் தனது டாக்டர் பட்ட ஆய்வுக்காக டெமாக்ரிடஸ், எபிக்யூரஸ் என்னும் இரு கிரேக்கத் தத்துவஞானிகளை எடுத்துக்கொண்டு ஒப்பீடு செய்தார். டெமாக்ரடிஸைவிட எபிக்யூரஸ் மார்க்ஸைக் கவர்ந்ததற்குக் காரணம் டெமாக்ரடிஸ் உறுதியானவராக, மாற்றுக் கருத்துகளுக்கு இடம் கொடுக்காத வராகத் திகழ்ந்தார். இப்படிப்பட்ட உறுதித்தன்மை மனித சுதந்தரத்தை மறுக்கிறது என்பது மார்க்ஸின் கருத்து. அதே போல், கிரேக்கப் புராணத்தில் வரும் டைட்டன் வீரன் புரோமீதியஸ்மீது மார்க்ஸுக்கு அபிமானம் இருந்தது. களி மண்ணில் இருந்து மனிதனை உருவாக்கியவன் இவன். கடவுளிடம் மட்டுமே குவிந்திருந்த நெருப்பைத் (செல்வம் என்றும் கொள்ளலாம்) திருடி, பொது மக்கள் பயன்பாட்டுக்காக 'மறுவிநியோகம்' செய்தவன். ஆக, மனிதன் தோன்றியதற்கு மட்டுமல்ல அவன் முன்னேறியதற்கும் நாகரிகமடைந்ததற்கும் கூட புரோமீதியஸ்தான் மூலக்காரணம். 'எளிமையாகச் சொல்ல வேண்டுமானால், நான் அனைத்துக் கடவுள்களையும் வெறுக்

கிறேன்' என்கிறான் புரோமீதியஸ். 'கல்லோடு சேர்த்து என்னைப் பிணைத்திருக்கும் சங்கிலியோடு இருப்பேனே ஒழிய, ஜீயஸின் (கடவுள்களின் தந்தை) அடிமையாக ஒருபோதும் சம்மதிக்க மாட்டேன்' என்னும் புரோமீதியஸின் வாசகத்தை மார்க்ஸ் குறிப்பிடுகிறார்.

ஃபிரெட்ரிக் எங்கெல்ஸின் ஆரம்ப கால ஆதர்சனம் பழங்குடி அமெரிக்க இந்தியர்கள். பீதோவன் பிடிக்கும். ஷெல்லியை ஜெர்மனியில் மொழிபெயர்த்தார். ஸ்பானிஷ், போர்ச்சுகீஸ், இத்தாலியன் ஆகிய மொழிகளைத் துரிதமாகக் கற்றார். தனது 19வது வயதில், மதம் ஒரு மயக்கப் பொருள் என்று கண்டு கொண்டார் எங்கெல்ஸ். மதத்தை எதிர்த்து குரல் எழுப்பிய ஆங்கில சோஷலிஸ்டுகளைக் கண்டு பெருமிதம் கொண்டார். ஜனநாயகம் பற்றி தனது 23வது வயதில் எங்கெல்ஸ் இப்படி எழுதினார். 'ஜனநாயகம் என்று பேசும் அனைத்து அரசாங்கங்களும் முரண்பாடுகள் கொண்டவை. அது ஒரு பொய். அது ஒரு போலித் தனம். இந்த வகை ஜனநாயகம் ஒரு கட்டத்தில் தவிர்க்கவியலாத படி உடைந்து நொறுங்கும். அதன் முரண்பாடுகள் நிச்சயம் வெளியில் தெரியவரும். ஒரே ஒரு வழிதான் இருக்கிறது. ஒன்று, அடிமை முறை நிலவவேண்டும். அல்லது கம்யூனிசம் எனப்படும் நிஜமான சமநிலை, நிஜமான சுதந்தரம் நிலவவேண்டும்.'

மார்க்ஸ், எங்கெல்ஸ் இருவருமே சுதந்தரத்தை நேசித்தனர். இருவரும் வெவ்வேறு வழிகளில் பயணம் செய்து இந்த முடிவை வந்தடைந்தனர். மார்க்ஸ் தத்துவம் பயின்றுகொண்டிருந்தபோது, எங்கெல்ஸ் இலக்கியம் படித்துக்கொண்டிருந்தார். கவிதை எழுதினார். பீதோவனின் இசையில் மூழ்கிப்போனார். ஓவியங்கள் தீட்டினார். ஒரு கட்டத்தில் தவிர்க்கவியலாதபடி இருவரும் புத்தகங்களில் இருந்து கண்களை விலக்கி, தாம் வாழ்ந்து வந்த காலகட்டத்தையும் அதன் மக்களையும் வாசிக்கத் தொடங்கினர். அப்போது அவர்களுக்கு தொழிலாளர்களின் துன்பமும் துயரமும் போராட்டமும்தான் தெரிந்தது. மார்க்ஸால் அதற்குப் பிறகு கிரேக்கத் தத்துவத்தில் மட்டும் மூழ்கிக்கிடக்க முடியவில்லை. எங்கெல்ஸால் இசையை ரசிக்கமுடியவில்லை. கவிதை எழுத விருப்பமில்லை. இருவரும் சோஷலிசத்தின்மீது ஆர்வம் செலுத்தினர். அதே சமயம், இளவயதிலேயே அவர்கள் திடமான கம்யூனிஸ்டுகளாக மாறிவிட்டனர் என்று சொல்ல முடியாது.

இங்கேதான் நாம் அவர்களைக் கூர்மையாகக் கவனிக்க வேண்டும். கட்டுரைகள் எழுதவும் பதிப்பிக்கவும் தொடங்கியிருந்த எங்கெல்ஸ் திடீரென்று தனது 22வது வயதில் இனி எதுவும் எழுதப்போவதில்லை என்று முடிவு செய்தார். 'நான் சுயமாகக் கற்றுக்கொண்ட ஒரு தத்துவவியலாளன். ஒரு கருத்தாக்கத்தை உருவாக்கிக்கொள்வதற்கும் தேவைப்படும்போது அதைத் தற்காத்துக் கொள்வதற்கும் போதுமான விஷயங்களை நான் கற்றிருக்கிறேன். ஆனால், என் கருத்தாக்கத்தை முன்னிறுத்தி வெற்றிகரமாகப் போராடுவதற்குத் தேவையானதை நான் இன்னமும் கற்கவில்லை.'

கம்யூனிசம் குறித்து முதல்முறையாக எழுதும்போது மார்க்ஸ் இப்படிக் குறிப்பிடுகிறார். 'அதைப் பற்றி இன்னமும் விரிவாகப் படிக்கவேண்டியிருக்கிறது, அதைப் பற்றி ஒரு கருத்தாக்கத்தை உருவாக்கிக்கொள்வதற்கு இன்னமும் ஆழமாக ஆய்வு செய்ய வேண்டியிருக்கிறது.' இளவயது மார்க்ஸ், எங்கெல்ஸ் இருவரையும் பற்றி கிரிஸ்டோஃபர் ஹில் எழுதும் ஒரு கட்டுரையில் காணப்படும் குறிப்புகள் இவை.

'இங்கே நாம் தெரிந்துகொள்ளவேண்டிய விஷயங்கள் சில இருக்கின்றன. மார்க்ஸ், எங்கெல்ஸ் இருவரும் கண்மூடித்தனமாகவோ அல்லது வெறும் நம்பிக்கையின் அடிப்படையிலோ தங்கள் சித்தாந்தத்தை உருவாக்கிக்கொள்ளவில்லை. ஆனால் இன்றுவரை, மார்க்சியத்தை விமரிசிக்கும் பெரும்பாலானோர் மார்க்சியத்தை முறைப்படி கற்றுத்தேர்ந்தவர்களில்லை. அதேபோல், மார்க்சியத்தை உயர்த்திப் பிடிக்கும் பலரும்கூட மார்க்சியத்தைக் கற்பதில் போதுமான ஆர்வம் செலுத்துவது இல்லை. தங்களுக்குத் தெரிந்த ஒரு சில விஷயங்களின் அடிப்படையில் இவர்கள் மார்க்ஸை ஏற்கவோ நிராகரிக்கவோ செய்கிறார்கள். கம்யூனிசத்தை நிராகரிப்பதற்கு அல்ல, அதை ஏற்பதற்கும்கூட நிறைய வாசிக்கவேண்டியிருக்கிறது என்பதையும் மார்க்ஸே அவ்வாறு கற்றுத் தேர்ந்தவர்தான் என்பதையும் நாம் நினைவில் கொள்ளவேண்டும்.'

மார்க்ஸ் தனது திருமணத்துக்குப் பிறகு அடுத்த இரு மாதங்களை ஐரோப்பா மற்றும் அமெரிக்காவின் அரசியல் சித்தாந்தம் மற்றும் வரலாற்றைத் தீவிரமாகக் கற்றுத் தேர்வதில் செலவழித்தார். அவருடைய வாசிப்பு வழக்கம் குறித்து சில வார்த்தைகள்.

காலை ஏழு மணிக்கு எழுந்திருப்பார். கணக்கில்லாமல் பல கோப்பை காபி அருந்துவார். அதற்குப் பிறகு தொடரும் வாசிப்பு பகல் இரண்டு மணி வரை நீளும். மதிய சாப்பாடு முடிந்ததும் மீண்டும் தொடங்கும் வாசிப்பு இரவுவரை ஓய்வின்றித் தொடரும். இரவுச் சாப்பாட்டுக்குப் பிறகு விருப்பமிருந்தால் சிறிது உலாவுவார். இல்லாவிட்டால் மீண்டும் படிப்பு. விடியற் காலை இரண்டு அல்லது மூன்று மணி வரை படித்துக்கொண்டே இருப்பார். மார்க்ஸின் படிக்கும் அறையை அவருடைய மருமகன் Paul Lafargue கீழ்வருமாறு வர்ணிக்கிறார். 'மார்க்ஸின் அறை தோட்டத்தின் பக்கமாக அமைந்திருந்தது. ஜன்னலுக்கு எதிர் புறத்தில் கணப்புச் சட்டி. அதன் அருகில் புத்தக அலமாரிகள். மேலே பத்திரிகைக் கட்டுகள், கையெழுத்துப் பிரதிகள் முதலியன கூரைவரை அடுக்கியிருக்கும்... பத்திரிகைகள், புத்த கங்கள் ஆகியவற்றை ஒழுங்காக அடுக்கி வைக்கிறோமென்று யாராவது சொன்னால் அதற்கு மார்க்ஸ் இணங்க மாட்டார்... ஏதேனும் புத்தகத்தில் இருந்து மேற்கோள் காட்டவேண்டு மென்றால், சட்டென்று குறிப்பிட்ட அந்தப் புத்தகத்தை எடுத்து தேவையான பக்கத்தைக் கண்டுபிடித்துவிடுவார்.'

மார்க்சியம் கடினமானது என்னும் சுலபமான காரணத்தைச் சொல்லி நகர்ந்துவிடும் மார்க்சிய எதிர்ப்பாளர்களும் ஆர்வலர் களும், மார்க்ஸ் ஒரு விஷயத்தை எப்படிக் கற்றுத் தேர்ந்தார் என்பதைப் புரிந்துகொள்ளவேண்டும். மார்க்சியம் வழிபாட்டுக் குரிய ஒரு தத்துவமோ கண்மூடித்தனமாக எதிர்க்கவேண்டிய ஒரு ஆபத்தான சித்தாந்தமோ அல்ல என்பது அதை வாசிக்கத் தொடங்கும்போதுதான் தெரியவரும்.

இந்தப் புரிதலோடு மார்க்சியத்தின் அடிப்படைகளுக்குள் நுழை வோம். அதற்கு லெனினின் சில அறிமுகக் குறிப்புகள் நமக்கு உதவக்கூடும். மார்க்சியத்தின் தோற்றுவாய்களும் மூன்று உள்ளடக்கக்கூறுகளும் என்னும் தலைப்பில் மார்க்ஸின் முக்கியப் பங்களிப்புகளைப் பட்டியலிடுகிறார் லெனின். மாரிஸ் கார்ன்ஃபோர்த் வார்த்தைகளில் அவற்றைப் பார்க்கலாம்.

1. இயங்கியல் கண்ணோட்டத்தின்மூலம் பொருள் முதல் வாதத்தை ஆழப்படுத்தி வளர்த்தெடுத்தார் மார்க்ஸ். பொருள் முதல்வாதத்தை மனித சமுதாயத்தைப் புரிந்துகொள்ளும் முறையுடன் இணைத்து வரலாற்றியல் பொருள்முதல் வாதம் என்ற அதன் முடிவுக்கு கொண்டு சென்றார்.

2. சமுதாயத்தின் அரசியல் மற்றும் கருத்தியல் மேல்கட்டுமானம் முழுவதும், சமுதாயத்தின் பொருளாதார ஒழுங்கமைவை அடித்தளமாகக் கொண்டிருக்கிறது என்று எடுத்துக் காட்டினார்.

3. நவீன முதலாளித்துவ சமுதாயத்தின் பொருளாதார அமைப்பைக் கற்றறிந்தார். உபரிமதிப்பு கோட்பாடு அவருடைய பொருளாதாரத் தத்துவத்தின் மூலக்கல்லாகும். முதலாளித்துவத்தின் வளர்ச்சி, பண்டப் பொருளாதாரம் மற்றும் எளிய பரிவர்த்தனை ஆகியவற்றின் முதல் வித்துக்களிலிருந்து தொடங்கி அதன் உச்சபட்ச வடிவங்களுக்கும் பெருவீத உற்பத்திக்கும், சென்றடைவதைச் சித்திரித்துக் காட்டினார். கூட்டு உழைப்பின் மாபெரும் ஆற்றலை, முதலாளித்துவ அமைப்பு தோற்றுவிப்பதை எடுத்துக் காட்டினார்.

4. வர்க்கப் போராட்டக் கோட்பாட்டை விரித்துரைத்தார். தொழிலாளி வர்க்கம், புதிய சமூக அமைப்பைப் படைக்கும் வல்லமை படைத்த ஒரு சமூக சக்தியாகும் என்பதை எடுத்துக்காட்டினார்.

5. 'கார்ல் மார்க்ஸ் குறித்து' என்னும் நூலில் மார்க்ஸின் போதனைகளை ஏழு தலைப்புகளில் பிரித்துக் காட்டுகிறார் லெனின். 1) பொருள்முதல்வாத தத்துவம், 2) இயங்கியல், 3) வரலாறு பற்றிய பொருள்முதல்வாதக் கண்ணோட்டம், 4) வர்க்கப் போராட்டம், 5) பொருளாதாரக் கோட்பாடு, 6) சோஷலிசம், 7) பாட்டாளி வர்க்கப் போராட்டத்தின் போர்த்தந்திரங்கள்.

ஒவ்வொன்றாகப் பார்ப்போம்.

10. அடிப்படைகள் - 2

எதற்காகத் தத்துவம் பயிலவேண்டும்? நாம் எதையெல்லாம் நடைமுறையில் சாதிக்க விரும்புகிறோமோ அதைப்பற்றி நாம் கொண்டிருக்கும் ஞானம்தான் தத்துவம். உலகத்தையும் அதில் மனிதனுடைய இடத்தையும் பற்றிய கருத்துகளின் அமைப்பே அல்லது உலகக்கண்ணோட்டமே தத்துவஞானம் என்றும் சொல்லலாம். தத்துவஞானம் என்பது வர்க்க நலன்களுடன், அரசியல் மற்றும் சித்தாந்தப் போராட்டத்துடன் பின்னிப் பிணைந்துள்ளது. சமூகத்தின்மீது அதன் தாக்கம் அழுத்தமாகப் பதிந்திருக்கிறது. புதிய லட்சியங்களை, அளவுகோல்களை, கலாசார மதிப்பீடுகளை உருவாக்குவதற்கு உதவுகிறது. பொருளுக்கும் ஆன்மாவுக்கும், வாழ்நிலைக்கும் உணர்வுக்கும் உள்ள உறவு என்ன? உலகம் அறியப்படக்கூடியதா? இப்படிப்பட்ட அடிப்படைக் கேள்விகளை அது எழுப்புகிறது. இரு பெரும் தத்துவப் பிரிவுகள் இந்தக் கேள்விகளை வெவ்வேறு விதமாக எதிர்கொள்கின்றன. ஒன்று, பொருள்முதல்வாதம். இன்னொன்று, கருத்துமுதல்வாதம்.

ஆன்மிகவாதத்தை முன்மொழிபவர்களுக்கு கருத்தே பிரதானம். அவர்களுடைய வாதப்படி நாம் நம் அறையைவிட்டு வெளியேறிவிட்டால் அங்குள்ள பொருள்கள் அனைத்தும் மறைந்துவிடும். மீண்டும் நாம் அறைக்குள் திரும்பும்போது நாம் விட்டுச் சென்ற அனைத்தையும் காண்கிறோம். ஆக, மனம்தான் பொருள்களை உருவாக்குகிறது. அல்லது, மனம்தான் பொருள்களைப் பிரதிபலிக்கிறது. நம் சிந்தனைகளுக்கு வெளியில் உலகம், பொருள் என்று எதுவும் தனியே புறநிலையில் இருப்பதில்லை.

எண்ணங்கள் இல்லாவிட்டால் பொருள்களும் உலகமும்கூட இல்லாமல் போய்விடுகிறது. மொத்தத்தில் பொருள் அல்ல; கருத்தே முதன்மை என்பதால் கருத்துமுதல்வாதம் என்று இந்தப் பார்வை அழைக்கப்படுகிறது.

மார்க்சியம் பொருள்முதல்வாதத்தை முன்வைக்கிறது. இந்த உலகம் யாராலும் படைக்கப்பட்டதில்லை. உலகமும் அதிலுள்ள உயிர்களும் பொருள்களும் சுயேச்சையாக, புறநிலையாக அமைந்திருக்கின்றன. இந்தப் பிரபஞ்சமும் பொருளும் இயற்கையும்தான் மனத்தைப் படைத்தன. மனம், பொருளை உருவாக்குவதில்லை. மாறாக, பொருளே மனத்தை உருவாக்குகிறது. 'மனம் என்பது பொருளின் அதி உன்னதமான ஒரு படைப்பு' என்கிறார் எங்கெல்ஸ். 'நம் உணர்வும் சிந்தனையும் புலனியகத்துக்கு அப்பாற்பட்டவையாகத் தோன்றினாலும் அவையெல்லாம் உண்மையில் மூளை என்கிற பொருளால் ஆன உடல் உறுப்பின் விளைவேயாகும்.' ஆக இந்த உலகமும் அதிலுள்ள பொருள்களும் நம்மைச் சார்ந்து இயங்கவில்லை.

ஏற்கெனவே பலரும் விளக்கிவிட்ட பொருள்முதல்வாதத்தை மார்க்ஸும் எங்கெல்ஸும் அடுத்தக் கட்டத்துக்கு எடுத்துச் சென்று இயக்கவியல் பொருள்முதல்வாதமாக வளர்த்தெடுத்தனர். ஹெகலின் தத்துவத்தில் இருந்து அவர்கள் இதனை உருவாக்கினார்கள்.

பலரும் நினைப்பது போல, இயக்கவியல் பொருள்முதல்வாதம் என்பது நீட்டி முழக்கி விவாதிக்கவேண்டிய மர்மமான, கடினமான தத்துவமல்ல. அதை சாதாரணமாகவும் எளிமையாகவும்கூட விளக்கலாம் என்கிறார் ஜார்ஜ் பொலிட்ஸர் (மார்க்ஸீய மெய்ஞ்ஞானம்: ஒரு தொடக்கப் பாடம்). பிரபஞ்சம் என்பது நிலைமாறாத பொருள்களின் தொகுப்பு என்னும் இயக்கமறுப்பியல் கருத்துக்கு எதிராகத் தோன்றியதுதான் இயக்கவியல் பொருள்முதல்வாதம். பொருள்கள் நிலைமாறாக அப்படியே நீடிப்பதில்லை. ஒவ்வொரு பொருளும் இயங்கிக் கொண்டிருக்கிறது, மாறிக்கொண்டிருக்கிறது. நம் சிந்தனைகளும்கூட ஓயாமல் மாறிக்கொண்டும், இயங்கிக் கொண்டும் இருக்கின்றன.

டூரிங்குக்கு மறுப்பு என்னும் நூலில் எங்கெல்ஸ் எளிமையாக எழுதுகிறார். 'இயற்கையைப் பற்றிச் சிந்தித்துப் பாருங்கள்

அல்லது மனித வரலாற்றைப் பற்றிச் சிந்தித்துப் பாருங்கள் அல்லது நமது அறிவு செய்யும் வேலைகளைப் பற்றிச் சிந்தித்துப் பாருங்கள். எதைப் பார்த்தாலும் நம் முன்னே தெரியும் முதல் காட்சி என்ன? பரஸ்பர உறவுகளும் வினைத் தொடர்புகளும் ஒன்றோடொன்று பின்னிக் கொண்டும் சர்வ வியாபகமான ஒரு வலைப் பின்னலைப் போன்றதொரு காட்சிதான் முதலில் தெரியும். இந்தப் பரஸ்பர உறவுகள் வினைத் தொடர்புகள் எதுவும் முன்னிருந்த உருவத்திலோ, முன்னிருந்த இடத்திலோ ஒரு பொழுதும் இருப்பதில்லை. எல்லாம் இயங்கிக்கொண்டும் மாறிக்கொண்டும் இருக்கின்றன. எல்லாம் தோன்றிக்கொண்டும் மறைந்து கொண்டும் இருக்கின்றன.'

ஆக, இயக்கவியலின் முதல் விதி, எதுவும் இன்று இருப்பது போல் என்றைக்கும் இருப்பதில்லை. எதுவும் இன்று இருக்கும் இடத்தில் என்றென்றும் இருப்பதில்லை என்று அறிவதுதான். பொருள்கள் ஒன்று இன்னொன்றாக மாறுவது மட்டுமல்ல, தாமே தமது எதிர்மறையாகவும் மாறுகிறது. 'பொருள்கள் தம்மைத் தாமே எதிர்மறையாக மாற்றிக்கொள்கின்றன, பரிணாமம் அடைகின்றன என்றால் அதற்குக் காரணம் அந்தப் பொருள்கள் தம்முள்ளேயே முரண்பட்டிருப்பதும் தம்முள் ளேயே தமது எதிர்மறையை வைத்திருப்பதும்தான் என்று சொல்லலாம்.' இதன் தொடர்ச்சியாக இப்படியும் சொல்லலாம். 'ஒரே பொருளில் எதிர்மறைகள் இருந்து வருகின்றன. அதாவது ஒரே பொருளில் எதிர்மறைகளின் ஒற்றுமை இருக்கிறது.'

எங்கெல்ஸ் எழுதுகிறார். 'இன்று எதை உண்மை என்று கருது கிறோமோ அதில் அதன் பொய் அம்சமும் அடங்கியுள்ளது. அந்தப் பொய் அம்சம் தன்னைப் பின்னால் வெளிப்படுத்திக் கொள்ளும். அதே போல் இன்று எதைப் பொய் என்று கருது கிறோமோ அதில் அதன் உண்மை அம்சமும் அடங்கியிருக் கிறது. அதனால்தான்அதை முன்பு உண்மை என்று கருத முடிந் திருக்கிறது.'

எல்லா உண்மையிலும் பொய் இருக்கும், எல்லாப் பொய்யிலும் உண்மை இருக்கும் என்று இதனை அர்த்தப்படுத்திக்கொள்ளக் கூடாது. மாறாக, நடைமுறையில் பொருள்களின் ஓர் அம்சத்தை மட்டும் பரிசீலிக்கக்கூடாது என்றே பொருள்கொள்ளவேண்டும். 'எப்போதும் இரண்டு அம்சங்களையும் பரிசீலிக்கவேண்டும் என்று இயக்கவியல் கட்டாயப்படுத்துகிறது. தவற்றை விலக்கி

உண்மையையும், அறியாமையை விலக்கி அறிவையும் என்றென்றும் பரிசீலிக்கக்கூடாது.'

இயக்கவியல் பொருள்முதல்வாதத்தை இன்னமும்கூட சுருக்கிப் பார்க்கலாம். 'பொருள்கள் மாறுவதற்குக் காரணம் அவற்றில் உள்ள ஒரு உள் முரண்பாடு (தாமும் தமது எதிர்மறைகளும்) இருந்து வருவதுதான். எதிர்மறைகள் போரிடுகின்றன. இந்தப் போரிலிருந்து மாறுதல்கள் உண்டாகின்றன. ஆகவே போராட்டத்தின் தீர்வுதான் மாறுதல்.'

ஆனால் இப்படியெல்லாம் வெறுமனே வார்த்தைகளை அடுக்கி பிரமிக்க வைப்பது மட்டுமே மார்க்சியம் அல்ல. அது நடைமுறையைப் புரிந்துகொள்ள உதவும் ஒரு தத்துவம் என்பதால் மார்க்ஸும் எங்கெல்ஸும் இயக்கவியல் பொருள்முதல் வாதத்தை வரலாற்றுக்குப் பொருத்திப் பார்த்தனர். அவ்வாறு செய்தபோது, வரலாற்றுப் பொருள்முதல்வாதம் பிறந்தது.

எந்தவொரு பொருளையும் போல் வரலாறும் தொடர்ந்து மாறிக்கொண்டே இருக்கிறது. ஒவ்வொரு சமுதாயத்துக்கும் ஒரு வரலாறு இருக்கிறது. அது தொடர்ந்து மாறிக்கொண்டே இருக்கிறது. மனிதர்களின் செயல்கள்தாம் சரித்திரத்தை உருவாக்குகின்றன. ஒரு நாட்டில் நடைபெறும் நிகழ்வுகளைக் காலவரிசையில் விவரிப்பது வரலாறு. வரலாற்றுப் பொருள்முதல்வாதமோ பொதுவான கோட்பாடுகளையும் முறைகளையும் கூறுகிறது. வரலாறு ஒரு குறிப்பிட்ட நாட்டை தனது ஆய்வுக்கு எடுத்துக் கொள்ளும். வரலாற்றுப் பொருள்முதல்வாதம் ஒட்டுமொத்த சமூகத்தையும் அதன் வளர்ச்சிக்கான உந்து சக்தியையும் கண்டறிகிறது. (கான்ஸ்டாண்டினோவ்). அல்லது இப்படிச் சொல்லலாம். மனித சமுதாய வரலாற்றில் இயக்கவியல் பொருள் முதல்வாதத்தைக் கையாள்வதுதான் வரலாற்றுப் பொருள்முதல் வாதம்.

ஒரு சமூக அமைப்பு ஒரு கட்டத்தில் இருந்து இன்னொரு கட்டத்துக்கு மாறுவதற்கு அடிப்படைக் காரணமாக அமைவது அச்சமூகத்தில் நிகழும் பொருள் உற்பத்தி முறைதான் என்று வலியுறுத்துகிறது வரலாற்றுப் பொருள்முதல்வாதம்.

இயக்கவியல் பொருள்முதல்வாதம், வரலாற்றுப் பொருள்முதல் வாதம் இரண்டையும் மனித வாழ்வோடு இணைக்கிறது

மார்க்சியம். இந்த இடத்தில் தத்துவமும் நடைமுறையும் ஒன்றிணைகின்றன. ஒன்றைப் புரிந்துகொள்ள இன்னொன்று துணை நிற்கிறது.

'மனிதர்களின் வாழ்நிலையை அவர்களுடைய உணர்வு நிர்ண யிப்பதில்லை. மாறாக, மனிதர்களின் வாழ்நிலைதான் அவர் களுடைய உணர்வை நிர்ணயிக்கிறது' என்கிறார் கார்ல் மார்க்ஸ். இதில் வாழ்நிலை என்பது யதார்த்தம். உணர்வு என்பது நாம் எப்படி இருக்கவேண்டும் என்னும் சிந்தனையை, விருப்பத்தைக் குறிக்கிறது. தொழிலாளரின் வாழ்நிலையில் இருக்கும் ஒருவன் ஒரு தொழிலாளியைப்போலவே சிந்திக்கிறான். ஒரு தொழி லாளியைப்போல் சிந்திப்பதால் ஒருவன் தொழிலாளி ஆகிவிடுவ தில்லை. அரண்மனையில் இருக்கும் ஒருவனுடைய சிந்தனை யும் குடிசையில் இருக்கும் ஒருவனுடைய சிந்தனையும் வேறு பட்டிருப்பதற்கு இதுவே காரணம்.

ஜார்ஜ் பொலிட்ஸர் எழுதுகிறார். 'மனிதர்களின் வாழ்க்கை நிலை மைகளை விளக்கவேண்டுமென்றால் ஏழைகள் ஏன் இருக்கி றார்கள், பணக்காரர்கள் ஏன் இருக்கிறார்கள் என்பதை நாம் பரிசீலித்து நிச்சயப்படுத்திக்கொள்ள வேண்டியது அவசியம்.'

ஒரே விதமான வாழ்க்கை நிலைமைகளில் வாழும் ஒரு கூட்டம் வர்க்கம் என்று அழைக்கப்படுகிறது. மேல் வகுப்பைச் சேர்ந்த ஒருவனைவிட ஒரு தொழிலாளி அதிகம் சம்பாதிக்கக்கூடும். இருந்தும் அவன் தொழிலாளிதான். காரணம், அவன் ஒரு முத லாளியைத்தான் என்றென்றும் நம்பியிருக்கவேண்டும். அவ னுக்கு நீடித்த வருமானம் கிடைக்கும் என்று சொல்வதற் கில்லை. பொருளாதாரரீதியில் அவன் சுதந்தரமாக இல்லை. அவன் கூலிக்காக கட்டுண்டு கிடக்கிறான். ஆக, அவன் எவ் வளவு சம்பாதிக்கிறான் என்பதைவிட அவன் சமுதாயத்தில் என்ன வேலை செய்கிறான் என்பது முக்கியமாகிறது. அவ னுடைய வாழ்நிலை எப்படிப்பட்டது என்பது முக்கியமா கிறது.

இப்போது நாம் பார்த்த விஷயங்களைத் தொகுத்துக்கொள்ளும் போது ஒரு சங்கிலித் தொடர் நமக்குக் கிடைக்கிறது. பொலிட்ஸர் விவரிக்கிறார். 'மனிதர்கள் தமது சரித்திரத்தைத் தாமே சிருஷ்டித்துக் கொள்கிறார்கள். அது அவர்களுடைய செய்கையிலிருந்து பிறக்கிறது. இந்தச் செய்கை அவர்களுடைய

சித்தத்திலிருந்து விளைந்தது. இந்தச் சித்தம் அவர்களுடைய கருத்துகளின் பிரதிபலிப்பு, வெளியீடு ஆகும். அவர்களுடைய கருத்துகள் பௌதீக வாழ்க்கை நிலைமைகளிலிருந்து, அதாவது அவரவர்கள் அந்தந்த வர்க்கத்தைச் சேர்ந்தவர்கள் என்ற நிலை யிருந்து, பிறக்கின்றன.'

கருத்துகளுக்கு அடியில் வர்க்கங்கள் இருக்கின்றன. சமுதாயம் வர்க்கங்களாகப் பிரிந்துள்ளது. இந்த வர்க்கங்கள் ஒன்றோ டொன்று போராடிக்கொண்டிருக்கிறது. மனிதர்களுக்கு இடை யிலான போராட்டம் என்பது ஒரு வகையில் கருத்துகளுக்கு இடையிலான போராட்டமும்தான்.

மனிதகுலம் விடுதலை பெறவேண்டுமானால் அவர்களைப் பிணைத்திருக்கும் சங்கிலிகள் உடைபடவேண்டும் என்றார் கார்ல் மார்க்ஸ். சுதந்தரம், அடிமைமுறை இரண்டுமே புறநிலை யதார்த்தங்கள். அவை வெறுமனே கருத்துகள் அல்ல. அவை எண்ணங்களில் மட்டும் குடியிருக்கவில்லை. அவை நம் வாழ்வைத் தீர்மானிக்கும் திறன் கொண்டவை. ஏழைகள் ஏழைகளாகத்தான் இருப்பார்கள், அடிமைகள் அடிமைகளாகத் தான் இருக்கவேண்டும் என்னும் கருத்தாக்கத்தை உடைத் தெறிந்துவிட்டு, உங்கள் வாழ்நிலையை மாற்றுவதற்கான போராட்டத்தைத் தொடங்குங்கள் என்கிறார் மார்க்ஸ்.

எங்கெல்ஸ் எழுதுகிறார். 'எல்லா அரசியல் போராட்டங்களும் வர்க்கப் போராட்டங்களே. ஒவ்வொரு வர்க்கப் போராட்டமும் ஓர் அரசியல் போராட்டம்தான். விடுதலைக்காக நடைபெறும் வர்க்கப் போராட்டங்கள் எல்லாம் நிலைமையின் தேவையினால் தான் ஓர் அரசியல் வடிவம் பெற்றிருக்கின்றன.' எங்கெல்ஸ் இங்கு முதன்மையாகக் குறிப்பிடுவது பொருளாதார விடு தலையை.

பொலிட்ஸர் தொடர்கிறார். 'நாம் பார்த்த சங்கிலித் தொடரில் இன்னொரு கண்ணியைச் சேர்க்கவேண்டும்... மனிதர்களின் செயல் - சித்தம் - கருத்துகள் - கருத்துகளின் பின் வர்க்கங்கள். இப்போது வர்க்கங்களின் பின்னே பொருளாதார நிலைமைகள் இருப்பதையும் பார்க்கவேண்டும்... சரித்திரத்தை விளக்குவது வர்க்கப் போராட்டம்தான் என்றாலும் அந்த வர்க்கங்களை நிர்ணயிப்பது பொருளாதார நிலைமைகளே.'

இரு கருத்துகள் போராடும்போது அந்தக் கருத்துகளின் பின் நிற்கும் வர்க்கங்கள் என்னென்ன என்று பார்க்கவேண்டும். பிறகு அந்த வர்க்கங்களின் பொருளாதார வாழ்க்கை முறை என் னென்ன என்று பார்க்கவேண்டும். பிறகு இந்த வர்க்கங்களும் பொருளாதார வாழ்க்கை முறைகளும் எங்கிருந்து வந்தன என்று பரிசீலிக்கவேண்டும்.

இயக்கவியல் பார்வையின்படி வர்க்கங்களும்கூட மாற்றத்துக்கு உள்ளாயிருக்கின்றன என்பது புரியவரும். பண்டைக்காலத்தில் அடிமைகளும் எஜமானர்களும் இருந்தனர். மத்திய காலத்தில் பண்ணையடிமைகளும் நிலப்பிரபுக்களும் இருந்தனர். தற்போது முதலாளி வர்க்கமும் தொழிலாளி வர்க்கமும் இருக்கின்றன. இந்த மாற்றங்கள் நிகழ்ந்ததற்குக் காரணம் பொருளாதார நிலைமைகள் மாறியதுதான்.

பொருள்முதல்வாதத் தத்துவத்தை மார்க்ஸுக்கு முன்னரே பல சிந்தனையாளர்கள் உருவாக்கிவிட்டனர் என்று பார்த்தோம். சமுதாயம் வர்க்கங்களாகப் பிரிந்துகிடக்கின்றன என்னும் உண்மையையும்கூட மார்க்ஸுக்கு முன்னரே பலர் கூறி விட்டனர். எனில், மார்க்ஸ் மற்றும் எங்கெல்ஸின் தனித்துவ மான பங்களிப்பு என்ன? இயக்கவியல் பொருள்முதல்வாதத்தை யும் வரலாற்றுப் பொருள்முதல்வாதத்தையும் கொண்டு அவர்கள் கண்டறிந்தது என்ன?

மார்க்ஸுக்கு முந்தைய சிந்தனையாளர்கள் வர்க்க முரண்பாடு கள் இருப்பதையும் வர்க்கங்கள் எதிரெதிரே நின்று மோது கின்றன என்பதையும் கண்டறிந்தனர். ஆனால், இந்த முரண்பாடு நாளடைவில் சரியாகிவிடும், ஏற்றத்தாழ்வுகளைச் சமப்படுத்த முடியும் என்று இவர்கள் நம்பினர். வர்க்க முரண்பாடுகள் ஏற் பட்டதற்குக் காரணம் மனிதர்களின் சுயநலன் மற்றும் விவேக மின்மை அல்லது, ஒரு நாட்டை இன்னொரு நாட்டினர் வென்று அடக்கியதால் முரண்பாடுகள் தோன்றின என்று இவர்கள் கருதினார்கள்.

மார்க்ஸும் எங்கெல்ஸும் ஏற்றத்தாழ்வுகளையும் சுரண்டலை யும் நிராகரித்து, மனித சகோதரத்துவத்தைக் கொண்டாடினர். இந்தக் காரணத்தால்தான் மார்க்சியம் ஒரு பிரிவினரால் ஏற்கப் படுகிறது, இன்னொரு பிரிவினரால் எதிர்க்கப்படுகிறது.

மார்க்ஸையும் எங்கெல்ஸையும் பொருத்தவரை, 'பொருளாதார ரீதியில் தனிச் சொத்துடைமையை அடிப்படையாகக் கொண்ட சமுதாயத்தில் எதிர் வர்க்கங்கள் இருப்பது தவிர்க்கமுடியாதது.' தனிச்சொத்துடைமை இருக்கும்வரை ஏழை, பணக்காரன் என்னும் வேறுபாடு இருக்கும். தனிச்சொத்துரிமை இருக்கும் வரை சுரண்டல் இருக்கும். இதற்குத் தீர்வு வர்க்கப் போராட்டம் மட்டுமே என்றார் மார்க்ஸ்.

வர்க்கப் போராட்டம் என்பது என்ன? இது எப்படி நடத்தப் படவேண்டும்? இந்தப் போராட்டத்தின் முடிவு எப்படி யிருக்கும்?

11. அடிப்படைகள் - 3

வர்க்கங்களும் வர்க்கப் போராட்டமும் சரித்திரத்துக்கு விசை தந்து முன் செலுத்தும் சக்திகளாக இருக்கின்றன. எனவேதான் வரலாறு என்பது வர்க்கப் போராட்டங்களின் வரலாறே ஆகும் என்கின்றனர் மார்க்ஸூம் எங்கெல்ஸூம். 'பொருளாதார நிலைமைகள் (அதாவது இன்னும் கணக்காகச் சொல்வதானால் உற்பத்தி முறை) உருமாற்றம் அடைந்ததன் விளைவாகத்தான் முதலாளி வர்க்கமும் தொழிலாளி வர்க்கமும் தோன்றின. ஆரம்பத்தில் நடந்து வந்த கைத்தொழில் உற்பத்திமுறை மாறிப் பட்டறைகளில் உற்பத்தி செய்யும் முறை வந்தது. அதற்குப் பிறகு நீராவி விசையும் இயந்திர சக்தியும் வந்த பிறகு அதிலிருந்து மாறிப் பெரிய அளவு இயந்திரத் தொழில் உற்பத்தி முறை வந்தது. இந்த இடைநிலை மாறுதல்தான் இந்த இரு வர்க்கங்களும் வளர்வதற்குக் காரணமாயிருந்தது.'

வர்க்கப் பிரிவினைகள் சமுதாய வாழ்வின் அடிமுதல் முடிவரை ஊடுருவிச் சென்று பாதிக்கின்றன. மார்க்சிய லெனினிய தத்துவ ஞானத்தின் அடிப்படைகள் என்னும் நூல், 'வர்க்கப் போராட்டம் பல்வேறு வர்க்கங்களின் நேர் எதிரிடையான சமூக நிலைகள் மற்றும் முரண்பாடான நலன்களால் வெளிப்படுகிறது' என் கிறது. தற்போது முதலாளிகளும் தொழிலாளிகளும் அல்லது பூர்ஷ்வாக்களும் பாட்டாளிகளும் பகைமை வர்க்கங்களாவர். காரணம் அவர்களுடைய நலன்கள் நேர் விரோதமானவை.

பாட்டாளி வர்க்கம் தனது போராட்டத்தை மூன்று பிரதான வடிவங்களில் நடத்துகிறது. அவை, பொருளாதாரம், அரசியல்

மற்றும் சித்தாந்தத் துறைகள். சம்பள உயர்வு, வேலை நேரம் குறைப்பு, பணிச்சூழல் மேம்பாடு போன்ற கோரிக்கைகளை முன்வைத்து தொழிலாளர்கள் நடத்தும் போராட்டம் பொருளா தாரத் துறையில் நடைபெறுகிறது. அன்றாடத் தேவைகளுக்காக நடத்தப்படும் இந்தப் போராட்டத்தால் தொழிலாளர் வாழ் நிலையில் சில மாற்றங்கள் ஏற்படும் என்றாலும் தொழிலாளர் சுரண்டப்படுவதை இது ஒழித்துவிடாது.

சில முதலாளித்துவ நாடுகளில் தொழிலாளரின் வாழ்க்கைத் தரம் சற்று உயர்ந்திருப்பது உண்மையே என்றாலும் அமெரிக்கா போன்ற செல்வந்த நாடுகளிலும்கூட பல லட்சக்கணக்கான மக்கள் வறுமையில் வாடி வருகின்றனர். மேலும், பொருளா தாரப் போராட்டத்தின்மூலம் கிடைக்கும் கூடுதல் ஊதியமும் மேம்பட்ட வாழ்க்கைத் தரமும்கூட பணவீக்கம், பொருளாதார மந்தநிலை, நெருக்கடி போன்ற காரணங்களால் பாதிக்கப் படுகிறது. அதிகரிக்கும் விலைவாசிக்கு ஈடுகொடுக்கமுடியாமல் தொழிலாளர்கள் பற்றாக்குறையால் திண்டாடுகின்றனர். வளர்ந்த நாடுகளிலும்கூட இதுவேதான் நிலைமை. வளர்ச்சி யடைந்த முதலாளித்துவ நாடுகளில் உள்ள தொழிலாளர்கள் பின்தங்கிய நாடுகளில் உள்ள தொழிலாளர்களைவிட சற்றே மேம்பட்ட நிலையில் இருக்கிறார்கள் என்றாலும் அவர்களும் கூட சுரண்டலுக்குத்தான் ஆட்படுகிறார்கள். எத்தகைய மேலான வளர்ச்சியை அடைந்தாலும் ஒரு முதலாளித்துவச் சமூகத்தில் தொழிலாளி வர்க்கம் முதலாளி வர்க்கத்தோடு ஒன்றிணைவது சாத்தியப்படாது. தவிரவும், இந்த முன்னேறிய நாடுகளில் உள்ள நலன்கள் யாவும் தொழிலாளி வர்க்கத்தால் உருவாக்கப் பட்டவை என்பதை நாம் மறந்துவிடக்கூடாது.

அடுத்து, அரசியல் தளத்தில் நடத்தப்படும் போராட்டம். இதில் வெகுஜன ஆர்ப்பாட்டங்கள் முதல் ஆட்சியதிகாரத்தைக் கைப்பற்றுவதற்காக நடத்தப்படும் போராட்டம் வரையான பல வடிவங்களை இது கொண்டுள்ளது. நாடாளுமன்றத்தைப் பயன்படுத்தி நடத்தப்படும் அமைதி வழிப் போராட்டம், அதிகாரத்தைக் கைப்பற்றுவதற்கான புரட்சிகரப் போராட்டம் ஆகிய இரு வழிமுறைகளும் இதில் கடைபிடிக்கப்படுகின்றன.

பொருளாதாரப் போராட்டம் ஒரு குறிப்பிட்ட தொழிற்சாலை யில் அல்லது குறிப்பிட்ட தொழிலாளர்கள் சிலரால் மேற் கொள்ளப்படுகிறது. ஆனால் அரசியல் போராட்டத்தில் தொழி

லாளர்களும் முதலாளிகளும் வர்க்கங்கள் என்ற முறையில் முழுமையாக ஒருவரையொருவர் எதிர்த்து அணிவகுக்கின்றனர். பொருளாதாரப் போராட்டம் சொந்த நலன்களை அடிப்படை யாகக் கொண்டுள்ளது என்றால் அரசியல் போராட்டம் பொதுப் பட்ட வர்க்க நலன்களைப் பாதுகாப்பதற்காக மேற்கொள்ளப் படுகிறது. இன்னொரு முக்கிய வேறுபாடும் இருக்கிறது. 'பொருளாதாரப் போராட்டம் பாட்டாளிகளுக்குத் தேவைப் படும் நிறுவனத்தை தொழிற்சங்கங்கள் வடிவில் வழங்குகிறது. அரசியல் போராட்டமோ ஒரு மார்க்சிய அரசியல் கட்சி, பாட்டாளி வர்க்கத்தின் ஆக உயர்ந்த வடிவிலான வர்க்க ஸ்தா பனம் அவசியம் என்று கோருகிறது.'

மூன்றாவதாக வரும் சித்தாந்தப் போராட்டம், பாட்டாளிகளின் வர்க்கப் போராட்டத்தின் ஒரு முக்கிய வடிவமாகும். பொருளா தார மற்றும் அரசியல் போராட்டத்துக்குத் தொழிலாளர்களை அணிதிரட்ட சித்தாந்தப் போராட்டம் அவசியம். தொழிலாளி வர்க்கம் சுரண்டப்படுவதை உணர்த்துவதோடு அந்தச் சுரண்ட லில் இருந்து விடுபடுவதற்கான வழிமுறைகளையும் இந்தப் போராட்டம் கற்றுக்கொடுக்கிறது. இந்தப் போராட்டம் 'தொழி லாளர்கள் மனங்களில் இருந்து பூர்ஷ்வா கருத்துகளையும் தப்பெண்ணங்களையும் அகற்றும் நோக்கம் கொண்டதாகும். தன்னியல்பான தொழிலாளி வர்க்க இயக்கத்தினுள் மார்க்சிய சோஷலிஸ்டு சித்தாந்தத்தைப் புகுத்துவதால் இந்த இயக்கம் மேலும் உயர் வளர்ச்சி மட்டத்தை எட்டும். எனவே, வர்க்கப் போராட்டத்தின் சித்தாந்த வடிவம் இதர வடிவங்கள் போலவே பாட்டாளிகளின் இறுதி வெற்றிக்கு அத்தியாவசிமானது.'

ஒரு நாட்டில் உள்ள கம்யூனிஸ்ட்கட்சி வர்க்கப் போராட்டத்தை மேற்கூறிய வழிமுறைகளைக் கடைபிடித்து நடத்துகிறது. சில கட்சிகள் பொருளாதாரப் போராட்டங்களை மட்டுமே முன்னெடுக்கும். இன்னும் சில கட்சிகள் சித்தாந்தப் பயிற்சி களோடு தங்கள் கடமைகளை முடித்துக்கொண்டுவிடும். மேலும் சில நாடாளுமன்ற நடைமுறைகளைப் பயன்படுத்தி அமைதி வழியில் மாற்றத்தைக் கொண்டுவர முயற்சி செய்யும். அல்லது ரஷ்யாவிலும் சீனாவிலும் நடைபெற்றதைப் போல் புரட்சியை முன்னெடுத்து பாட்டாளி வர்க்கத்தின் சர்வாதிகாரத்தை நிலை நிறுத்தும். 'வர்க்கப் போராட்டம் எவ்வாறு நடத்தப்படுகிறது என்பதை வைத்து அதை முன்னெடுக்கும் கட்சியின் மெய்யான முகம் வெளிப்படும்.'

வர்க்கப் போராட்டத்தின் இறுதி லட்சியம் என்ன? முதலாளித்துவ சமூக அமைப்பை ஒழித்துக்கட்டி, வர்க்கங்கள் அற்ற ஒரு கம்யூனிஸ்ட் சமூக அமைப்பை உருவாக்குவதே ஆகும். ஒரு மார்க்சியவாதி வர்க்கப் போராட்டத்துக்கான நியாயங்களை ஏற்பதோடு அதை நடத்துவது அவசியம் என்பதையும் ஏற்கிறார். ஆனால் அது மட்டும் போதாது, வர்க்கப் போராட்டத்தை நீட்டித்து பாட்டாளி வர்க்க சர்வாதிகாரத்தையும் ஒரு மார்க்சிய வாதி ஏற்கவேண்டும் என்கிறார் லெனின். 'பாட்டாளி வர்க்கத்தை ஆளும் வர்க்கத்தின் நிலைக்கு உயர்த்துவது, ஜனநாயகத்துக்கான போராட்டத்தில் வெற்றி பெறுவது என்பதுதான் உழைக்கும் மக்களின் போராட்டத்தின் முதல் நடவடிக்கையாகும்.'

கம்யூனிசத்தின் கோட்பாடுகள் என்னும் நூலில் எங்கெல்ஸ் கேள்வி பதில் பாணியில் சில முக்கிய விஷயங்களை எளிமையாகப் புரியவைக்கிறார். இதுவரை நாம் பார்த்த விஷயங்களைத் தொகுத்துக்கொள்ளும்படியாக இவை அமைந்துளளன. பாட்டாளி வர்க்கம் என்பது என்ன? 'தனது வாழ்வுக்கான தேவைகளை தனது உழைப்பை விற்பதன் வாயிலாக மட்டும் பெறுவதே பாட்டாளி வர்க்கம். அதன் இன்பமும் துன்பமும், வாழ்வும் சாவும் உழைப்புக்கான தேவையை மட்டுமே சார்ந்ததாக இருக்கிறது.'

பாட்டாளி வர்க்கத்தின் விடுதலை தனியுடைமையை ஒழிப்பதில் அடங்கியிருக்கிறது. அதை எவ்வாறு செய்வது? அமைதி வழியில் செய்யவேண்டுமா அல்லது புரட்சி தவிர்க்கவியலாததா? 'அமைதி வழிமுறைகளில் தனியுடைமையை ஒழிப்பது நடந்தேறுமானால் இது மிகவும் விரும்பத்தக்கதாகவே இருக்கும். இந்த வழியில் நடந்தேறுவதை எதிர்ப்பதில் கம்யூனிஸ்டுகள்தான் கடைசி நபர்களாக இருப்பார்கள் என்பது மட்டும் நிச்சயம்.' எனில் புரட்சிகள் ஏன் நடைபெறுகின்றன? அவை 'வேண்டுமென்றோ அல்லது அடாவடியாகவோ செய்யப்படுபவை அல்ல. ஆனால் எங்கும் எப்போதும் புரட்சிகள் சூழ்நிலைகளின் கட்டாயத்தால் ஏற்படுபவைதான். தனிப்பட்ட கட்சிகள் மற்றும் எல்லா வர்க்கங்களின் விருப்பத்துக்கும் கட்டளைக்கும் அப்பாற்பட்டவை புரட்சிகள்.'

எங்கெல்ஸ் தொடர்கிறார். 'ஆனால், கிட்டத்தட்ட எல்லா நாகரிக நாடுகளிலும் பாட்டாளி வர்க்கத்தின் வளர்ச்சி பலாத்காரமாக

வன்முறையால் அடக்கப்படுகிறது என்பதையும் இந்த வழிமுறையின்மூலம் கம்யூனிசத்தின் எதிரிகள் தமது முழு பலத்தையும் கொண்டு புரட்சிக்கான வேலைகளைச் செய்கின்றனர் என்பதையும் கம்யூனிஸ்டுகள் தெளிவாகக் காண்கின்றனர். ஒடுக்கப்படும் பாட்டாளி வர்க்கம் புரட்சியை நோக்கி உந்தித் தள்ளப்படுமானால், கம்யூனிஸ்டுகளாகிய நாங்கள், இப்போது அவர்களை ஆதரித்து வாதிடுவதைப் போல எமது ஆக்கப்பூர்வ நடவடிக்கைகள்மூலம் பாட்டாளிகளின் நலன்களைக் காப்போம்.'

புரட்சியின் பாதை எப்படி இருக்கும்? 'முதலில், அது ஒரு ஜனநாயகப்பூர்வமான அரசியல் சட்டத்தை நிறுவும். இதன் வாயிலாக பாட்டாளி வர்க்கத்தின் நேரடியான அல்லது மறைமுகமான ஆதிக்கம் நிறுவப்படும்.' அத்தகைய சூழலில் சிறு விவசாயிகளும் குட்டி முதலாளிகளும் பாட்டாளி வர்க்கத்துடன் இணங்கித் தீரவேண்டிய நிலையில் இருப்பார்கள். நாம் இன்று காணும் ஜனநாயகம் என்னும் வடிவத்தை எங்கெல்ஸ் இங்கே விவரிக்கவில்லை. 'தனியுடைமைக்கு எதிராகவும், பாட்டாளி வர்க்கத்தின் மேம்பட்ட வாழ்வுக்கு உத்திரவாதம் தருவதற்கும் தேவையான நடவடிக்கைகளை மேற்கொள்ள உதவாமல் போகுமானால் பாட்டாளி வர்க்கத்துக்கு ஜனநாயம் என்பது முழுக்கவும் பயனற்றதாகவே இருக்கும்.'

தனியுடைமை மறைந்தால் அதன் விளைவுகள் எப்படி இருக்கும்? 'உற்பத்தி சக்திகள் அனைத்தையும், வணிக சாதனங்கள் அனைத்தையும், உற்பத்தி பொருள்களின் பரிமாற்றத்தையும் விநியோகத்தையும் தனிப்பட்ட முதலாளிகளின் கட்டுப்பாட்டிலிருந்து சமுதாயம் கைப்பற்றிக்கொள்ளும். நாட்டின் மூலவளங்களின் இருப்பு மற்றும் மொத்த சமுதாயத் தேவைகளின் அடிப்படையிலான திட்டத்தின்படி சமுதாயமே அவற்றை நிர்வகிக்கும்... பெருந்தொழில் நடைமுறையுடன் பிணைந்துள்ள தீய விளைவுகள் அனைத்தும் ஒழிக்கப்படும்.'

மேலும், மிகை உற்பத்தியும் அதன் காரணமாக எழும் சமுதாய வறுமையும் ஒழிக்கப்படும். சமுதாயத்தில் உள்ள அனைவருடைய தேவைகளையும் நிறைவேற்றும் வகையில் உற்பத்தி மாற்றியமைக்கப்படும். முன்னேற்றம் என்பது ஒரு சாராரின் முன்னேற்றமாக இல்லாமல் சமுதாயத்தின் முன்னேற்றமாக

இருக்கும். விவசாயம் உள்ளிட்ட அனைத்து துறைகளையும் சமுதாயமே முன்னின்று நடத்தும்.

இவற்றைக் கொண்டுவருவதற்கு 'இயந்திரவியல் மற்றும் வேதியல் நடைமுறைகள் மட்டும் போதுமானவை அல்ல. இந்த வளர்ச்சிக்கு ஏற்ப தொழில் நடைமுறைகளைப் பயன்படுத்தும் மனிதர்களின் செயல், அறிவு ஆற்றல்களும் பொருத்தமான மாறுதலுக்கு உட்பட்டாகவேண்டும்.'

இது எப்போது சாத்தியப்படும்? 'மொத்த சமுதாயத்தாலும் தொழில் உற்பத்தி கட்டுப்படுத்தப்படும். ஒரே பொதுத் திட்டத்துக்கு ஏற்ப உற்பத்தி கொண்டு செலுத்தப்படும். இதற்கு மனிதர்கள் பன்முகத் தேர்ச்சி உடையவர்களாக பயிற்றுவிக்கப் படுவதும் அவர்களின் பல்வேறு திறமைகளும் சமச்சீராக வளர்க்கப்படுவதும் மொத்த உற்பத்திக் கட்டமைவையும் தெளிவாக காணக்கூடியவர்களாக அவர்கள் இருப்பதும் முன் நிபந்தனையாகும்.'

எங்கெல்ஸ் தொடர்கிறார். 'ஒருவரை விவசாயியாகவும், அடுத்தவரை காலணி தயாரிப்பவராகவும், மூன்றாமவரை ஆலைத் தொழிலாளியாகவும், நான்காமவரை பங்குச் சந்தையை இயக்குபவராகவும் இருத்தி வைத்திருக்கும் உழைப்புப் பிரிவினையானது, அதிகரித்த அளவிலான இயந்திரப் பயன்பாட்டால் ஏற்கெனவே பலவீனப்படுத்தப்பட்டு உள்ளது. எதிர்காலத்தில் இந்த உழைப்புப் பிரிவினை முற்று முழுவதாக மறைந்துவிடும்.'

காலம் முழுவதும் சிலர் உழைப்பாளிகளாகவும் சிலர் அவர்களை நிர்வகிப்பவர்களாகவும் மட்டும் இருக்கவேண்டிய நிலைமை இராது. இளைஞர்கள் ஒரு கிளையில் இருந்து இன்னொன்றுக்கு எளிதாக மாறக்கூடியவர்களாக வளர்ச்சி பெறுவார்கள். 'கம்யூனிச சமுதாயம், தனது உறுப்பினர்கள் அனைவரும் தமது புரிந்து கொள்ளும் ஆற்றலைக் கொண்டு தமது திறன்களை வளர்த்துக் கொள்வதைச் சாத்தியமாக்கும். இவை நடந்தேறும் போது வர்க்கங்கள் வேறு வழியின்றி மறைந்துபோகும்.'

வர்க்கங்கள் மறைந்துவிட்டால் கிராமம், நகரம் போன்ற வேறுபாடுகள் மறையும். ஒரே படித்தான, அனைவருக்குமான வளர்ச்சி சாத்தியப்படும். விவசாயத்தைச் சார்ந்திருக்கும் மக்கள் நிலத்திலிருந்து வெளியேற்றப்படும் நிலை மாறும். தொழில்

சார்ந்த மக்கள் நகரங்களில் குவியும் வழக்கம் ஒழியும். விவசாயம், தொழில் இரண்டும் பின்தங்கிய நிலையில் இருக்காது. அவற்றில் ஈடுபடுவர்கள் பின்தங்கியவர்களாக இருக்க வேண்டிய அவசியம் இராது.

கம்யூனிச சமூகத்தில் சமுதாயத்தின் அனைத்து உறுப்பினர்களின் ஒத்துழைப்பும் கோரப்படும். திட்டமிட்ட ரீதியில் உற்பத்தி சக்திகள் மேம்படுத்தப்படும். அனைவருடைய தேவைகளும் ஒன்றுபோல் தீர்க்கப்படும். அனைவருடைய தேவைகளுக்காக அனைவரும் உழைப்பைச் செலுத்தவேண்டியிருக்கும். அனைவருக்கும் தொழிற்கல்வி அளிக்கப்படும். பல்வேறு வகைப்பட்ட நடவடிக்கைகளில் அனைவருக்கும் பயிற்சியளிக்கப்படும். அனைவருடைய பன்முகத் திறன்களும் வெளிக்கொணரப்படும்.

கம்யூனிசம் குடும்ப உறவுகளுக்குள் தலையிடுமா? தனிப்பட்ட சுதந்தரத்தை மறுக்குமா? எங்கெல்ஸ் பதிலளிக்கிறார். 'தனி நபர்களின் உறவுகள் முற்றிலும் தனிப்பட்டவர்களுக்கு இடையிலான விஷயமாக இருக்கும்.' அதே சமயம் தனியுடைமையை ஒழிக்கும்போது அத்தோடு தொடர்புடைய சில சமுதாய மதிப்பீடுகளும்கூட உடைபடும். அதன் தாக்கம் குடும்பத்திலும் எதிரொலிக்கும். ஆனால் அது ஆரோக்கியமானதாகவே இருக்கும்.

உதாரணத்துக்கு, பெண்கள் ஆண்களையும் குழந்தைகளையும் சார்ந்திருக்கும்படியான நிலை இருக்காது. பாலின வேறுபாடு இருக்காது. பெண்கள் பொதுவுடைமையாக்கப்படுவார்கள் என்று அறக்கூச்சலிடுபவர்கள் அற்பர்கள் என்கிறார் எங்கெல்ஸ். பெண்களைப் பொருளாக பாவிப்பவர்களாலேயே இவ்வாறு சிந்திக்க முடியும். 'உண்மையைச் சொல்வதானால், கம்யூனிச சமுதாயம் பெண்களைப் பொதுவாக்காது. நேர் எதிராக, விபசாரத்தை அடியோடு ஒழித்துக் கட்டுவதன்மூலம் பெண்கள் பொதுவாக்கப்படுவதையே மேபறுக்கும்.'

12. ஏன் தேவை மார்க்சியம்?

இன்று வரையிலும் மார்க்சியம் உலகில் செலுத்திவரும் தாக்கத்தை உணரவேண்டுமானால் லண்டனில் உள்ள 'ஹைகேட் கல்லறைக்குச் செல்லுங்கள்.' என்கிறார் எரிக் ஹாப்ஸ்பாம். '19ம் நூற்றாண்டைச் சேர்ந்த கார்ல் மார்க்ஸ், ஹெர்பர்ட் ஸ்பென்சர் இருவரும் அருகருகே இங்கே புதைக்கப்பட்டுள்ளனர். இவர்கள் வாழ்ந்த காலகட்டத்தில், ஹெர்பர்ட் வாழும் அரிஸ்டாட்டிலாக மதிப்பிடப்பட்டார். மாறாக, ஹாம்ப்ஸ்டெட் கீழ்ப்பகுதியில் தன் நண்பரின் பணத்தில் உயிர் வாழும் நபராக கார்ல் மதிப்பிடப் பட்டார். இன்றோ ஸ்பென்சர் இங்கே இருக்கிறார் என்பதே ஒருவருக்கும் தெரியாது. ஆனால் இந்தியாவில் இருந்தும் ஜப்பானில் இருந்தும்கூட பார்வையாளர்கள் கார்ல் மார்க்ஸின் கல்லறையைத் தரிசிக்கிறார்கள்.'

வலிமையானது மட்டுமே பிழைத்திருக்கும் என்னும் புகழ்பெற்ற பதத்தை அறிமுகப்படுத்தியவர் ஹெர்பர்ட் ஸ்பென்சர். அறவியல், மதம், மானுடவியல், தத்துவம், பொருளாதாரம், சமூகவியல் உள்ளிட்ட பல துறைகளில் செல்வாக்கு செலுத்தி யிருக்கிறார் ஸ்பென்சர். ஐரோப்பாவின் ஒரே தனிப்பெரும் சிந்தனையாளர் என்று பெருமிதத்துடன் அவர் அழைக்கப் பட்டார். ஆனால் 1900க்குப் பிறகு ஐரோப்பா ஸ்பென்சரைக் கடந்து சென்றது. தொடக்க காலத்தில் ஸ்பென்சருக்குக் கிடைத்த புகழ் அவர் மரணம் வரைகூட நீடிக்கவில்லை. ஸ்பென்சரை இன்று ஒருவரும் நினைவுகூர்வதில்லை.

ஸ்பென்சரைப் போலவே மார்க்ஸும் அறவியல், மதம், மானுடவியல், தத்துவம், பொருளாதாரம், சமூகவியல் உள்ளிட்ட

பல துறைகளில் இயங்கியிருக்கிறார். ஸ்பென்சரைப் போலன்றி மார்க்ஸ் வாழ்ந்த காலத்தில் அவர் எழுத்துகள் விரிவாக வாசிக்கப்படவில்லை. ஸ்பென்சருக்குக் கிடைத்த அங்கீகாரத் தில் ஒரு பங்குக்கூட மார்க்ஸுக்குக் கிடைக்கவில்லை. ஆனால், 'இறப்புக்குப் பிறகு மார்க்ஸுக்குக் கிடைத்த புகழ் சாதாரண மானதா என்ன?' என்று வியக்கிறார் எரிக் ஹாப்ஸ்பாம்.

மார்க்ஸ் இறந்து இருபத்தைந்து ஆண்டுகளில், ஐரோப்பிய உழைக்கும் வர்க்கத்தின் சார்பாக அவர் பெயரில் கட்சிகள் தொடங்கப்பட்டுவிட்டன. 1918ம் ஆண்டுக்குப் பிறகு மார்க்ஸின் பெயரைச் சூட்டிக்கொண்ட கட்சிகள் ஆட்சியில் அமரத் தொடங்கின. ஜனநாயகம் இல்லாத நாடுகளிலும் மூன்றாம் உலக நாடுகளிலும் மார்க்சியம் பயின்ற மாணவர்கள் புரட்சிகரப் படை களை அமைக்கத் தொடங்கினர். 'மார்க்ஸ் மறைந்து எழுபத் தைந்து ஆண்டுகளுக்குள் உலகில் மூன்றில் ஒரு பகுதி மக்கள் கம்யூனிஸ்ட் கட்சிகளின் ஆட்சியில் கீழ் திரண்டுவிட்டனர்.'

இன்றுவரை உலகம் முழுவதிலும் அவர் படைப்புகள் பெரும் பகுதியினரிடையே அழுத்தமான தாக்கத்தை ஏற்படுத்தி வரு கிறது. வரலாற்றாசிரியர்கள், சமூக அறிஞர்கள், தத்துவஞானி கள், அரசியல் நிபுணர்கள் என்று பலரும் மார்க்சியத்தின் துணை கொண்டு உலக நிகழ்வுகளை ஆய்வு செய்து வருகின்றனர். இன் னொரு பிரிவினர் நடைமுறையில் மார்க்சியத்தைக் கொண்டு வரும் முயற்சிகளில் ஈடுபட்டுவருகின்றனர்.

மார்க்ஸே முதல் பெரும் சிந்தனையாளர் என்று கருத்து கணிப்பு நடத்தி அறிவித்த பிபிசியை 'நான் பெரிதாக எடுத்துக்கொள்ள வில்லை' என்கிறார் ஹாப்ஸ்பாம். மாறாக, 'இன்று கூகிளில் மார்க்ஸ் பெயரைத் தட்டச்சு செய்து பாருங்கள். டார்வின், ஐன்ஸ்டீனுக்குப் பிறகு மார்க்ஸே மிகப்பெரிய அறிவுத் தாக் கத்தை ஏற்படுத்தியிருக்கிறார் என்பது தெரியவரும். நிச்சயம், ஆடம் ஸ்மித், ஃபிராய்ட் இருவரையும்விட அதிகமான தாக்க த்தை அவர் ஏற்படுத்தியிருக்கிறார்.'

ஆனால், உலகத் தொழிலாளர் வர்க்கத்தின் தாய் நாடாகக் கருதப் பட்டு வந்த சோவியத் யூனியன் தகர்ந்துவிட்ட நிலையில், புரட்சி யின்மூலம் நிறுவப்பட்ட செஞ்சீனம் சந்தைப் பொருளாதா ரத்தைத் தழுவி நிற்கும் தருணத்தில் மார்க்சியத்தில் இருந்து நாம் எத்தகைய நம்பிக்கையை பெறுவது?

ஹாப்ஸ்பாம் இந்தக் கேள்வியை வேறு கோணத்தில் இருந்து அணுகுகிறார். முதலில் சோவியத் யூனியனையும் மார்க்சியத்தையும் ஒன்றாக்கிக் குழப்பிக்கொள்ளக்கூடாது என்கிறார் ஹாப்ஸ்பாம்.

சோவியத்தில் அதிகாரபூர்வமாக நடைமுறைப்படுத்தப்பட்ட மார்க்சியம் தோல்வியடைந்ததன் காரணமாக, மார்க்சியத்துக்கும் லெனினியத்துக்குமான தொடர்பு அறுபட்டது. இது ஒரு வகையில் நல்லதுதான் என்கிறார் அவர். மார்க்சியத்தை சோவியத் பரிசோதனையை மட்டுமே அடிப்படையாகக் கொண்டு மதிப்பிடுவது தவறு. ஹாப்ஸ்பாமின் இந்த வாதத்தை இன்னும் நீட்டித்தால் மார்க்சியத்தின் வெற்றி, தோல்விக்கும் சோவியத், சீனா, லத்தீன் அமெரிக்கா ஆகியவற்றின் வெற்றி, தோல்விக்கும் தொடர்பில்லை என்பது புரியவரும்.

லெனின், மாவோ போன்றவர்கள் மார்க்ஸ் மற்றும் எங்கெல்ஸின் தத்துவத்தை தங்கள் மண்ணுக்கு ஏற்ப நடைமுறைப் படுத்தியவர்கள். மார்க்சியத்தை முனைப்புடன் செழுமைப் படுத்தியவர்கள். அவர்களுடைய பரிசோதனைகள் மார்க்சியத்தை எந்தவகையிலும் பாதிக்காது. இவ்வாறு சொல்வதை சோவியத் மற்றும் செஞ் சீனத்தின் சாதனைகளைக் குறைத்து மதிப்பிடுவதாகக் கொள்ளமுடியாது.

சோவியத் யூனியனின் வீழ்ச்சியை ஏன் மார்க்சியத்தின் வீழ்ச்சியாகக் கொள்ளமுடியாது என்பதற்கு ஹாப்ஸ்பாம் சில உதாரணங்கள் அளிக்கிறார். ஒரு முறை யுனைட்டெட் ஏர்லைன்ஸ் பத்திரிகையின் ஆசிரியர் எரிக் ஹாப்ஸ்பாமை அணுகி ஒரு கட்டுரை எழுதிக் கொடுக்குமாறு கேட்டிருக்கிறார். ஹாப்ஸ்பாம் திகைத்துப் போனார். விமானப் பயணிகளுக்கான ஒரு பிரத்தியேக இதழில் எழுதுமாறு எதற்காக ஒரு மார்க்சிஸ்டை அவர்கள் அணுக வேண்டும்? இத்தனைக்கும் அவர்களுடைய பயணிகளில் எண்பது சதவிகிதம் பேர் அமெரிக்கர்கள். ஓர் இடதுசாரியை வாசிக்க அவர்கள் விரும்புவார்களா என்ன? குழப்பங்கள் இருந்தபோதும், அழைப்பை மறுக்காமல் கம்யூனிஸ்ட் கட்சி அறிக்கை குறித்து ஒரு கட்டுரை எழுதிக் கொடுத்தார் ஹாப்ஸ்பாம்.

மற்றொரு சந்தர்ப்பத்தில், கம்யூனிசத்தை அடி முதல் முடி வரை வெறுத்த ஒரு எழுத்தாளர், ஹாப்ஸ்பாமை அணுகி, 'மார்க்ஸைப் பற்றி நீங்கள் என்ன நினைக்கிறீர்கள்?' என்று கேட்டபோது

மீண்டும் அவர் திகைத்துப்போனார். நான் என்ன சொல்வேன் என்று தெரிந்தும் என்னிடம் வந்து மார்க்ஸைப் பற்றி இவர் ஏன் விசாரிக்கவேண்டும்? எதற்காக திடீரென்று முதலாளிகளும் முதலாளித்துவச் சிந்தனையாளர்களும் மார்க்ஸ் குறித்து கேள்வி எழுப்புகிறார்கள்? எதற்காக மார்க்ஸ்மீது அவர்களுக்கு இந்தத் திடீர் ஆர்வம்?

சோவியத் யூனியனின் கதை முடிந்துவிட்டது, மார்க்சியம் குழி தோண்டி புதைக்கப்பட்டுவிட்டது என்றெல்லாம் எழுதி சலித்து விட்ட பிறகு எதற்காக மீண்டும் மார்க்ஸை இவர்கள் இழுக்கி றார்கள்? தன்னை அணுகிய நண்பரிடம் இதே கேள்வியை ஹாப்ஸ்பாம் வீசியபோது அவர் இப்படிப் பதிலளித்திருக்கிறார். 'ஓ அந்த மனிதன், 150 ஆண்டுகளுக்கு முன்பே முதலாளித்துவம் குறித்து சிந்தித்திருக்கிறாராமே! அவர் என்னதான் சொல்லி யிருக்கிறார் என்று கவனிக்கவேண்டும் அல்லவா?'

ராய்டர்ஸ் செய்திக்குறிப்பின்படி 2008ல் நடத்தப்பட்ட ஒரு கருத்து கணிப்பில் கிழக்கு ஜெர்மனியில் 52 சதவிகிதம் பேர் சுதந்தரச் சந்தையால் தங்களுக்குப் பலனில்லை என்று சொல்லி யிருக்கிறார்கள். 43 சதவிகிதம் பேர் சோஷலிசம் மீண்டும் வேண்டும் என்கிறார்கள். ஜெர்மானிய வங்கி ஒன்று (Sparkasse) தனது மாஸ்டர் கார்ட் கடன் அட்டையில் யாருடைய படத்தைப் பொறிக்கலாம் என்று தங்கள் வாடிக்கையாளர்களைக் கேட்ட போது பெரும்பாலானவர்கள் கார்ல் மார்க்ஸின் பெயரை முன் மொழிந்தனர். இறுதியில் அவருடைய படமே அட்டையில் இடம்பெற்றது.

மார்க்சியம் பரவிய நாடுகளை மட்டுமல்ல மார்க்சியம் பரவாத நாடுகளையும்கூட நாம் ஆய்வு செய்யவேண்டும். அங்கே ஏன் மார்க்சியம் நுழையவில்லை என்னும் கேள்வியை எழுப்ப வேண்டும் என்கிறார் 'The Marxists' என்னும் நூலின் ஆசிரியர் சி. ரைட் மில்ஸ்.

மார்க்சியக் கோட்பாடு மகத்தான ஆற்றல் கொண்டது. ஏனெ னில் அது உண்மையானது என்கிறார் லெனின். 'நீ ஏழையாக இருப்பதற்கு நீ காரணமல்ல. நீ ஏழையாக நீடிக்கவேண்டிய அவசியமும் இல்லை.' என்று எடுத்துச் சொன்னதோடு நில்லா மல் அந்த நிலையை மாற்றுவதற்கான வழியையும் சொல்லிக் கொடுக்கிறது மார்க்சியம். 'முதலாளித்துவம் நீடிக்கும்வரை

உன்மீதான சுரண்டல் ஒழியாது. முதலாளித்துவம் என்பது முன்னேற்றத்தின் முட்டுக்கட்டை. வாழ்வின் ஒவ்வொரு அம்சத்தையும் அது பாதிக்கிறது. உன்னை ஏழையாக மாற்றிவைத்திருக்கும் இந்த சமுதாய முறையை உன்னால் மாற்றிமைக்கமுடியும். உன்னை அடியில் போட்டு வைத்து ஆதிக்கம் செலுத்துபவர்களின் அதிகாரம் ஒருநாள் தகர்ந்துபோகும். அதற்கான அடியை நீ எடுத்துவைக்கப்போகிறாய். மனிதன்மீது மனிதன் செலுத்தும் அடுக்குமுறையை அழிக்க நீ புரட்சிக்குத் தயாராகவேண்டும்.'

முதலாளித்துவம் தனக்கான சவக்குழியைத் தானே தோண்டிக்கொள்கிறது என்கிறது உலகில் அதிகம் விற்பனையாகும் இரண்டாவது புத்தகமான கம்யூனிஸ்ட் கட்சி அறிக்கை (முதலாவது, பைபிள்). அமெரிக்காவில் இன்று முதலாளித்துவம் உயிர்த்திருப்பதற்கு சீனாவின் வங்கிகளே காரணம் என்கிறார்கள் பொருளாதார நிபுணர்கள். சுரண்டல் இல்லாமல் செல்வம் வளர்வதில்லை. இன்று ஒரு பிரிவினர் ஐ பாட், ஐ ஃபோன் யுகத்துக்கு முன்னேறியிருப்பதற்கு விலை கொடுத்துக்கொண்டிருப்பவர்கள் சீனத் தொழிலாளர்கள்.

பொருளாதார நெருக்கடியின்போது பிரிட்டிஷ் மற்றும் அமெரிக்க வங்கிகளையும் நிதி நிறுவனங்களையும் பிணையில் மீட்டெடுத்தவர்கள் தொழிலாளர்கள்தாம். ஆனால் வேலை பறிபோன பணியாளர்களைப் பிணையில் மீட்க யாருமில்லை. அப்பட்டமாக கண்முன்னால் அரசும் முதலாளித்துவமும் கூட்டணி அமைத்துக்கொண்டு செயல்படுவதைக் கண்ட தொழிலாளர் வர்க்கம் தவிர்க்கவியலாதபடி மார்க்சியத்தின் பக்கம் திரும்புகிறது. மார்க்ஸின் மூலதனம், கம்யூனிஸ்ட் கட்சி அறிக்கை ஆகிய நூல்களின் விற்பனை குறிப்பாக 2008 தொடங்கி அதிகரித்திருக்கிறது என்னும் தி கார்டியனின் செய்திக்குறிப்பை வேறு எப்படிப் புரிந்துகொள்வது?

மார்க்சியம் தொழிலாளி வர்க்கத்துக்குத் தேவை. காரணம் அது நேரடியாக அவர்களுடன் உரையாடுகிறது. 21ம் நூற்றாண்டில் முதலாளிகளுக்கும் மார்க்சியம் தேவைப்படுகிறது. காரணம் முதலாளித்துவம் எப்படி வளர்கிறது, எப்படி செல்வம் சேர்க்கிறது என்பதை மட்டுமல்ல எப்படி, ஏன் தடுமாறுகிறது, எப்படி வீழ்ச்சியடைகிறது என்பதையும் சேர்த்தே மார்க்ஸ் அலசியிருக்கிறார்.

ஆனால் கார்ல் மார்க்ஸ் இன்று நமக்குத் தேவைப்படுவதற்கு இவை மட்டும் காரணமல்ல என்கிறார் எரிக் ஹாப்ஸ்பாம். கார்ல் மார்க்ஸின் பொருளாதாரப் பங்களிப்புக்காக அல்ல; அவர் ஓர் அரசியல் ஆய்வாளர் என்பதால் அல்ல; நவீன சமூக அறிவியலின் தந்தை என்பதால் அல்ல. 'கார்ல் மார்க்ஸ் மனித குலம் முழுமைக்கும் சேர்த்து சிந்தித்தவர்.'

கம்யூனிஸ்ட் கட்சி அறிக்கை வெளிவந்து கால் நூற்றாண்டுக்குப் பிறகு அந்நூலில் ஆசிரியர்கள் 1872ல் அதன் ஜெர்மன் பதிப்புக் காக முன்னுரையில் இப்படி எழுதினார்கள். 'கடந்த இருபத் தைந்து ஆண்டுகளில் நிலைமைகள் எவ்வளவுதான் மாறியிருப் பினும் இந்த அறிக்கையில் குறிக்கப்படும் பொதுக் கோட்பாடு கள் ஒட்டுமொத்தத்தில் என்றும்போல் இன்றும் சரியான வையே.' இன்றும்கூட இந்த வார்த்தைகள் பொருந்தும்.

எதிர்கால நம்பிக்கையுடனும் பெருமிதமான வார்த்தைகளுட னும் இந்த அறிக்கை முடிவடைகிறது. 'பாட்டாளிகள் தமது அடிமைச் சங்கிலியைத் தவிர இழப்பதற்கு ஏதும் இல்லாத வர்கள். அவர்கள் வென்று பெறுவதற்கோ அனைத்து உலகமும் இருக்கிறது. உலகத் தொழிலாளர்களே, ஒன்று சேருங்கள்!'

★

பின்குறிப்பு:

புதிதாக மார்க்சியம் பயில விரும்புபவர்களுக்குப் பொதுவாக இரு நூல்கள் சிபாரிசு செய்யப்படுவதுண்டு. ஒன்று, ஜார்ஜ் பொலிட்சர் எழுதிய மார்க்சீய மெய்ஞ்ஞானம். இரண்டாவது, மாரிஸ் கார்ன் ஃபோர்த் எழுதிய 'மார்க்சிய நூல்களுக்கான வாசகர் வழிகாட்டி'. முதல் நூல் தத்துவம் என்றால் என்ன என்பதில் தொடங்கி, மார்க்சிய அடிப்படைகளையும் முக்கியப் பதங்களையும் அறிமுகப்படுத்தி மார்க்சியத்தின் பங்களிப்பை எளிமையாகப் புரிய வைக்கிறது. இரண்டாவது புத்தகத்தின் நோக்கம் இன்னமும் விரிவானது. மார்க்ஸ், எங்கெல்ஸ் தொடங்கி லெனின், மாவோ, ஸ்டாலின் என்று மார்க்சியத்தை அடுத்தடுத்த கட்டங்களுக்கு எடுத்துச்சென்றவர்களின் மூல நூல்களை அறிமுகப்படுத்தி அவற்றை வாசிப்பதற்கு நம்மைத் தயார்படுத்தும் பணியை மாரிஸ் கார்ன் ஃபோர்த் இந்நூலில் நிறைவேற்றியுள்ளார். மலையாகக் குவிந்துகிடக்கும் மூலநூல்களை எங்கிருந்து, எப்படிப் படிக்கத் தொடங்குவது என்று அறியாமல் மயங்கியிருக்கும் வாசகர்களுக்கு இது ஒரு திறவுகோலாக அமையும்.

சிமோன் பொலிவார்

13. லத்தீன் அமெரிக்காவின் அடையாளம்

சிமோன் பொலிவாரின் கதையைச் சொல்வதென்பது ஒரு சிறந்த காவியத்தைச் சுருக்கிச் சொல்வதற்கு ஒப்பானது என்கிறார் அவருடைய வாழ்க்கை வரலாற்று நூலை எழுதிய எலிஸபெத் வா. பொலிவாரின் கனவுகள் இரண்டு. ஸ்பெயினின் காலனிகள் விடுவிக்கப்படவேண்டும். லத்தின் அமெரிக்க நாடுகள் ஒற்றுமையுடன் ஒன்றிணைய வேண்டும். இந்த இரு கனவுகளை யும் அடைவதற்காகவே தன் வாழ்வையும் உயிரையும் அர்ப் பணித்தவர் பொலிவார். மஹோகனி மரங்களும் மகாவ் வகை கிளிகளும் நிறைந்த வண்ணமயமான ஒரு நிலப்பரப்பில்தான் பொலிவார் தன் பயணங்களையும் யுத்தங்களையும் தொடங்கி னார். அவருடைய வாழ்வும்கூட அவர் வாழ்ந்து மடிந்த நிலப் பரப்பைப்போலவே வண்ணமயமானதுதான்.

இளவயதில் ஒருமுறை நோய்வாய்ப்பட்டிருந்தபோது அவரைப் பரிசோதிக்க வந்த மருத்துவர், தம்பி நீ பிழைத்துக்கொள்வாய் ஆனால் குதிரைமீது இனி நீ ஏற முடியுமா என்பது சந்தேகம்தான் என்று சொன்னாராம். ஆனால் தனக்கு மிகவும் பிடித்த கதா பாத்திரமான டான் குவிக்ஸாட் போல் பொலிவார் பல நீண்ட சாகசப் பயணங்களை அதற்குப் பிறகுதான் மேற்கொண்டிருக் கிறார்.

மேலோட்டமாகப் பார்க்கும்போதே பிரமிப்பூட்டுகிறது பொலி வாரின் வாழ்க்கை. ஜான் லிஞ்ச் அளிக்கும் ஒரு சுருக்கமான சித் திரம் இது. வெனிசூலா, கொலம்பியா, பனாமா, ஈக்வடார், பெரு, பொலிவியா ஆகிய ஆறு நாடுகளை ஆதிக்கத்தின் பிடியில்

இருந்து விடுவித்திருக்கிறார். தேசிய விடுதலை குறித்து அறிவு பூர்வமான விவாதங்கள் நிகழ்த்தியிருக்கிறார். ஒரு ஜெனரலாக போர்க்களத்தில் பங்கேற்றிருக்கிறார். பல ஸ்பானிஷ் அமெரிக்கர்கள் பொலிவார் தங்களுடைய அரசராக இருக்கவேண்டும் என்று விரும்பியிருக்கிறார்கள். பலர் அவரைக் கொல்ல முயன்றிருக்கிறார்கள். பலர் துரோகி என்று தூற்றியிருக்கிறார்கள்.

பொலிவாரின் பெயரில் இன்று ஒரு நாடும் ஒரு நகரமும் ஒரு கரன்ஸியும் இருக்கிறது. அமெரிக்க நாடுகளில் பொலிவாரின் நூற்றுக்கணக்கான சிலைகள் அமைக்கப்பட்டுள்ளன. அவரைப் பற்றி ஆயிரக்கணக்கான நூல்கள் எழுதப்பட்டுவிட்டன. ஜன நாயகத்தை நேசிக்கும் வரலாற்றாசிரியர்களுக்கு பொலிவார் கொடுங்கோல் ஆட்சிக்கு எதிராகப் போராடிய ஒரு புரட்சியாளர். சிலருக்கு அவர் ஒரு சர்வாதிகாரி. இன்னும் சிலருக்கு அவர் ஒரு சாகசவாதி மட்டுமே. ஆனால் அவரோடு முரண்படுபவர்கள்கூட தென் அமெரிக்காவின் அடையாளமாக பொலிவார் திகழ்கிறார் என்பதை மறுக்க மாட்டார்கள்.

'யார் எப்படிச் சொன்னாலும் தென் அமெரிக்காவின் விடுதலைப் போராட்ட வரலாற்றை பொலிவாரை ஒதுக்கிவைத்துவிட்டுப் பார்க்கமுடியாது. பொலிவார் இல்லாமல் ஒரு முழுமை கிடைக்காது. தென் அமெரிக்கக் கண்டத்தில் நடைபெற்ற ஒவ்வொரு புரட்சியிலும், அதன் ஒவ்வொரு கட்டத்திலும் பொலிவார் பங்கேற்றிருக்கிறார்.' பொலிவாரை மதிப்பிடுவது அல்ல, புரிந்துகொள்வதேகூட அத்தனை சுலபமானதல்ல என்பதை ஜான் லிஞ்சின் இந்த வரிகள் நமக்கு உணர்த்தும். 'அவர் லிபரலிசத்தை வெறுத்த ஒரு விடுதலைப் போராளி. ராணுவமயமாக்கல் அவசியம் என்று கருதாத ஒரு போர் வீரன். முடியாட்சியை விரும்பிய ஒரு குடியரசுவாதி.'

அமெரிகோ (முழுப்பெயர், Amerigo Vesupucci) என்னும் இத்தாலியப் பயணி 1499ல் கடல் பயணம் மேற்கொண்டபோது ஒரு புதிய இடத்தைக் கண்டடைந்தார். அவர் பார்த்த இடம் ஒரு சிறிய வெனீஸ் நகரம் போல் காட்சியளித்ததால் அதற்கு Veneziola என்று பெயரிட்டார். ஸ்பானிஷ் மொழியின் தாக்கத்தால் பிற்காலத்தில் இது வெனிசூலா என்றானது. அமெரிக்காவுக்கு அந்தப் பெயரை அளித்தவரும்கூட அமெரிகோதான் என்று சொல்லப்படுவதுண்டு. பலரும் கருதுவதுபோல் தான் கண்டடைந்த இடம் ஆசியாவின் ஒரு பகுதி அல்ல, அது ஓர் புதிய

உலகம் என்று கருதிய அமெரிகோ தன் பெயரை அந்த இடத்துக்கு அளித்தாராம். அமெரிகோ எழுதிய கடிதங்களும் அவற்றில் அவர் விவரித்த காட்சிகளும் வாசிப்பவருக்கு நம்பிக்கை அளிப்பதாக இருந்தபோதிலும் அவற்றின் நம்பகத்தன்மை கேள்விக்கு உட்பட்டது. எது எப்படியோ, தன் பெயரையும் அமெரிக்காவின் பெயரையும் வெனிசூலாவின் பெயரையும் இந்த இத்தாலியப் பயணி பிரபலப்படுத்தினார் என்பதில் மாற்றுக் கருத்து இல்லை.

வெனிசூலாவுக்குப் பெயரிட்ட அமெரிகோ அல்ல வெனி சூலாவை விடுவித்த பொலிவாரே இன்று மீண்டும் மீண்டும் நினைவுகூரப்படுகிறார். வெனிசூலா, காரகாஸில் 24 ஜூலை 1783 அன்று சிமோன் பொலிவார் பிறந்தார். அவருடைய மூதாதை யர்கள் அனைவரும் ஸ்பெயினைச் சேர்ந்தவர்கள். வசதியான பணக்காரக் குடும்பம். காரகாஸில் (வெனிசூலா) அவர்களுக்கு சுரங்கங்கள், தோட்டங்கள், வீடுகள் இருந்தன. வேலை செய்ய அடிமைகள் இருந்தனர். இரண்டரை வயதாகும்போது பொலி வாரின் தந்தை மரணடைந்தார். தாயாரும் சீக்கிரமே இறந்து விட்டதால் பொலிவாரை உறவினர்களே கவனித்துக்கொண் டனர்.

பொலிவாரின் குடும்பத்தினர் கிரியோல்கள் (Creoles) என்னும் பிரிவைச் சேர்ந்தவர்கள். 19ம் நூற்றாண்டின் இறுதிப் பகுதியில் ஸ்பெயினின் காலனி நாடுகளில் (கரீபியன் தீவுகள் தொடங்கி பசிபிக் பெருங்கடல் வரை காலனிகள் பரவியிருந்தன) இந்தக் கிரியோல்கள் செழுமையானவர்களாகவும் பணம் படைத்தவர் களாகவும் இருந்தனர். கிரியேல்களின் மூதாதையர் ஸ்பெயினைச் சேர்ந்தவர்கள். ஆனால் பிற்காலத்தில் ஸ்பெயினின் காலனி நாடுகளில் குடியேறி ஒன்று கலந்தவர்கள். இவர்களுடைய நேரடிப் போட்டியாளர்கள் மெஸ்டிசோக்கள் (Mestizos). ஐரோப் பியர்கள் மற்றும் பூர்வகுடி அமெரிக்கர்களின் வழித்தோன்றல் கள் இவர்கள். அதே போல், ஆப்பிரிக்க ஐரோப்பியக் கலப் பினத்தவர்கள் முலாட்டோக்கள் என்று அழைக்கப்பட்டனர்.

ஸ்பெயினின் ஆதிக்கம் லத்தின் அமெரிக்க நாடுகளில் நிலவிய காலத்தில் இத்தகைய பதங்கள் புழக்கத்தில் இருந்தன. ஸ்பெயின் 'இனத்தூய்மை' பற்றி அதிகம் கவலைகொண்ட ஒரு நாடு. யார் உயர்ந்த இடத்தில் இருக்கவேண்டும், அதற்குப் பிறகு யார், அவர்களுக்குக் கீழே யார் என்று ஒரு படிநிலை சமுதாயத்தைக்

கட்டமைப்பதில் விருப்பம் கொண்டிருந்த நாடும்கூட. யூதர்கள், ஜிப்ஸிகள், பழங்குடிகள் போன்றோர் கீழானவர்களாக அடையாளப்படுத்தப்பட்டு பல நூற்றாண்டுகளுக்கு முன்பே ஸ்பெயினைவிட்டு வெளியேற்றப்பட்டுவிட்டனர்.

இதே வழக்கத்தை ஸ்பெயின் தன் காலனி நாடுகளிலும் கடைபிடித்தது. தன் அதிகாரத்துக்கு உட்படும் ஒரு காலனி நாடு, தன்னைப் போலவே இருக்கவேண்டும் என்பது ஸ்பெயினின் விருப்பம். எனவே, சமுதாயப் படிநிலை வரிசையை காலனி நாடுகளுக்கும் அது புகுத்தியது. வெனிசூலா அதற்கு விதிவிலக்கல்ல. அதிகாரத்தைப் பொருத்தவரை முதலிடம், ஜெனரலுக்கு. இந்த ஜெனரல் ஸ்பெயின் அரசரால் நியமிக்கப்படுவார். இவரும் இவருக்கு நெருக்கமானவர்களும் சுத்தமான ஸ்பானியர்கள் என்பதைத் தனியே சொல்லவேண்டியதில்லை. இரண்டாவது இடத்தில் கிரியோல்கள். கிரியோல்களின் பூர்விகமும் ஸ்பெயின்தான் என்றாலும் ஸ்பெயினில் பிறந்து வளர்ந்த அசல் ஸ்பானியர்களைப் போல் (இவர்கள் பெனின்சுலார்கள் என்று அழைக்கப்பட்டனர்) சுத்தமான உயர் குடியினர் அல்லர் என்பதால் அவர்களுக்கு அடுத்த இரண்டாமிடமே கிடைத்தது.

அதிகாரத்தைப் பகிர்ந்துகொள்வதில் இந்த இரு பிரிவினருக்கும் இடையில் போட்டிகள் நடைபெறுவது வழக்கமாக இருந்தது. போட்டி இத்தோடு முடிவடையவில்லை. மெஸ்டிசோக்களுக்கும் கிரியோல்களுடன்கூட அவர்களுக்கு இடையிலும்கூட போட்டி நிலவியது. ஆக கிரியோல்களைப் பொருத்தவரை மேலே ஒரு பிரிவு, கீழே ஒரு பிரிவு. இடையில் அவர்கள் சிக்கியிருந்தனர். ஸ்பெயின் நம்மை அங்கீகரிக்கவில்லையே என்னும் கோபமும் வெறுப்பும் கிரியோல்களுக்கு இடையே வளர்ந்து கொண்டே இருந்தது.

இன்னொரு பக்கம் வெனிசூலாவில் உள்ள வணிகர்களும் ஸ்பெயினால் பாதிக்கப்பட்டனர். தனது காலனிகளில் உருவாகும் காபி, கோகோ, ஆடைகள், வைன், கனிமங்கள் என்று அனைத்தும் தனக்கு மட்டுமே கிடைக்கவேண்டும் என்று ஸ்பெயின் விரும்பியது. நம்மை மீறி இன்னொரு நாட்டுடன் வெனிசூலா எந்தவிதமான வணிகத் தொடர்புகளும் வைத்துக்கொள்ளக் கூடாது என்று கட்டுப்பாடுகள் விதித்தது ஸ்பெயின். வெனிசூலா வணிகர்கள் சட்டத்தைமீறி பிரிட்டன், அமெரிக்க வணிகர்களுடன் தொடர்பு வைத்துக்கொண்டனர். இதனால் வேறு

வழியின்றி ஸ்பெயின் சற்று விட்டுக்கொடுக்க வேண்டியிருந்தது. இருந்தும் வணிகர்களின் கசப்புணர்வு மறையவில்லை.

18ம் நூற்றாண்டின் பிற்பகுதியில் நடைபெற்ற அமெரிக்கப் புரட்சியில் வட அமெரிக்காவின் பதின்மூன்று மாகாணங்களும் ஒன்றிணைந்து போரிட்டு பிரிட்டனின் பிடியில் இருந்து தங்களை விடுவித்துக்கொண்டன. லத்தின் அமெரிக்க நாடுகளுக்கு இது ஒரு புதிய துணிச்சலைக் கொடுத்தது. பிரிட்டனின் ஆதிக்கத்தில் இருந்து வட அமெரிக்கா விடுபடுவது சாத்தியம் என்றால் ஸ்பெயினின் ஆதிக்கத்தில் இருந்து வெனிசூலாவும் பிற லத்தின் அமெரிக்க நாடுகளும்கூட வெளியேறுவது சாத்தியம்தான் இல்லையா?

1788ம் ஆண்டு ஸ்பெயின் அரசர் மூன்றாம் சார்லஸ் (இவர் திறமையானவர் என்று கருதப்பட்டார்) இறந்து போனார். அவர் இடத்துக்கு நான்காம் சார்லஸ் வந்து சேர்ந்தார். வேட்டை, பொழுதுபோக்கு என்று நேரம் செலவழித்த நான்காம் சார்லஸுக்கு சாம்ராஜ்ஜியத்தை ஆளும் அக்கறையும் ஆர்வமும் இல்லை. ஒரு கட்டத்தில் நெப்போலியனின் பிரான்ஸுடன் இணைந்துகொண்ட ஸ்பெயின் பிரிட்டனுக்கு எதிராகப் போரிட ஆரம்பித்தது. அரசரோ பலவீனமானவர். ராணுவமோ வேறு இடத்தில் பணியாற்றிக்கொண்டிருந்தது. இந்நிலையில் கிரியோல்கள் முன்பைவிட அதிகம் சோர்வடைந்தனர்.

1805ம் ஆண்டு ட்ரஃபால்கர் யுத்தத்தில் ஸ்பெயினும் பிரான்ஸும் முறியடிக்கப்பட்டன. ஸ்பெயினின் பிடி தளரத் தொடங்கியது. மூன்று ஆண்டுகள் கழித்து அர்ஜெண்டினாவின் பியூனஸ் ஏர்ஸ் பகுதியை பிரிட்டன் தாக்கியபோது அதைக் காப்பாற்றக்கூட ஸ்பெயினால் முடியாமல் போனது. ஸ்பெயினின் ஆதிக்கத்தைத் தடுத்து நிறுத்த இதுவே சரியான தருணம் என்னும் முடிவுக்கு கிரியோல்கள் வந்து சேர்ந்தனர்.

இந்தப் பரபரப்பான சூழலில் பொலிவார் வெனிசூலாவில் இல்லை. 1804 முதல் 1807 வரை ஐரோப்பாவில் அவர் சுற்றுப் பயணம் மேற்கொண்டிருந்தார். காரகாஸில் நல்ல பள்ளிகளில் அவருக்குக் கல்வி போதிக்கப்பட்டிருந்தது. பின்னர் ராணுவ அகாடெமியில் சேர்ந்து பயிற்சி பெறும் வாய்ப்பும் கிடைத்தது. (அவருடைய தந்தை இங்கே ஒரு கர்னலாகப் பணியாற்றி யிருந்தார்.) போர்முறைகள் குறித்தும் ஆயுதப் பிரயோகங்கள்

குறித்தும் பொலிவார் ஆர்வத்துடன் கற்றுக்கொண்டார். ஆயுதங்கள்மீது இருந்த ஆர்வம் அரசியலில் இல்லை.

வெனிசூலாவில் நிலவி வந்த சமூகப் பிரிவினைகள் பற்றி பொலிவாருக்கு தெரிந்திருந்தது. கிரியோல்களிடையே பரவி யிருந்த வெறுப்புணர்வு பற்றியும் தெரிந்திருந்தது. ஆனால் வெனிசூலா கொந்தளிப்பான கட்டங்களுக்கு அடுத்தடுத்துச் சென்றுகொண்டிருந்ததை அவர் அறிந்திருக்கவில்லை. ஒரு பணக்கார கிரியோலாக, செல்வந்தர் வீட்டு மகனாக அவர் தன்னை அடையாளப்படுத்திக்கொண்ட சமயம் அது. சுற்றுப் பயணங்களை எல்லாம் முடித்துக்கொண்டு 1807ல் வெனிசூலா திரும்பியபோது பொலிவார் திகைத்துப்போனார்.

14. விடுதலை வீரன்

பொலிவார் தன் பயணங்களை முடித்துக்கொண்டு வெனிசூலா திரும்பியபோது இரு பெரும் பிரிவுகளாக மக்கள் பிளவுபட்டிருந் ததைக் கண்டுகொண்டார். ஒரு பிரிவினர் ஸ்பெயினை ஆதரித் தனர். இன்னொரு பிரிவினர் ஸ்பெயினிடம் இருந்து விடுபடும் முயற்சிகளில் ஈடுபட்டிருந்தனர். இந்த முயற்சிகளைத் தொகுத்துக் கொண்டு ஸ்பெயினிடம் இருந்து வெனிசூலாவை விடுவிக்க செபாஸ்டியன் ஃபிரான்சிஸ்கோ மிராண்டா என்னும் ராணுவ ஜெனரல் ஒரு பெரும் முயற்சியை மேற்கொண்டார். ஆனால் வெனிசூலாவின் வடக்குக் கரையை முற்றுகையிடும்போது அவர் தோற்கடிக்கப்பட்டார். ஜேம்ஸ் மாடிசன், தாமஸ் ஜெஃபர்சன் போன்ற அமெரிக்க அதிபர்களின் நண்பராக இருந்தவர் மிராண்டா. பிரெஞ்சுப் புரட்சியில் ஒரு ஜெனரலாகப் பங்கெடுத்தவர்.

லத்தின் அமெரிக்காவில் பரவிய புரட்சி அலைக்கு 1789ல் நடை பெற்ற பிரெஞ்சுப் புரட்சி ஓர் முக்கிய உந்துதலாகத் திகழ்ந்தது. இன்னொரு புரட்சி எங்கும் ஏற்பட்டுவிடக்கூடாது என்பதில் அரசாங்கங்கள் தீர்மானமாக இருந்த சமயம் அது. கிட்டத்தட்ட இருபதாண்டுகளுக்கு உலகின் முக்கியச் சக்திகள் அனைத்துக் கும் இது ஒன்றே நோக்கமாக இருந்தது. ஆனால் இந்த எச்ச ரிக்கை உணர்வையும்மீறி புரட்சி அலைகள் பரவின. அரசாங்கங் களின் செயலற்ற தன்மையை 1815க்குப் பிறகான தலைமுறை தீர்மானமான முறையில் வெளிப்படுத்தியது என்கிறார் எரிக் ஹாப்ஸ்பாம். 'ஐரோப்பாவிலும் சரி உலகளவிலும் சரி, அடுத் தடுத்து பல இடங்களில் இவ்வளவு புரட்சிகள் நடைபெற்றது இதுவே முதல் முறை.'

சூழலையும் சூழலின் தேவையையும் புரிந்துகொண்ட பொலிவார் லத்தின் அமெரிக்காவின் விடுதலை ராணுவப் பாதையில் மட்டுமே சாத்தியப்படும் என்னும் முடிவுக்கு வந்து சேர்ந்தார். ஸ்பெயினின் அதிகாரத்தையும் ஆதிக்கத்தையும் எதிர்த்து முதல்முறையாக பொலிவார் குரல் கொடுத்தபோது அவர் மேல்தட்டு கிரியோல்களின் நலன்களை மட்டுமே பிரதிபலித்தார் என்பதை நாம் கவனிக்கவேண்டும். ஸ்பெயினிடம் இருந்து விடுபடுவதுதான் நமக்கு லாபகரமானது என்று அவர் கணக்குப் போட்டார். இதே எண்ணத்தோடுதான் 1806ல் கிளர்ச்சியாளர்களின் ஒரு சிறு படையுடன் பொலிவார் இணைந்துகொண்டார்.

1808ம் ஆண்டு நெப்போலியன் ஸ்பெயின்மீது படையெடுத்து அரசர் ஏழாம் ஃபெர்டினாண்டைக் கைது செய்தபோது அதன் தாக்கம் வெனிசூலாவிலும் எதிரொலித்தது. தன்னையே பாதுகாத்துக்கொள்ள இயலாத ஒரு நாட்டிடம் இனியும் எதற்காக நாம் அடிமைப்பட்டுக் கிடக்கவேண்டும்? விரக்தி, கோபம், வெறுப்பு அனைத்தும் ஒன்று திரண்டு உருசேர்ந்தன. ஸ்பெயினும் ஸ்பெயினால் நியமிக்கப்பட்ட வெனிசூலா ஜெனரலும் பலகீனமாக இருந்த தருணத்தை கிளர்ச்சியாளர்கள் சரியாகப் பயன்படுத்திக் கொண்டனர். 19 ஏப்ரல் 1810 அன்று வெனிசூலா தாற்காலிக சுதந்தரப் பிரகடனம் ஒன்றை வெளியிட்டது. இதன் பொருள், ஃபெர்டினாண்டை இன்னமும் அவர்கள் தங்கள் அரசராகவே கருதினார்கள். ஆனால், எங்களை நாங்களே ஆண்டுகொள்வோம் என்றனர்.

பொலிவார் விரும்பியது முழுமையான, நிபந்தனையற்ற சுதந்தரத்தை. பொலிவாரின் கருத்து பெரும்பாலானோரின் கருத்தாக மாறத் தொடங்கியபோது 5 ஜூலை 1811 அன்று முழுமையான சுதந்தரத்தை வெனிசூலா அதிகாரபூர்வமாக அறிவித்தது. எல்லாப் பிரச்னைகளும் தீர்ந்துவிட்டன என்று பொலிவார் நினைத்த தருணத்தில் முடியாட்சிக்கு ஆதரவான குழுவினர் புதிதாக உருவான சுதந்தர அலையை அடக்கி ஒடுக்கினர். கிளர்ச்சியாளர்கள் வேட்டையாடப்பட்டனர். பொலிவார் மேற்கிந்தியத் தீவுகளுக்குத் தப்பிச்சென்றார்.

ஆனால் வரித்துக்கொண்ட லட்சியத்தில் இருந்த அவர் பின்வாங்கவில்லை. 1812ம் ஆண்டு நியுவா கிரானடா (புதிய ஸ்பெயின்) என்றழைக்கப்பட்ட கொலம்பியாவுக்கு வந்த பொலிவார் அங்கே ஒரு கிளர்ச்சிப் படையை உருவாக்கும் முயற்சியைத்

தொடங்கினார். உருவான படைக்கு அவரே தலைமை தாங்கவும் முன்வந்தார். பொலிவாருக்கு இப்போது சில விஷயங்கள் தெளிவாகத் தெரிந்திருந்தன. படையை உருவாக்கினோம், போர் தொடுத்தோம், வென்றோம், சுதந்தரம் பெற்றோம் என்று எளிமையான நேர் வரிசையில் ஒரு புரட்சிகர மாற்றத்தை உரு வாக்கிவிடமுடியாது. துன்பங்களையும் தொடர் தோல்விகளையும் கடந்து தீர்மானமாகவும் திடமாகவும் போரிடவேண்டும். எது வந்தாலும், என்ன நடந்தாலும் ஓரடிகூடப் பின்னால் நகராமல், உயிர் போனால் பரவாயில்லை என்று உறுதிபூண்டு போராடினால் மட்டுமே லட்சியத்தை நெருங்கமுடியும். ஏனென்றால், சுதந்தரம் விலை மதிப்பற்றது. அதைச் சுலபத்தில் பெற்றுவிடமுடியாது.

பொலிவார் தனது நீண்ட பயணத்தைத் தொடங்கினார். வெனி சூலாவில் இருந்து பெருவுக்குப் பல ஆயிரம் மைல்களை குதிரை யில் கடந்து செல்லவேண்டியிருந்தது. மீண்டும் பெருவில் இருந்து வெனிசூலா. மலைகளையும் கானகங்களையும் கடும் குளிரையும் கடக்கவேண்டும். ஓய்வு, உறக்கமின்றி குதிரைமீதே பழியாகக் கிடக்கவேண்டும். ஆனால் இத்தனைக்கு இடையில் பொலிவாருக்குப் படிக்கவும் சிந்திக்கவும் நேரம் கிடைத்தது ஆச்சரியமளிக்கக்கூடியது. முழுமுற்றான ராணுவப் பாதையைத் தேர்ந்தெடுத்தபோதிலும், ஜனநாயகம் குறித்தும் மனித உரிமை கள் குறித்தும் பிரெஞ்சுத் தத்துவ வரலாறு குறித்தும் விடாமல் அவரால் படிக்கமுடிந்தது.

பொலிவாரின் படையில் அப்போது 200 வீரர்கள் இருந்தனர். ஸ்பானிஷ் படைகளோடு ஒப்பிட்டால் இது மிக மிகச் சிறிய எண்ணிக்கை. இருந்தாலும் பொலிவாரின் தலைமை இந்தப் படையை பல மடங்கு பலம் கொண்ட வலிமையான சக்தியாக மாற்றியது. அவ்வப்போது கிடைத்த சிறு சிறு வெற்றிகள் அவர் களை மேலும் உற்சாகம் கொள்ள வைத்தன. இந்த வெற்றிகள் தந்த துணிச்சலில் மேலும் மூர்க்கத்துடன் அவர்கள் ஸ்பானியப் படைகளை எதிர்கொண்டு போரிட்டனர். பொலிவாரின் பெயரும் அவருடைய புகழும் மெல்ல மெல்ல பரவத் தொடங்கி யது. ஒரு முறை அவரும் அவருடைய சிறு படையும் 90 நாள்கள் பயணம் மேற்கொண்டு, 700 மைல்களைக் கடந்து, ஆறு யுத்தங்களில் பங்கேற்றார்கள். ராயல் படையின் ஆறு பிரிவுகளை பொலிவாரின் படைகள் அடித்து வீழ்த்தின. ஆகஸ்ட் 1813ல் பொலிவார் தனது பிறந்த மண்ணான காரகாஸுக்குள் நுழைந்

தார். ஆரவாரத்துடன் அவரை வரவேற்ற மக்கள், 'லிபரேட்டர்' என்னும் பட்டத்தை அவருக்கு வழங்கினர்.

ஒரு கட்டத்தில், வெனிசூலாவும் நியுவா கிரானடாவும் பொலி வாரின் வசம் வந்து சேர்ந்தன. ஆனால் இந்த முறையும் சுதந்தரம் நீடிக்கவில்லை. *1815*ல் பொலிவார் தோற்கடிக்கப்பட்டார். மீண்டும் மேற்கிந்தியத் தீவுகளுக்குத் தப்பியோடினார். மீண்டும் தன் படையைக் கட்டியெழுப்பினார். மீண்டும் போர்ப் பயிற்சி கள். மீண்டும் வெனிசூலாவுக்கு ஒரு பயணம். மீண்டும் ஒரு வெற்றி. கொண்டாடுவதற்குள் முடியாட்சிக்கு ஆதரவான ராணு வம் சீறிவரும். பொலிவார் தோற்கடிக்கப்படுவார். மீண்டும் தப்பியோட்டம்.

இந்தத் தொடர் படையெடுப்புகளும் தொடர் வெற்றிகளும் தோல்விகளும் பொலிவாரை மேலும் மேலும் உறுதியானவராக வளர்த்தெடுத்தன. கிரியோல்களின் நலன்களை முன்னிறுத்தி தன் போராட்டத்தைத் தொடங்கிய பொலிவார் இப்போது பரவலான மக்கள் நலன் நோக்கி சிந்திக்கத் தொடங்கியிருந்தார்.

முடியாட்சியிடம் இருந்து விடுதலை பெறுவது மட்டுமல்ல நோக்கம். காலனியாதிக்கத்தில் இருந்தும் நாடுகள் விடுபட வேண்டும். மட்டுமின்றி, விடுதலையோடு சமத்துவமும் தோன்றவேண்டும் என்று தன் லட்சியத்தை இப்போது விரி வாக்கிக்கொண்டிருந்தார் பொலிவார்.

வெறும் வார்த்தைகளுடன்கூடிய சம்பிரதாயமான முறையில் அல்ல, சட்டரீதியிலான சமத்துவத்தையே பொலிவார் முன் வைத்தார் என்கிறார் ஜான் லிஞ்ச். பொலிவார் ஓரிடத்தில் இப்படி எழுதுகிறார். 'ஒருவனுடைய வர்க்கப் பின்னணி என்னவாக இருந்தாலும் சரி, அவனுடைய நிறமோ நம்பிக்கைகளோ எப்படியிருந்தாலும் சரி, அவர்கள் அனைவரும் ஒன்றுபோல் சமமாகப் பாவிக்கப்படவேண்டும்.' பொலிவாரை ஒரு ஜன நாயகவாதி என்று கொள்ளமுடியும். அரசாங்கம் மக்களுக்குக் கட்டுப்பட்டு நடக்கவேண்டும் என்றும் மக்களுக்குப் பதில் சொல்லும் கடப்பாடு கொண்டதாக இருக்கவேண்டும் என்றும் பொலிவார் விரும்பினார். 'பெரும்பான்மை மக்களே ஆள் வதற்குத் தகுதியானவர்கள். அவர்கள் இடத்தை ஆக்கிரமிக்கும் எந்தவொரு சர்வாதிகாரியும் ஆதிக்கவாதியாகவும் சுரண்டல் வாதியாகவும் கருதப்படுவார்.'

தென் அமெரிக்காவை ஸ்பெயினின் ஆதிக்கத்தில் இருந்து நிரந்தரமாக விடுவிப்பது எவ்வளவு கடினமானது என்பதை அனுபவப்பூர்வமாக பொலிவார் உணர்ந்திருந்தார். தென் அமெரிக்கா இன்னமும் முழுமையான ஜனநாயகத்துக்குத் தயாராகவில்லை என்பதும் அவருக்குத் தெரிந்திருந்தது. நடைமுறை உண்மைகளுக்கு ஏற்ப பொலிவார் தன் சிந்தனைகளிலும் திட்டங்களிலும் மாற்றம் செய்துகொண்டே இருந்தார்.

'பொலிவாருக்குள்ளே ஒரு யதார்த்தவாதியும் ஒரு கனவுலகவாதியும் பின்னிப் பிணைந்திருந்தனர்' என்கிறார் ஜான் லிஞ்ச். சுதந்தரத்துக்காகப் போராடிய ஒரே காரணத்துக்காக மக்களைச் சிறைபிடித்து கொன்றொழித்த எதிரிகளை பொலிவார் இரக்கமற்ற முறையில் வீழ்த்தினார். அந்த வகையில், நாடு பிடிப்பதற்காகப் போரிட்ட நெப்போலியனிடம் இருந்து நாட்டை விடுவிப்பதற்காகப் போரிட்ட பொலிவார் துல்லியமாக வேறுபட்டு நிற்கிறார். ஸ்பெயினை எதிர்த்து வேறு நாகரிகமான முறையில் போரிடுவது சாத்தியமல்ல என்னும் முடிவுக்கு வந்தபிறகே பொலிவார் தன் குதிரைமீது ஆயுதத்துடன் ஏறி அமர்ந்தார்.

15 ஜூன் 1813 அன்று ட்ருஜிலோ என்னுமிடத்தில் பொலிவார் சரித்திர முக்கியத்துவம் வாய்ந்த ஒரு பிரகடனத்தை வெளியிட்டார். 'அமெரிக்காவின் (லத்தின் அமெரிக்காவின்) சுதந்தரத்துக்காகக் குரல் கொடுக்காத ஸ்பானியர்கள் எதிரிகளாகக் கருதப்படுவார்கள். தவறிழைக்காதவர்களாகவே இருந்தாலும் அவர்கள் எதிரிகள்தாம். அதே சமயம், தவறுகள் இழைத்திருந்தாலும் அமெரிக்கர்கள் எதிரிகளாகக் கருதப்பட மாட்டார்கள்.' இந்த முடிவுக்குப் பின்னால் ஒரு காரணம் இருந்தது. பொலிவாருக்கு எதிரான படையிலும்கூட பெருமளவில் அமெரிக்கர்கள் திரண்டிருந்தனர். உதாரணத்துக்கு வெனிசூலாவிலேயே முடியாட்சியையும் ஸ்பெயினையும் ஆதரிக்கும் அமெரிக்கர்கள் இருந்தனர். யுத்த நியாயத்தின்படி, முடியாட்சிக்கு எதிரான யுத்தம் மூளும்போது அவர்களும் எதிரிகளாகத்தான் கருதப்பட வேண்டும். ஆனால் பொலிவாரால் தன் சொந்த மக்களுக்கு எதிராகப் போரிட முடியவில்லை. அவர்கள் தவறான முடிவை எடுத்திருந்தபோதும் வரலாற்றுத் தவறுகள் இழைத்த போதிலும் அவர்கள்மீது ஆயுதத்தைத் திருப்ப முடியவில்லை. எனவே ட்ருஜிலோ பிரகடனம் ஸ்பானியார்டுகளையும் அமெரிக்கர்களையும் வகைப்படுத்தி பிரித்துக் காட்டியது. படை வீரர்கள்

யாரை, எப்படி எதிர்கொள்ளவேண்டும் என்று சொல்லிக் கொடுத்தது. நடப்பது ஸ்பெயினுக்கும் அமெரிக்காவுக்குமான யுத்தம் என்று சுட்டிக்காட்டியது.

முறையாக பயிற்சியளிக்கப்பட்ட படை வீரர்கள், கெரில்லா வீரர்கள் ஆகிய இருவரோடும் இணைந்து பணியாற்றினார் பொலிவார். இவர்கள் சில சமயம் தமக்குள்ளும் மோதிக் கொண்டனர். அவர்களை ஒழுங்குபடுத்தி ஒரே திசையில் செலுத்துவது கடினமான காரியம். பொலிவார் ஒரே சமயத்தில் படை வீரராகவும் அரசியல்வாதியாகவும் திகழ்ந்ததால் இந்த அசாத்தியமான காரியம் சாத்தியப்பட்டது. இந்த இடத்தில் ஜான் லிஞ்சின் வர்ணனை பொருத்தமானது. 'பொலிவார் அதிகாரத்தை யும் சுதந்தரத்தையும் ஒரே சமயத்தில் கோரினார். அவர் ஆட்சி புரிய விரும்பினார். மற்றொரு பக்கம் விடுவிக்கவும் விரும்பி னார். ஒற்றுமையை நிலைநாட்டுவதற்காகவே அவர் போரிட வேண்டியிருந்தது.'

அந்த வகையில், போர்க்களத்தைக் கடந்தும் பொலிவாரிடம் இருந்து கற்றுக்கொள்ள நிறைய பாடங்கள் இருக்கின்றன.

15. புரட்சி வீரன்

தொடர் தோல்விகளை உதறித் தள்ளிவிட்டு 1819ம் ஆண்டு பொலிவார் 2500 வெனிசூலா வீரர்கள் கொண்ட ஒரு படையுடன் நியுவா கிரானடாவுக்குப் படையெடுத்துச் சென்றார். கடும் மழைக்காலம். ஆந்திய மலைத் தொடர்களையும் வெள்ளங் களையும் காடுகளையும் கடந்து வீரர்கள் முன்னேறினார்கள். 75 தினங்கள் தொடர்ந்த பயணத்தின் முடிவில் சமதளத்தை அடைந்த போது களைப்பும் கடும் பசியும் உச்சத்தைத் தொட்டிருந்தது. பல குதிரைகள் செத்து விழுந்திருந்தன. துப்பாக்கிகள் துருவேறிக் கிடந்தன. ஆனால் ஸ்பானிஷ் படைகளை எதிர்கொண்டபோது இவை எதுவுமே பொருட்டில்லை என்பதுபோல் அவர்கள் மூர்க்கத்துடன் போரிட்டனர். கிட்டத்தட்ட 1600 படை வீரர்கள் சிறைபிடிக்கப்பட்டனர். நியுவா கிரானடாவை ஆட்சி செய்து வந்த ஸ்பானிஷ் கவர்னர் உயிர் காத்துக்கொள்ள தப்பி ஓடினார். தலைநகரம் பொகோடா பொலிவாருக்காகத் திறந்திருந்தது.

குழுமியிருந்தவர்கள் மத்தியில் பொலிவார் பெருமிதத்துடன் உரையாற்றினார்:

'(வீரர்களே) நீங்கள் பதினான்கு மாகாணங்களைக் கொடுங் கோலர்களிடம் இருந்து கைப்பற்றியிருக்கிறீர்கள். அமெரிக்கா வை அடிமைப்படுத்திய கொள்ளைக்காரர்களிடம் இருந்து நிலத்தை மீட்டிருக்கிறீர்கள்... ஈடுஇணையற்ற இந்தப் போராட் டத்தை தொடங்கியபோது 200 பேர்கூட நம்மிடம் இல்லை. இப்போதோ ஆயிரக்கணக்கில் திரண்டிருக்கிறீர்கள். அமெரிக்கா முழுவதும் உங்கள் தீரம் பேசப்படும். வடக்கிலும் தெற்கிலும்

சுதந்தரமான பாதுகாப்பிடத்தை நீங்கள் உருவாக்குவீர்கள். நமது கொடி, அர்ஜெண்டினா, சிலி, பெரு ஆகிய நாட்டுக் கொடி களுடன் சேர்ந்து பறக்கும்.'

பொலிவாருக்குக் கிடைத்த மிகப் பெரிய வெற்றி என்று இதனை வரலாறு பதிவு செய்துள்ளது. நியுவா கிரானடா, வெனிசூலா, பனாமா, ஈக்வடார் ஆகியவற்றை உள்ளடக்கிய அகண்ட கொலம்பியா இப்போது ஸ்பெயினின் ஆதிக்கத்தில் இருந்து விடு விக்கப்பட்டிருந்தது. புதிய பிரதேசத்தின் ராணுவ சர்வாதிகாரி யாகவும் அதிபராகவும் பொலிவார் பொறுப்பேற்றுக்கொண் டார். இப்போதும் பொலிவார் அமைதியடையவில்லை. அவரை அமைதியாக இருக்கவிடும் நோக்கமும் ஸ்பெயினுக்கு இல்லை. பொலிவாரைப் பலவீனப்படுத்தி, வீழ்த்தி மீண்டும் இந்நாடு களைக் கைப்பற்றிக்கொள்ளும் நோக்கத்தில் உறுதியாக இருந் தது ஸ்பெயின். அதனால்தான் ஒருசில நாடுகளில் வெற்றி பெறு வது போதாது, தென் அமெரிக்கக் கண்டம் முழுவதுமாக ஆதிக் கத்தின் பிடியில் இருந்து விடுவிக்கப்படவேண்டும் என்றார் பொலிவார். விடுதலை என்பது நிபந்தனையற்றது, முழுமை யானது. பகுதியளவிலான விடுதலை என்பது அவரைப் பொருத்தவரை அர்த்தமற்றது மட்டுமல்ல, ஆபத்தானதும்கூட.

தொடர்ந்து தெற்கு நோக்கி முன்னேறிய பொலிவார் மேலும் சில வெற்றிகளை ஈட்டி, ஈக்வடாரை முழுவதுமாக விடுவித்தார். பெருவில் கிடைத்த வெற்றியை 1824ல் உறுதி செய்தார். ஸ்பெயின் தன் கண்முன்னால் தென் அமெரிக்காவை கொஞ்சம் கொஞ்சமாக இழந்துகொண்டிருந்தது. பொலிவாரின் படைகள் தொடர்ந்து முன்னேறிக்கொண்டே இருந்தன. ஏற்கெனவே விடுவிக்கப்பட்ட பிரதேசங்களைக் காவல் காத்துக்கொண்டே புதிய பிரதேசங்களை அவர்கள் விடுவிக்கவேண்டியிருந்தது. வெற்றிக்கு ஒரு போர்; வெற்றியை உறுதி செய்ய இன்னொரு போர்; கலகக்காரர்கள் ஊடுருவலைத் தடுக்க ஒரு போர்; எல்லைகளைப் பலப்படுத்த மீண்டுமொரு போர் என்று சுழற்சி முறையில் ஓயாமல் இயங்கவேண்டியிருந்தது. அவ்வப்போது தோற்றம் காட்டிக்கொண்டே இருந்தாலும் பொலிவார் கனவு கண்ட முழு அமைதி இன்னமும் வந்தபாடில்லை.

பல லட்சக்கணக்கானவர்களுக்கு பொலிவார் ஒரு வலுவான புரட்சியாளராக இப்போது பரிச்சயமாகியிருந்தார். நீங்காப் புகழுடன் சேர்ந்து பொறாமையும் வஞ்சகமும் துரோகமும்கூட

பொலிவாரைப் பின்தொடர்ந்து கொண்டே இருந்தன. அவருடைய அதிகாரத்தை வீழ்த்த உள்ளுக்குள் இருந்தே பலர் முயற்சி செய்தபடி இருந்தனர். நொடிப்பொழுதும் சோராமல் எச்சரிக்கையுணர்வுடன் இருக்கவேண்டிய அவசியத்தால் மனரீதியிலும் உடல்ரீதியிலும் பொலிவார் களைப்படைந்தார். 1828ல் ஒருமுறை பொகோடாவில் தனது இருப்பிடத்தில் பொலிவார் உறங்கிக்கொண்டிருந்தபோது ஒரு குழு உள்ளே நுழைந்து அவரைக் கொல்லமுயற்சி செய்தது. சத்தம் கேட்டு பால்கனிக்கு விரைந்து அங்கிருந்து குதித்து வீதியில் ஓடி, ஒரு பாலத்தின் அடியில் பொலிவார் மறைந்திருக்கவேண்டியிருந்தது.

அகண்ட கொலம்பியாவை அமைதியாக வைத்திருக்க அடுத்த இரு ஆண்டுகளை அவர் கழிக்க வேண்டியிருந்தது. அப்போதும் கூட அமைதிக்கான வழி தட்டுப்படவேயில்லை என்னும் நிலையில் வாழ்வில் முதல்முறையாக பொலிவார் தனது போராட்டத்தை முடித்துக்கொள்ள முடிவெடுத்தார். 1830ம் ஆண்டு பொலிவார் தனது பதவிகளைத் துறந்தார். பொகோடாவை விட்டு வெளியேறி மேற்கில் கரீபியன் கரைப் பகுதியை நோக்கித் தன் பயணத்தைத் தொடங்கினார். ஒரு வகையில் தன்னைத் தானே பொலிவார் நாடு கடத்திக்கொண்டுவிட்டார்.

அந்நியர்களிடம் இருந்து விடுதலை என்பது மட்டுமே பொலிவாரின் கனவாகவும் பணியாகவும் இருந்திருந்தால் அவரை ஒரு திறமையான ராணுவ ஜெனரலாக மட்டுமே சரித்திரம் மதிப்பிட்டிருக்கும். பொலிவார் ராணுவ வெற்றிகளைத் தாண்டி சமுதாய மாற்றங்கள் குறித்தும் சிந்தித்தார். உயர் குடிகள், கிரியோல்கள், சாமானியர்கள், அடிமைகள் என்று மக்கள் பலவாறாகப் பிரிந்து கிடப்பதும் ஒவ்வொருவரும் தனித்தனியே சுதந்தரம் வேண்டிப் போராடுவதும் பலனற்றது என்றார் பொலிவார். அனைவருடைய போராட்டங்களும் ஒன்றிணைக்கப்பட வேண்டும் என்னும் நோக்கில் அவர் தம் படைகளை வளர்த்தெடுத்தார். இனரீதியிலான பாகுபாடுகளை ஏற்க மறுத்து சுதந்தரம், சமத்துவம் ஆகியவற்றைக் கோஷங்களாக முன்வைத்தார்.

ஸ்பெயின் தனது ஆளுகைக்கு உட்பட்ட காலனிகளில் நிறத்தின் அடிப்படையிலான பாகுபாடுகளைக் கறாராக கடைப்பிடித்து வந்தது. வெள்ளையர் அல்லாதோர் கீழ் நிலையில் வைக்கப்பட்டிருந்தனர். வெள்ளையும் கறுப்பும் கலந்த மாநிறம் கொண்

டிருந்த அமெரிக்க இந்தியர்கள் பார்டோ என்று அழைக்கப்பட்டு ஒடுக்கப்பட்டனர். 'மிகவும் மோசமான நிலையில் அழுத்தி வைக்கப்பட்டுள்ள பார்டோக்களுக்குப் புரட்சி சரியான வாய்ப்பையையும் உரிமையையும் அங்கீகாரத்தையும் வழங்கும்' என்றார் பொலிவார். சொன்னதோடு நில்லாமல் தன் படைகளில் பார்டோக்களை அதிக எண்ணிக்கையில் அவர் இணைத்துக் கொண்டார். வெனிசூலாவில் பெரும்பாலானோராக இவர்கள் இருந்தனர் என்பது குறிப்பிடத்தக்கது.

பார்டோக்களுக்கு அடுத்த நிலையில் அடிமைகள் இருந்தனர். 'விடுதலையை நோக்கமாகக் கொண்டிருக்கும் ஒரு புரட்சிப் படை அடிமைகளை வைத்திருந்தால் அது பைத்தியக்காரத்தனம்' என்று சீறினார் பொலிவார். 1819ம் ஆண்டு ஆற்றிய உரை யொன்றில், வெனிசூலாவைக் கவ்விப் பிடித்திருக்கும் இருளான அடிமைத்தனத்தை உடனடியாக விலக்கவேண்டும் என்று பொலிவார் அறைகூவல் விடுத்தார். முதல் அடியை அவரே எடுத்து வைத்தார். தன்னிடம் இருந்த அடிமைகள்அனைவரையும் பொலிவார் விடுவித்தார். 1811ல் வெனிசூலாவில் அடிமை வியாபாரம் தடை செய்யப்பட்டது. சட்டப்படி அடிமைத் தனத்தைத் தடை செய்தால் போதாது, மனத்தளவிலும் ஒவ்வொருவருக்கும் மாற்றம் ஏற்படவேண்டும் என்று இறுதிவரை பிரசாரம் செய்தார்.

எதிரிகளிடம் இருந்து பறிமுதல் செய்த சொத்துகளை தன் படை வீரர்களுக்குப் பிரித்துகொடுத்தார் பொலிவார். அவர்களை ஆயுதம் தாங்கிய மக்கள் என்று வர்ணித்தார். அக்டோபர் 1817ல் இது தொடர்பாக ஒரு தனிச்சட்டத்தையும் கொண்டுவந்தார். 'ஒவ்வொரு போர் வீரனும் சொத்துடைய குடிமகனாகத் திகழவேண்டும்.' அதே போல் பெருவில் உள்ள ஏழை அமெரிக்க இந்தியர்களுக்கும் நிலம் அளிக்கச் செய்தார். பொலிவாரின் முயற்சிகள் கடும் எதிர்ப்புகளைச் சந்தித்தன.

பொலிவாரின் பெயரைத் தாங்கி நிற்கும் பொலிவியாவின் அரசியலமைப்புச் சட்டம் அவராலேயே எழுதப்பட்டது. 1826ல் இச்சட்டத்தை பொலிவிய காங்கிரஸின் முன்வைத்து உரை யாற்றியபோது, தென் அமெரிக்காவை அச்சுறுத்தும் இரண்டு மிருகத்தனமான எதிரிகளை அவர் குறிப்பிட்டார். அவை கொடுங்கோன்மை மற்றும் அராஜகவாதம். 'ஸ்பானிஷ் அமெரிக்கன் ஒவ்வொருவனும் தான் யாருக்கும் கட்டுப்படவேண்டிய

தில்லை என்று கருதுகிறான். இந்த மனோபாவத்தால்தான் சமூகத்தில் பிரிவுகளும் ராணுவ எழுச்சிகளும் மாகாணப் புரட்சிகளும் தோன்றின.'

பொலிவாரின் அரசியல், சமூகச் சிந்தனைகள் எப்படி இருந்தன என்பதை அவர் வரைந்தளித்த அரசியலமைப்புச் சட்டத்தின் மூலம் அறிந்துகொள்ளமுடியும். புதிய குடியரசு ஆட்சிமுறையில் அதிபர் சட்டமன்றத்தால் நியமிக்கப்படுவார். இவர் தன் வாழ்நாள் முழுவதும் அதிபராக நீடிக்கலாம்; தனக்கு அடுத்து வரவேண்டியவரை இவரே நியமிக்கலாம். சூரியனைப்போல் அதிபர் மையமாக இருந்து அனைத்தையும் இயக்குவார். மக்களுக்கு சுதந்தரம், சமத்துவம், பாதுகாப்பு ஆகியவை உறுதி செய்யப்படும். சுதந்தரமான, வலிமையான நீதிமுறை நிலவும். சலுகைகள் என்று யாருக்கும் எதுவுமில்லை. அடிமைகள் விடுவிக்கப்படுவார்கள். தேர்தல்கள் அநாவசியமானவை. அவற்றால் பலன் எதுவுமில்லை.

முற்போக்கான பல கூறுகளைக் கொண்டிருந்தபோதும் அதிபருக்கு பொலிவார் வழங்கிய உரிமைகள் அதிகபட்சமானவை என்பதில் சந்தேகமில்லை. அதே போல் அகண்ட கொலம்பியாவின் அரசியல் தலைமையோடு சேர்த்து ராணுவத் தலைமையையும் பொலிவார் ஏற்றுக்கொண்டதும் ஒரு சர்வாதிகாரியாகத் தன்னை முன்னிறுத்தியதும் ஜனநாயகத்துக்கு விரோதமான செயல்கள். அரசியல் தீர்வின் முக்கியத்துவத்தை உணர்ந்திருந்தபோதும், அதை அடைவதற்கான முயற்சிகளில் தொடர்ந்து ஈடுபட்டபோதும் பொலிவார் ராணுவ முயற்சிகளைக் கடைசிவரை கைவிடவில்லை.

இன்னொன்றையும் கவனிக்கவேண்டும். பொலிவாரின் பலம் மட்டுமல்ல அவருடைய பலவீனத்தின் அடிநாதமாகவும் மக்களின் நலனே இருந்தது. அளவற்ற அதிகாரத்தைத் தன்னிடம் குவித்துக்கொண்டபோதும் அதைக் கொண்டு மக்களுக்குச் சுதந்தரத்தையும் சமத்துவத்தையும் அளிக்கமுடியுமா என்பதைப் பரிசோதிப்பதில்தான் அவர் ஆர்வம் காட்டினார்.

தேசிய விடுதலைப் போராட்டத்தை நடத்திய முன்னணித் தலைவர்களில் ஒருவராக பொலிவார் நவீன வரலாற்றில் இடம் பிடிக்கிறார். இருந்தும், பொலிவாரை ஒரு தேசியவாதி என்று அழைக்கமுடியாது என்கிறார் ஜான் லிஞ்ச். காரணம் தேசிய

வாதம் என்பதில் பிரிவினைவாதமும் அடங்கியிருக்கிறது. பொலிவார் தன் மக்களைப் பிற நாடுகளிடம் இருந்து தனியே பிரித்தெடுக்கவில்லை. மாறாக, ஒட்டுமொத்த தென் அமெரிக்காவும் தங்கள் எல்லைகளைத் துறந்து ஒரே தேசமாக ஒன்றுபடவேண்டும் என்று கனவு கண்டார். அகண்ட கொலம்பியாவை (வெனிசூலா, நியுவா கிரானடா, ஈக்வடார்) உருவாக்கி அத்துடன் பெருவையும் பொலிவியாவையும் அவர் இணைக்க விரும்பினார். எதிர்காலத்தில், தென் அமெரிக்க நாடுகள் அனைத்தும் ஒரே நாடாக இணையும் என்று நம்பினார்.

இந்தக் கனவு மட்டுமல்ல பொலிவாரின் பல கனவுகள் நிறைவேறவில்லை. மிகுந்த விருப்பத்துடன் அவர் கொண்டு வந்த பல சட்டங்கள் ஏட்டளவில் சுருங்கிவிட்டன. பொலிவாரின் சமூகம் அவர் அளவுக்கு முற்போக்கானதாக இல்லை என்பது ஒரு முக்கியக் காரணம். பொலிவார் கொண்டுவர நினைத்த மாற்றங்கள் தங்களுடைய நலன்களைப் பாதிப்பதாக அவர்கள் அஞ்சினர். இன்னொரு காரணம், ஜான் லிஞ்ச் குறிப்பிடுவது போல் பொலிவார் அவர் வாழ்ந்த காலத்தில் ஒரு சூழ்நிலைக் கைதியாக இருந்தார். போர்முனையில் தன் எதிரிகளை அழித்தொழித்த பொலிவாரால் இத்தகைய பிற்போக்காளர்களை இறுதிவரை வென்றெடுக்கமுடியவில்லை.

தன்னை எப்படி மதிப்பிடவேண்டும் என்பதை பொலிவாரே ஓரிடத்தில் தெளிவாகச் சுட்டிக் காட்டியுள்ளார். 'புரட்சிகளையும் அவற்றில் பங்கேற்றவர்களையும் புரிந்துகொள்ளவேண்டுமானால் மிக அருகில் சென்று காணவேண்டும். மதிப்பிடவேண்டுமானால் தொலைவில் இருந்தபடி பார்க்கவேண்டும்.' இதன்படியே, பொலிவாரை அவர் வாழ்ந்த காலத்துக்கே சென்று மிக அருகில் கண்டாலும் சரி, நிகழ்காலத்தில் நின்றபடி தரிசித்தாலும் சரி, அனைத்து குறைபாடுகளைத் தாண்டி சில விஷயங்கள் பிரகாசமாகத் தெரிகின்றன. அந்நிய ஆதிக்கத்தைத் தன் வாழ்நாளின் இறுதிவரை தீரமாக எதிர்த்திருக்கிறார். தோல்விகளைக் கண்டு துவளாமல் படைகளைத் திரட்டி வழிநடத்தியிருக்கிறார். மக்களை நேசித்திருக்கிறார். அவர்களுக்குச் சுதந்தரம் பெற்றுத் தரவேண்டும் என்று துடித்திருக்கிறார். சுதந்தரத்தின் தேவைகளையும் போதாமைகளையும் ஒருசேரப் புரிந்து வைத்திருக்கிறார். 'மக்களின் ஒரு பிரிவினரை அடிமைப்படுத்தி வைத்திருப்பது எரிமலையின்மீது ஏறி நிற்பதற்குச் சமமானது.

அடிமைத்தனம் அனைத்து அழுத்தங்களையும்மீறி வெடித்துக் கிளம்பும், விடுதலை பெறும்' என்று முழங்கியிருக்கிறார். மொத்தத்தில், விடுதலை வேட்கை கொண்ட ஒரு புரட்சி வீரனாக வாழ்ந்திருக்கிறார், வீழ்ந்திருக்கிறார்.

எனவேதான் அவர் செய்தது, செய்யத் தவறியது இரண்டுமே நமக்கு இன்று முக்கியமாகப் படுகிறது. தான் கனவு கண்டபடி தென் அமெரிக்க நாடுகள் ஒன்றிணையவில்லை என்பதையும் தன் கனவு நிறைவேறவில்லை என்பதையும் பொலிவார் நன்கு அறிந்திருந்தார். இதுவே அவரை அதிகம் வேதனைக்குள்ளாக்கியது. இன்னொரு பக்கம் காசநோய் அவரை விடாமல் உலுக்கிக் கொண்டிருந்தது. தான் பலமிழந்துகொண்டிருப்பது அவரைத் துன்பத்துக்குள்ளாக்கியது. நாற்பது வயதைத் தொடும்போதே மூப்படைந்தவர்போல் பொலிவார் காணப்பட்டதாகச் சிலர் பதிவு செய்திருக்கிறார்கள். நீண்ட வாழ்நாளில் ஒரு மனிதன் அனுபவிக்கவேண்டிய வெற்றிகளையும் தோல்விகளையும் போர்களையும் போராட்டங்களையும் மிகக் குறுகிய காலகட்டத்தில் பொலிவார் சந்தித்து முடித்துவிட்டதால் அவர் விரைவிலேயே மூப்படைந்திருக்கக்கூடும். தனது 47வது வயதில், 1830ம் ஆண்டு பொலிவார் மரணமடைந்தார்.

சேகரித்து வைத்திருந்த பல மில்லியன் டாலர் சொத்துகளை பொலிவார் முழுமுற்றாகச் செலவழித்து முடித்திருந்தார். இறக்கும்போது அந்த லிபரேட்டரிடம் ஒன்றுமேயில்லை. நண்பர்கள் ஒன்றிணைந்து பணம் சேகரித்துதான் இறுதிச் சடங்குகளைச் செய்துமுடித்தார்கள். உலர்ந்துபோன மெலிந்த அவர் உடலுக்குக்கூட வேறு ஒரு நண்பரின் சட்டையை வாங்கித்தான் அணிவித்தார்கள்.

ஹொசே மார்த்தி

16. விடுதலை வேட்கை

க்யூபாவின் பிரதமராகவும் சர்வாதிகாரியாகவும் அடுத்தடுத்து ஆட்சி செய்தவர் ஃபுல்ஜென்சியோ பாடிஸ்டா. 1959ம் ஆண்டு ஃபிடல் காஸ்ட்ரோ தலைமையிலான கெரில்லா குழு பாடிஸ் டாவை வீழ்த்தி க்யூபாவை விடுவித்தது. அப்போது, 'இந்தப் புரட்சிக்கு அடித்தளம் ஹொசே மார்த்தி' என்று அறிவித்தார் காஸ்ட்ரோ. இது நடப்பதற்கு ஆறாண்டுகளுக்கு முன்பு 1953ல் ஒருமுறை ஆட்சிக்கவிழ்ப்புக்கு முயன்று தோற்றுப்போனபோது காஸ்ட்ரோ கைது செய்யப்பட்டார். அப்போது நீதிமன்றத்தில் தன் சார்பாக வாதாடுவதற்கு குறிப்புகள் தயாரிக்க அவர் மார்த்தியின் படைப்புகளைத்தான் பாடிஸ்டாவிடம் கோரினார். அனுமதி மறுக்கப்பட்டது. இருந்தும் கலங்காமல் தன் நினைவு களில் இருந்து உரையைத் தயாரித்துமுடித்தார். அதில் பத்து இடங்களில் மார்த்தியின் படைப்புகளில் இருந்து அவர் ஆதாரம் காட்டியிருந்தார். எந்த அளவுக்கு மார்த்தியின் தாக்கம் காஸ்ட்ரோ மீது படர்ந்திருந்தது என்பதை அறிய இந்த இரு சம்பவங்களும் உதவுகின்றன.

இன்றும்கூட க்யூபாவில் ஹொசே மார்த்தி (Jose Marti) மரி யாதைக்குரிய ஓர் ஆளுமையாகவே திகழ்கிறார். தபால் தலை, தெருக்களின் பெயர்கள், ஹவானா விமான நிலையம், பதக்கம், காசு, சிலைகள் என்று எங்கும் மார்த்தி நிறைந்திருக்கிறார். க்யூபாவின் திருத்தூதர் என்று மக்கள் அவரை அழைக்கிறார்கள். (இந்தப் பட்டத்தை அவர் விரும்பியிருப்பாரா என்று தெரிய வில்லை)

மார்த்தியைத் தன் முன்மாதிரியாக வரித்துக்கொண்டதால் ஃபிடல் காஸ்ட்ரோ தன் ஆட்சிக்காலத்தில் அவர் பெயரைப் பரப்பியதில் அர்த்தம் இருக்கிறது. ஆனால் காஸ்ட்ரோ அரசுக்கு எதிராகப் பிரசாரங்கள் மேற்கொள்வதற்காக அமெரிக்காவின் ரொனால்ட் ரீகன் ஒரு வானொலி நிலையத்தைத் தொடங்கிய போது அதற்கு ரேடியோ மார்த்தி என்று பெயரிட்டது ஏன்? ஸ்பானிஷ் காலனியாதிக்கத்தின் பிடியில் இருந்து க்யூபாவையும் அமெரிக்க ஏகாதிபத்தியத்தின் பிடியில் இருந்து லத்தின் அமெரிக்காவையும் விடுவிப்பதற்காக வாழ்ந்து, போரிட்டு, மடிந்துபோன ஒரு தலைவரை அமெரிக்காவும் சேர்ந்து உயர்த்திப் பிடிப்பது ஏன்? எளிமையான விடை, க்யூபர்களுக்கு மார்த்தி முக்கியம். எனவே, க்யூபர்களைக் கவர விரும்பும் அனைவருக்கும் மார்த்தியின் பெயர் அவசியம்.

ஹொசே மார்த்தியின் இதயமாக க்யூபா திகழ்ந்தது உண்மை. ஆனால் அந்த சிறு தீவோடு மட்டும் அவர் புகழ் சுருங்கிவிட வில்லை. அவரது வாழ்க்கை வரலாற்றை எழுதியுள்ள ஆஸ்கர் மோண்டிரோ சுட்டிக்காட்டுவதுபோல பியூர்டோ ரிகோ, டொமினிகன் ரிபப்ளிக் என்று சிறிது சிறிதாகப் பரவி ஒரு கட்டத்தில் லத்தீன் அமெரிக்கா முழுவதற்குமான தலைவரானார் மார்த்தி. அமெரிக்காவுக்கு எதிரான, 'நம் அமெரிக்காவின்' குர லாக மார்த்தி திகழ்ந்தார் என்கிறார் ஆஸ்கர்.

1810 தொடங்கி அடுத்த பதினைந்து ஆண்டுகளில் ஸ்பெயின் தன் வசம் இருந்த அர்ஜெண்டினா, பராகுவே, உருகுவே, சிலி, பெரு என்று கிட்டத்தட்ட அனைத்து காலனி நாடுகளையும் இழந்து விட்டது. சிலியிலும் பெருவிலும் ஹொஸே சான் மார்டின் தீவிரமான பிரசாரங்கள் மேற்கொண்டார். சிமோன் பொலிவார் வெனிசூலா, கொலம்பியா, ஈக்வடார், பெரு, பொலிவியா போன்ற நாடுகளில் காலனியாதிக்கத்துக்கு எதிரான போர்களை தலைமை தாங்கி நடத்தினார். சுற்றிலும் சுதந்தர அலைகள் வீசியபோதும் க்யூபா, பியூர்டோ ரிகோ இரண்டும் அமைதி காத்தன. காரணம், இந்த இரு நாடுகளிலும் பூர்ஷ்வா தேசியவாதி கள் சுதந்தரத்தைக் கண்டு அஞ்சினர். இரு நாடுகளிலும் அடிமைமுறை அமலில் இருந்த காலகட்டம் அது. சுதந்தர அலை இங்கும் வீசுமானால் அடிமைகளும்கூட அல்லவா சேர்ந்து போராடுவார்கள்? அவ்வறு நிகழ்வது அவர்களுடைய அதி காரத்தைக் குலைத்துவிடும் அல்லவா?

ஆனால் வெகு காலத்துக்குப் போராட்டங்களை அடக்கிவைக்க முடியவில்லை. 10 அக்டோபர் 1868 அன்று முதல் க்யூப விடுதலைப் போர் ஆரம்பமானது. இது பத்தாண்டு போர் என்று அழைக்கப் படுகிறது. க்யூப உழைக்கும் மக்கள் (கறுப்பு, வெள்ளை இனத் தவர்கள் இருவரும்) இந்தப் போரில் கலந்துகொண்டனர்.

அப்போது மார்த்திக்குப் பதினைந்து வயது. நடைபெறும் போரில் காலனியாதிக்கத்துக்கு எதிராகவும் போரிடுபவர்களுக்குச் சாதகமாகவும் கலந்துகொள்ள முடிவு செய்தார் மார்த்தி. அதே காரணத்துக்காகக் கைது செய்யப்பட்டு ஸ்பெயினுக்கு நாடு கடத்தப்பட்டார். ஸ்பெயினிலும் மார்த்தி தன் போராட்டத்தைத் தொடர்ந்தார். இப்போது சுதந்தரப் போராட்டத்துக்கு எதிராக அரசியல் பிரசுரங்களை அவர் எழுதத் தொடங்கியிருந்தார்.

பத்தாண்டு போர் 1878ம் ஆண்டு நிறைவடைந்தது. போரின் முடிவில் போடப்பட்ட ஒப்பந்தத்தின் பேரில் கறுப்பின அடிமைகளுக்கு விடுதலை கிடைத்தது. ஆனால் க்யூபாவுக்கு விடுதலை கிடைக்கவில்லை. 1880ம் ஆண்டு இன்னொரு அலை கிளம்பியது. முந்தைய போரில் ஈடுபட்ட சிலர் தலைமை தாங்கி இதனை நடத்தினர். ஆனால் சில மாதங்களில் இதுவும் தோல்வி யடைந்தது.

சிறையில் இருந்து விடுவிக்கப்பட்ட மார்த்தி ஸ்பெயினிலேயே சட்டமும் தத்துவமும் பயின்றார். அங்கிருந்து க்யூபா. மீண்டும் அங்கிருந்து நாடுகடத்தல். அடுத்த இரண்டாண்டுகளை அவர் மெக்ஸிகோவில் கழிக்கவேண்டியிருந்தது. க்யூபா, ஸ்பெயின், மெக்ஸிகோ என்று இடம் மாறினாலும் மார்த்தியின் விடுதலை வேட்கை குறையவில்லை. மெக்ஸிகோவில் இருந்த இரு ஆண்டுகளில் மார்த்தி கவனம் செலுத்தியது இரு விஷயங்களில். ஒன்று, க்யூப விடுதலைப் போராட்டத்துக்காக நிதி திரட்டும் பணி. இரண்டாவது, அங்கிருந்த ஒடுக்கப்பட்ட பழங்குடிகள் சார்பாகக் குரல் கொடுத்தது. கவுதிமாலா, வெனிசூலா ஆகிய நாடுகளிலும் மார்த்தி சிறிது காலம் தங்கியிருந்தார். அதிகம் அவர் வசித்தது அமெரிக்காவில். 1880ல் அங்கு சென்ற மார்த்தி அடுத்த ஆண்டு நியூ யார்க்கில் குடியேறினார்.

எங்கு சென்றாலும் அங்குள்ள சமூக நிலையை ஆராய்ந்து ஒடுக்கப்பட்டவர்களுக்குச் சாதகமாகக் குரல் கொடுக்கும் வழக்கத்தை மார்த்தி கொண்டிருந்தார். அமெரிக்காவில் மார்த்தி

வசித்த 15 ஆண்டுகளை அவர் இவ்வாறுதான் செலவிட்டார். அமெரிக்கச் சமூகம் எப்படி இயங்குகிறது, அரசியல் களம் எவ்வாறு யாருக்குச் சாதகமாகச் செயல்படுகிறது என்பதை அவர் தெரிந்துகொண்டார். அர்ஜென்டினா, வெனிசூலா, மெக்ஸிகோ நாட்டு பத்திரிகைகளுக்கு மார்த்தி தொடர்ந்து கட்டுரைகள் எழுதிக்கொடுத்தார். பள்ளி ஆசிரியராகவும் பணியாற்றினார்.

அமெரிக்காவில் நிலவும் நிறப் பாகுபாடு மார்த்தியைப் பாதித்தது. ஆப்பிரிக்க சமூகத்தினர்மீது வெள்ளையர்கள் செலுத்திவந்த ஆதிக்கமுறையை எதிர்த்து கட்டுரைகள் எழுதினார். தொழிலாளர் கள் எதிர்கொள்ளும் பிரச்னைகள் குறித்தும் பெண்களின் வாக் குரிமை போராட்டம் குறித்தும் தொடர்ந்து எழுதினார். அமெரிக்காவில் குடியேறிய சீனர்கள் கீழ்த்தரமாக நடத்தப் படுவதை எதிர்த்தார். எந்த வடிவில் நிகழ்ந்தாலும், யாரால் நிகழ்த்தப்பட்டாலும் ஒடுக்குமுறை எதிர்க்கப்படவேண்டியது என்பதில் அவர் தெளிவுடன் இருந்தார்.

க்யூப விடுதலைக்காகக் குரல் கொடுத்ததில் ஆரம்பித்த அவர் வாழ்க்கை உலகம் முழுவதிலும் உள்ள அடக்குமுறைக்கு எதி ரான காலனியாதிக்கத்துக்கு எதிரான போராட்டமாக விரி வடைந்து. வியட்நாமாக இருந்தாலும் சரி, ஆப்பிரிக்காவாக இருந்தாலும் சரி. பிரிட்டனுக்கு எதிராகப் போராடும் ஐரிஷ் சுதந்தரப் போராட்ட வீரர்களாக ஆனாலும் சரி, இந்தியர்களா னாலும் சரி. அவர்களுக்கு என் ஆதரவு நிச்சயம் என்றார் மார்த்தி. பிரிட்டிஷ் மற்றும் அமெரிக்க ஏகாதிபத்தியத்தை அவர் கடுமை யாக விமரிசித்தார். 1890ம் ஆண்டு ரஃபேல் செர்ரா என்பவருடன் இணைந்து தி லீக் என்னும் கல்வி அமைப்பை உருவாக்கினார். க்யூப அகதிகளுக்கு ஆதரவாக இது செயல்பட்டது.

தொடக்கத்தில் மார்த்திக்கு அமெரிக்காமீது ஒரு பிரமிப்பு இருந்தது உண்மை. நிஜமாகவே அது ஒரு சுதந்தர நிலம் என்று அவர் நம்பினார். ஒவ்வொருவரும் தங்களைத் தாங்களே ஆண்டு கொள்கிறார்கள் என்றே நினைத்தார். நிலப்பிரபுத்துவத்தில் இருந்து நாடுகள் முதலாளித்துவத்தை நோக்கி நகர்ந்து கொண் டிருந்த சமயம் அது. அமெரிக்காவில் அரும்பியிருந்த முதலாளித் துவ முறை பலருக்கும் நம்பிக்கையையும் உத்வேகத்தையும் அளித்திருந்தது. அமெரிக்க ஜனநாயக முறை பிறவற்றைவிடச் சிறந்தது என்றே பலரும் நம்பினார்கள். மார்த்தி அவர்களுள் ஒருவர்.

ஆனால் மார்த்தியின் கண்முன்பே முதலாளித்துவம் ஏகாதிபத்திய மாக எழுச்சி பெற்றது. ஏகபோகம் பரவுவதையும் அதன் தாக் கத்தையும் அவர் பதிவு செய்தார். இரு கட்சி ஜனநாயகத்தின்மீது அவர் கொண்டிருந்த நம்பிக்கை சிதறியபோனது. ஒரு கட்சியின் தவறை இன்னொன்று விமரிசிக்கும், தவறுகள் களையப்படும் என்பது மாறி ரிபப்ளிகன், டெமாக்ரடிக் இரண்டுமே ஏகாதி பத்தியத்துக்குத் துணை போவதை அவர் கண்டார்.

அமெரிக்கா தன் கவனத்தை லத்தின் அமெரிக்காமீது திருப்பிய போது எஞ்சியிருந்த அனைத்து நம்பிக்கைகளும் சிதறிப்போயின. அமெரிக்கக் கனவு கலைந்துபோனது. ஃபிரான்சிஸ் கட்டிங் என்னும் அமெரிக்க அரசியல்வாதி க்யூபாவை அமெரிக்காவோடு இணைத்துக்கொள்ளவேண்டும் என்று சொன்னபோது மார்த் திக்குக் கோபமும் வருத்தமும் பொங்கியது. ‘லிங்கனின் அமெரிக் காவை நேசிக்கிறோம். கட்டிங்கின் அமெரிக்காவைக் கண்டு அச்சம் கொள்கிறோம்’ என்று எழுதினார்.

1892 வாக்கில் மார்த்தி தன் கவனம் முழுவதையும் க்யூபாவின்மீது திருப்பினார். *La Patria* என்னும் பத்திரிகையை பிரசாரப் பணிகளுக்காகப் பயன்படுத்திக்கொண்டார். இதை அவரே பதிப்பித்தார், அவரே எழுதினார். ஒத்த சிந்தனையோட்டம் கொண்டவர்களை இணைத்துக்கொண்டு க்யூப புரட்சிகர கட்சியைத் தொடங்கினார். இதன் உடனடி நோக்கம், க்யூபா, பியூர்டோ ரிகோ விடுதலை. நீண்டகால லட்சியம், லத்தின் அமெரிக்க நாடுகளில் அமெரிக்காவின் கரம் நீளாமல் பார்த்துக் கொள்வது. அமெரிக்காவில் உள்ள புளோரிடா மற்றும் தென் நகரங்களில் வசித்து வந்த க்யூபப் புகையிலைத் தொழிலாளர்கள் மத்தியில் மார்த்திக்கு ஆதரவு திரண்டது.

க்யூபாவில் ஸ்பெயினின் ஆதிக்கப்பிடி தளர்ந்து வந்த அதே சமயம் அமெரிக்காவின் பிடி இறுகி வருவதை மார்த்தி கண்டார். ஏற்கெனவே ஹவாய்மீது அமெரிக்கா தன் பார்வையைத் திருப்பியிருந்தது. கட்சி அரசியல் போதாது, தேவை புரட்சிகர நடவடிக்கை என்று உணர்ந்து கொண்ட மார்த்தி அத்தகைய ஒரு படையை 1894ல் உருவாக்கத் தொடங்கினார். அமெரிக்காவில் இருந்து வெளியேறி க்யூபா சென்றடைந்தார். ஆயுதப் போராட்டக் குழுக்களைத் திரட்டி அமெரிக்காவை எதிர்/கொண்டு வீழ்த்துவது அவர் திட்டம்.

18 மே 1895 அன்று மார்த்தி எழுதிய முற்றுப்பெறாத ஒரு கடிதத்தில் காணப்படும் வரிகள் இவை. 'என் கடமை என்ன என்பதை நான் உணர்ந்திருக்கிறேன். என் நாட்டுக்காகவும் என் கடமையை நிறைவேற்றுவதற்காகவும் நான் மேற்கொள்ளும் பணியில் நித்தம் நித்தம் ஆபத்து சூழும் என்பதை நான் உணர்ந்தேயிருக்கிறேன். மரணமும் நிகழலாம். இருந்தும் என் கடமையை நிறைவேற்றியாகவேண்டும். க்யூபா விடுதலை நோக்கி நகரும் வேளையில் அமெரிக்கா தன் கரங்களைப் படரவிடுவதைத் தடுத்து நிறுத்தியாகவேண்டும். இதுவரை நான் மேற்கொண்ட பணிகள் இதற்காகத்தான். இனியும் இதற்காகவே போராடுவேன்.' மறுநாள் மார்த்தி போரில் கொல்லப்பட்டார்.

1898 இறுதியில் க்யூப விடுதலைப் போராட்டம் தீவிரமடைந்த நிலையில் ஸ்பெயின் வலுவிழந்துபோனது. அமெரிக்கா உள்புகுந்தது. ஸ்பெயின் க்யூபா அமெரிக்க யுத்தம் தொடங்கியது. ஏகாதிபத்திய காலகட்டத்தில் நிகழ்ந்த முதல் கட்ட போர்களில் இதுவும் ஒன்று. இந்தப் போரில் அமெரிக்கா வெற்றி பெற்றது. ஸ்பெயினின் ஆதிக்கம் முறியடிக்கப்பட்டது. க்யூபர்களின் விடுதலைப் போராட்டம் முறியடிக்கப்பட்டது. அமெரிக்காவின் வசம் க்யூபா வந்து சேர்ந்தது. ஒப்புக்கு ஒரு ராணுவ அரசாங்கத்தை நியமித்து மறைமுக ஆட்சியைத் தொடங்கியது அமெரிக்கா. 1901ம் ஆண்டு பெயரளவில் க்யூபாவுக்கு விடுதலை அளிக்கப்பட்டது. வாஷிங்டனின் அரைக் காலனியாக க்யூபாவின் வரலாறு தொடங்கியது.

மார்த்தியைத் தன் முன்மாதிரியாக வரித்துக்கொண்ட ஃபிடல் காஸ்ட்ரோ 1959ம் ஆண்டு ராணுவ ஆட்சியை வீழ்த்தி க்யூபாவை அமெரிக்கப் பிடியில் இருந்து முழுவதுமாக விடுவித்தார்.

17. உன் அமெரிக்கா, என் அமெரிக்கா

ஹொரசே மார்த்தி அமெரிக்காவை எதிர்த்ததற்கு ஓர் எளிமையான காரணம், அவர் தன்னளவில் மதிப்பு வாய்ந்தது என்று கருதி வந்த சில லட்சியங்களோடு அந்நாடு முரண்பட்டதுதான். மார்த்திக்கு சுதந்தரம் என்றால் அனைவருக்குமான சுதந்தரம். அமெரிக்கா நிறம், இனம், வர்க்கம், நாடு என்று பிரிவினைகள் வகுத்துக்கொண்டு சுதந்தரம் அளித்தது. உதாரணத்துக்கு, வெள்ளையர்களுக்குக் கிடைத்த சுதந்தரத்தின் அளவும் கறுப்பர்களுக்கும் சீனர்களுக்கும் கிடைத்த சுதந்தரத்தின் அளவும் வேறுபட்டது. மார்த்தி இதனை அனுமதிக்கவில்லை.

சுதந்தரம் என்றால் என்னவென்றே தெரியாதவனும்கூட சுதந்தரத்தை நேசிக்கவே செய்கிறான் என்று ஓரிடத்தில் குறிப்பிடுகிறார் மார்த்தி. 'நம் உடலுக்கு எலும்புகள் எவ்வளவு முக்கியமோ, சக்கரத்துக்கு அச்சாணி எவ்வளவு முக்கியமோ, பறவைக்கு இறக்கை எவ்வளவு முக்கியமோ, அவ்வளவு முக்கியம் மனிதர்களுக்குச் சுதந்தரம். அது இல்லாமல் போனால் வாழ்வில் முழுமை கிடைக்காது.'சுதந்தரம் யாருக்காவது மறுக்கப்பட்டால் அதை நீங்கள் பார்த்துக்கொண்டு மட்டுமே இருந்தால் உங்கள் சுதந்தரமும் கேள்விக்கு உள்ளாக்கப்படுகிறது என்கிறார் மார்த்தி. மனிதர்களின் துயரங்களைக் கண்டு எதுவுமே செய்யாமல் இருப்பதற்காக நமக்குச் சுதந்தரம் அளிக்கப்படவில்லை என்பது அவர் வாதம்.

ஹொரசே மார்த்தியிடம் இருந்து நான் குறிப்பாகக் கற்றுக்கொண்டது அவருடைய அறம் சார்ந்த விழுமியங்களை

என்கிறார் ஃபிடல் காஸ்ட்ரோ. மனிதர்களோடு உறவு கொள்வதற்கு மட்டுமல்ல அவர்களோடு சில சமயங்களில் முரண்படுவதற்கும்கூட அறம் காரணமாக அமைந்துவிடுகிறது. லிங்கனின் அமெரிக்க அரசு கொண்டிருந்த அறம் சார்ந்த விழுமியங்களை தற்போதைய அரசு கொண்டிருக்கவில்லை என்பது மார்த்தியின் முக்கியக் குற்றச்சாட்டாக இருந்தது.

சுதந்தரத்தை நேசித்த மார்த்தி இளம் வயதிலேயே சிறைக்கு அனுப்பப்பட்டுவிட்டதைச் சுட்டிக் காட்டுகிறார் காஸ்ட்ரோ. அவரை விலங்கிட்டு வைத்திருந்தார்கள். சுரங்கங்களில் பணிபுரியுமாறு கட்டாயப்படுத்தினார்கள். சிறைச்சாலைக்கு வெளியிலும்கூட பல்வேறு இன்னல்களுக்கு அவர் ஆளானார். இருந்தும் பதினாறு வயதிலேயே மார்த்தி ஓர் அசாதாரணமான மனிதனாக வளர்ச்சி கண்டுவிட்டார் என்று வியக்கிறார் காஸ்ட்ரோ.

பள்ளிக்காலத்தில் மார்த்தி உடல் வலிமை பெற்றவராக இல்லை என்கிறார் காஸ்ட்ரோ. ஊதினால் விழுந்துவிடக்கூடிய உடல்வாகுதான் அவருக்கு அமைந்தது. ஆனால் அவருடைய சிந்தனைகளின் வலிமை அசாத்தியமானதாக இருந்தது. இருபத்தைந்தாவது வயதில் ஆயுதப் போராட்டத்துக்கு அவர் தயாராகிவிட்டார். அவர் மிகவும் நேசித்த க்யூபா அவரை நாடு கடத்திவிட்டது. தான் வெறுத்த ஸ்பெயினில்தான் அவர் வாழவும் கற்கவும் வேண்டியிருந்தது. போரை நேரடியாகக் காண்பதற்கு முன்னால் படைகளை வழிநடத்தும் வலுவும் நம்பிக்கையும் அவருக்கு வந்துவிட்டது என்கிறார் காஸ்ட்ரோ. மனிதத் தன்மை, போர்க்குணம் இரண்டையும் ஒருங்கே வாய்க்கப் பெற்றிருந்தார் மார்த்தி. ஓர் அறிவுஜீவியாகவும் போராளியாகவும் ஒரே சமயத்தில் மார்த்தியால் திகழமுடிந்தது அதிசயம் என்கிறார் அவர்.

காஸ்ட்ரோ சுட்டிக்காட்டும் இன்னொரு விஷயம்,மார்த்தி ஸ்பெயினின் காலனியாதிக்கத்தை எதிர்த்தார். ஸ்பெயின் தேசத்து மக்களையல்ல. ஒரு புரட்சியாளருக்கு இருக்க வேண்டிய முக்கியப் பண்புகளில் ஒன்று இது. மார்த்தியின் அற்புதமான இந்தப் புரிதலையும் வேறுபாட்டையும் காஸ்ட்ரோ வியந்து பாராட்டுகிறார்.

மார்த்தியின் தலைமைப் பண்புகள் எந்தத் துறையைச் சேர்ந்தவரையும் பொறாமை கொள்ளச் செய்பவை. ஸ்பெயினில் குடியேறியிருந்த க்யூபர்களை அவர் லாகவமாக ஒன்றுதிரட்டினார்.

அவர்களை ஒரு புரட்சிகர கட்சிக்குள் கொண்டு வந்தார். எதிரி நாட்டில் இருந்தபடி எதிரியை வீழ்த்த அவர் திட்டங்கள் தீட்டினார். அனல் வீசும் உரைகளை நிகழ்த்தினார். கட்சிக்கு நிதிதிரட்டினார். மிக விரிவாகவும் அகலமாகவும் மார்த்தி சிந்தித்தார் என்கிறார் காஸ்ட்ரோ. க்யூபாவுக்குத் தனித்து விடுதலை பெற்றுத் தருவது பிரச்னையைத் தீர்க்காது, தேவை லத்தின் அமெரிக்கா முழுவதற்குமான விடுதலை என்று அவர் நினைத்தார்.

சிமோன் பொலிவார்மீது மார்த்திக்கு மிகுந்த மதிப்பு இருந்தது. லத்தின் அமெரிக்க விடுதலை குறித்து இருவரும் ஒத்த கருத்து கொண்டிருந்ததை காஸ்ட்ரோ சுட்டிக்காட்டுகிறார். மார்த்தி வெனிசூலாவுக்கு முதல் முறை சென்றபோது, காலணிகளில் சேர்ந்திருந்த தூசியைத் தட்டுவதற்கு முன்பாக ஓடோடி காரகாஸ் சென்று பொலிவாரின் சிலையைத் தரிசித்தார். அப்போது மார்த்திக்கு ஏற்பட்ட ஒரே வருத்தம், பொலிவார் போன்ற ஒருவர் லத்தின் அமெரிக்கா முழுவதிலும் இன்னமும் அறியப்படாமல் இருக்கிறாரே என்பதுதான். இந்தக் குறை பிற்காலத்தில்தான் நிறைவேறியது. காஸ்ட்ரோ மார்த்தியையும் ஹியூகோ சாவேஸ் பொலிவாரையும் லத்தின் அமெரிக்காவுக்கு மறுஅறிமுகம் செய்து வைத்தனர். இருவரையும் தங்கள் ஆதர்சனமாகவும் அவர்கள் ஏற்றுக்கொண்டார்கள்.

மார்த்தி மரணமடைந்த 1895- 98 போர் தனக்கு ஒரு முன்மாதிரியாகத் திகழ்ந்தது என்கிறார் காஸ்ட்ரோ. 'இது மிகவும் துயரமான ஒரு போர். 19ம் நூற்றாண்டின் வியட்நாம் என்று அழைக்கலாம்.' அமெரிக்க ஏகாதிபத்தியம் குறித்து முதல்முறையாகக் குரல் கொடுத்தவர் மார்த்தி என்கிறார் காஸ்ட்ரோ. தொடக்ககாலத்தில் இருந்தபோதே ஏகாதிபத்தியத்தின் வாசத்தை உணர்ந்துவிட்டதால் அமெரிக்காவின் விரிவாக்கல் திட்டத்தையும் அதன் வெளியுறவுத் துறை கொள்கையையும் மார்த்தி விமரிசித்தார்.

மார்த்தியின் எதிரிகள்கூட அவருடைய மனிதத்தன்மையையும் உயர்ந்த பண்புகளையும் நேசித்தனர் என்கிறார் ஜான் எம் கிர்க். அவருடைய எழுத்துகள் 27 பாகங்களாகத் தொகுக்கப்பட்டன. இவற்றில் பெரும்பாலானவற்றை காஸ்ட்ரோ அப்படியே மனனம் செய்திருந்தார். தனது உரைகள், எழுத்துகள், உரையாடல்கள், அரசாங்க முழக்கங்கள், செயல்திட்டங்கள் என்று பலவற்றிலும் மார்த்தியைத் தொடர்ந்து மேற்கொள் காட்டி

வருவதற்குக் காரணம் அவற்றின் இன்றைய பொருத்தப்பாடு என்கிறார் காஸ்ட்ரோ.

அமெரிக்காவில் இருந்த 14 ஆண்டுகளை மார்த்தி எழுதுவதிலும் பிற அரசியல் பணிகளில் ஈடுபடுவதிலும் செலவிட்டார் என்கிறார் கிர்க். கதை, கவிதை என்று இலக்கியத்தில் மார்த்தி பதித்த தடங்கள் அவருடைய அரசியல் தடங்களுக்கு எந்த வகையிலும் குறைவானதல்ல என்று சொல்லப்படுவதுண்டு. இன்னும் சிலர் அவரை நவீன லத்தின் அமெரிக்க இலக்கியத்தின் முன்னோடி என்றும் மதிப்பிடுகின்றனர். அவருக்கு எழுத்து எப்போதுமே முக்கியமானதாக இருந்திருக்கிறது. தான் கொல்லப்படுவதற்கு சற்று முன்புவரைகூட அவர் டைரி எழுதிக்கொண்டுதான் இருந்தார். அமெரிக்காவில் இருந்த சமயத்தில் தி சன், தி ஹவர் உள்ளிட்ட அமெரிக்கப் பத்திரிகைகள் நீங்கலாக சுமார் 20 லத்தின் அமெரிக்க இதழ்களில் மார்த்தி தொடர்ச்சியாக எழுதி வந்திருக்கிறார்.

அமெரிக்கா குறித்த மார்த்தியின் பார்வை எப்படிப் படிப்படியாக மாற்றம் அடைந்தது என்பதை ஜான் எம் கிர்க் தனது நீண்ட கட்டுரையொன்றில் பதிவு செய்திருக்கிறார். அமெரிக்கா பற்றிய முதல் அபிப்பிராயங்கள் என்னும் ஆங்கிலக் கட்டுரையில் மார்த்தி, உற்சாகமாக அமெரிக்க மண்ணை வாழ்த்தியிருக்கிறார். 1884ல் மீண்டும் அமெரிக்காவை அவர் பாராட்டியிருக்கிறார். அர்ஜெண்டினா மற்றும் பராகுவே நாடுகளின் பிரதிநிதியாக அவர் அரசுப் பணியில் இருந்த சமயம் அது. அப்போது ஒரே நாளில் காப்புரிமை கோரி கிட்டத்தட்ட 500 புதிய மனுக்கள் வந்திருப்பதைக் கண்டு அவர் திகைத்துப்போனார். அமெரிக்காவில் வண்ணமயமான படைப்பாற்றல் செழித்து வருகிறது என்றும் அதற்குக் காரணம் அங்குள்ள சுதந்தரம்தான் என்றும் அமெரிக்கா வழியில் லத்தின் அமெரிக்காவும் படைப்பூக்கம் பெற்று வளரவேண்டும் என்றும் மார்த்தி ஆசை பொங்க எழுதினார்.

இவ்வளவு குறுகிய காலத்தில் அமெரிக்காவில் வாழ்க்கைத் தரம் இந்த அளவுக்கு உயர்ந்திருக்கிறது என்றால் லத்தின் அமெரிக்காவில் மட்டும் இது சாத்தியமாகாதா என்ன என்று மார்த்தி கேள்வி எழுப்பினார். 1885ல் எழுதும்போது, 'இந்த அமெரிக்காவை' அடியொற்றி 'நம் அமெரிக்காவும்' கல்வி உள்ளிட்ட துறைகளில் சிறந்து விளங்கவேண்டும் என்று தன் கனவைப் பகிர்ந்து

கொண்டார். கிரேக்கத்தையும் லத்தீனையும் நகர்த்தி வைத்து விட்டு அறிவியல் தொழில்நுட்பத்துடன்கூடிய கல்வி லத்தின் அமெரிக்க நாடுகளில் போதிக்கப்படவேண்டும் என்று அவர் விரும்பினார். அமெரிக்கக் கல்லூரி ஒன்றில் உடலுழைப்புக்கு முக்கியத்துவம் அளிக்கப்படுவதையும் விவசாயத் துறையில் அவர்கள் ஆர்வம் செலுத்தி வருவதையும் பொறாமையுடன் கண்டு களித்தார் மார்த்தி.

அதே சமயம் அமெரிக்கா அவரை முழுக்க மயக்கத்தில் ஆழ்த்தி விடவில்லை. அமெரிக்கர்கள் கடுமையாக உழைக்கிறார்கள், அசாதாரணமான காரியங்களில் ஈடுபடுகிறார்கள், நல்ல முறையில் கல்வி கற்கிறார்கள், நன்றாகச் சம்பாதிக்கிறார்கள். ஆனால், அரசியலில் அவர்கள் ஆர்வம் காட்டுவதில்லை. பொருள் ஈட்டுவது மட்டுமே அவர்களுடைய ஒரே குறிக்கோளாக இருக்கிறது. இந்த விஷயத்தில் லத்தின் அமெரிக்கா மாறுபட வேண்டும் என்றார் மார்த்தி. கல்வி எந்த அளவுக்கு முக்கியமோ அந்த அளவுக்கு அரசியலும் முக்கியம். பிறந்த நாடு ஆதிக்கத்தின் பிடியில் சிக்கி சீரழியும்போது, ஒருவர் பணத்தின் பின்னால் அலையமுடியுமா? நாட்டின் பொருளாதார முன்னேற்றம், அரசியல் வாழ்க்கை இரண்டிலும் ஒரு குடிமகன் கவனம் செலுத்தவேண்டும் என்றார் மார்த்தி.

மார்த்தி நியூ யார்க்கில் இருந்தபோது தேர்தல் பிரசாரங்கள் மும்முரமாக நடைபெற்று வந்தன. வீதிகள் பரபரப்பாக இருந்தன. உங்கள் வாக்கு எனக்கு, எனக்கு என்று போட்டியிட்டுக் கொண்டு ஒலிபெருக்கிகள் சத்தமிட்டுக்கொண்டிருந்தன. வாக்காளர்களைக் கவர பீர் பெட்டிகள் குவிந்தவண்ணம் இருப்பதையும் அவை மக்களிடையே விநியோகிக்கப்படுவதையும் அவர் கண்டார். இதை லஞ்சம் என்றே அவர் புரிந்துகொண்டார். மக்களைக் கவர கட்சிகள் இப்படிப்பட்ட நடவடிக்கைகளில்தான் ஈடுபடுகின்றனவே ஒழிய, தங்கள் கொள்கை திட்டங்களை எடுத்துக்கூறி வாக்கு சேகரிப்பதில்லை என்பதையும் அவர் கண்டுகொண்டார். இந்தக் கட்சியா, அந்தக் கட்சியா என்பது அமெரிக்காவைப் பொருத்தவரை முக்கியமற்றது. யார் வென்றாலும், தோற்றாலும் அமெரிக்க நிலைமை மாறிவிடப்போவதில்லை. அமெரிக்கத் தேர்தல் முறைமீது மார்த்திக்கு அழுத்தமான விமரிசனங்கள் இருந்தன என்றபோதும், 'ஜனநாயகத்தின் நிழல்கூட இல்லாத க்யூபாவோடு ஒப்பிடும்போது இது எவ்வளவோ மேல்' என்று நினைத்துக்கொண்டார்.

அதே சமயம், அமெரிக்காவின் சிறிய ஆனால் சக்தி வாய்ந்த மேல்தட்டுப் பிரிவை மார்த்தி கடுமையாகச் சாடினார். தேர்தலை மறைவில் நின்றபடி நடத்திக்கொண்டிருப்பவர்கள் இவர்களே என்பதையும் இவர்களுடைய விருப்பமின்றி எதுவும் அங்கே நடந்துவிடாது என்பதையும் அவர் அறிந்திருந்தார். இவர்களுடைய நோக்கம் பெரும் செல்வத்தைச் சுருட்டிக்கொள்வது. பிறகு அதைக் கொண்டு கட்டுப்பாடற்ற அதிகாரத்தைப் பெறுவது. இவர்கள் இதற்காகவே கடுமையான முறையில் எதிர்க்கப்பட வேண்டியவர்கள் என்று எழுதினார் மார்த்தி. அமெரிக்கா எந்த உயர்ந்த நோக்கத்துக்காக உருவாக்கப்பட்டதோ அந்த நோக்கத்தைச் சிதறடிக்கவே இவர்கள் இருக்கிறார்கள் என்றார் மார்த்தி.

அமெரிக்காவின் பிற பிரச்னைகளும் ஒவ்வொன்றாக வெளிப்படத் தொடங்கின. சீனர்கள், இந்தியர்கள், கறுப்பினத்தவர் ஆகியோர் வெள்ளை அமெரிக்கர்களால் பாகுபடுத்தப்படுவதையும் அவமானப்படுத்தப் படுவதையும் அவர் கண்டார். வர்க்க வேறுபாடுகளைக் கண்டுகொண்டார். பொதுமக்கள் அரசியல் களத்தின்மீது நம்பிக்கையற்றுக் கிடப்பதையும், அதிலிருந்து ஒதுங்கியே நிற்பதையும் அவர் கண்டார். ‘அமெரிக்காவின் பிரமாண்டமான சமூகப் பரிசோதனை தோற்றுப்போய் விட்டது’ என்னும் முடிவுக்கு அவர் வந்து சேர்ந்தார்.

18. லத்தீன் அமெரிக்காவின் தந்தை

ஸ்பெயினே எதிரி, ஸ்பானியர்கள் அல்ல என்று சொன்னதைப் போல் அமெரிக்கர்களையும் அவர் எதிரியாகக் கருதவில்லை. அமெரிக்க அரசியலையும் சமமற்ற, முறையற்ற அமெரிக்க வளர்ச்சியையும்தான் அவர் எதிர்த்தார்.

1880-ல் ரஃபேல் செரா எனும் ஆப்பிரிக்க அமெரிக்கர் லா லிகா (La Liga) எனும் கல்வி அமைப்பைத் தொடங்கியபோது மார்த்தி முன்நின்று அதனை வழிநடத்தினார். ஏழைகளின் பிரச்னைகளை முன்னெடுத்துச் செல்லும் அமைப்பாக இது செயல்பட்டது. இந்த நிறுவனத்தின் அடிப்படை கொள்கை, 'கறுப்பர்களாக இருந்தாலும் சரி, க்யூபர்களாக இருந்தாலும் சரி, இவர்களது பொதுவான பிரச்னை ஏழைமைதான். இவர்களது வாழ்வில் மாற்றம் கொண்டு வருவதுதான் புரட்சியின் நோக்கமாக இருக்க வேண்டும்' என்பதுதான். மார்த்தியின் அத்தனை கட்டுரைகளிலும், அத்தனை கவிதைகளிலும், அத்தனை கடிதங்களிலும் இந்த அடிப்படை அம்சமே நிறைந்திருப்பதைக் காணலாம். லா லிகா எனும் அமைப்பு பல பயிலரங்கங்களை நடத்தி மக்களுக்கு அரசியல் விழிப்புணர்ச்சியை ஏற்படுத்தியது. மார்த்தியும் இந்த அமைப்பில் ஓர் ஆசிரியராகத் தன்னை இணைத்துக்கொண்டார்.

க்யூபாவில் ஆங்காங்கே செயல்பட்டுவரும் புரட்சியாளர்களின் தொடர்பு கிடைத்தது. பத்திரிகை தொடங்கலாம் என்று திட்டமிட்டபோது தோழர்கள் உதவிக்கு வந்தனர். லா பாட்ரியா (La Patria) தொடங்கப்பட்டது. ஸ்பெயினை எதிர்த்துப் போராடுவது என்பது அநீதியை எதிர்த்துப் போராடுவதற்குச் சமமானது

என்றார் மார்த்தி. ஸ்பெயின் மட்டுமல்ல, அமெரிக்காவையும் தீவிரமாக எதிர்க்கவேண்டும் என்பதை லட்சியமாகக் கொண்டிருந்தார். அதாவது ஏகாதிபத்தியம் எனும் பூதம் எந்த வடிவத்தில் வந்தாலும் அதை இனம்கண்டு எதிர்க்க வேண்டும் என்றார்.

'க்யூபாவையும் லத்தீன் அமெரிக்க நாடுகளையும் தனது மாநிலங்களோடு, மேலும் ஒன்று எனச் சேர்த்து அமெரிக்கா தனது கொடியில் மேலும் ஒரு நட்சத்திரத்தை வரைந்து கொள்ளவே விரும்பும்.' என்று எழுதினார். 'க்யூபாவை ஒரு சுரண்டப்படும் மாநிலமாக ஆக்கப்படாமல் தடுத்திட, சுதேசி ஆட்சியாளர்களை விரட்டியடிப்பதே முதல் கடமை' என்றார். 'க்யூபாவின் இயற்கைச் செல்வம் அனைத்தும் க்யூப மக்களுக்கே சொந்தமாக இருக்கவேண்டும். அவர்களது வாழ்க்கை மேம்பாட்டுக்காகவே பயன்பட வேண்டும்' என்றார். 'அமெரிக்காவை சமரசமற்ற முறையில் எதிர்ப்பவனாகவும், தேச பக்திக்காக உயிரையும் தியாகம் செய்யும் மனத்திண்மை கொண்ட ஒருவன் மட்டுமே, உண்மையான தேசபக்தனாக இருக்க முடியும்.' என்றார்.

ஜனவரி 1895-ல் மார்த்தி தலைமையில் ஃப்ளாரிடாவை நோக்கி மூன்று கப்பல்கள் படையெடுத்தபோது, அமெரிக்கா அந்தக் கப்பல்களைக் கைப்பற்றியது. ஸ்பானிய அரசாங்கத்துக்கும் தகவல் அனுப்பியது. மார்ச் 25 அன்று மார்த்தி க்யூப விடுதலைக்கான தனது கோட்பாட்டை முன்வைத்தார். அதன் முக்கிய சாராம்சங்கள்:-

- கறுப்பர்கள், வெள்ளையர்கள் இருவரும் இணைந்து போராட்டத்தில் ஈடுபடவேண்டும். கறுப்பர்கள் போராட்டத்தில் ஈடுபடுவது அவசியம். அவர்களும் ஒடுக்கப்பட்டவர்களே.
- ஸ்பெயினின் ஆதிக்கத்தை எதிர்க்காத ஸ்பானியர்களை நாம் எதிர்க்கவேண்டிய அவசியமில்லை.
- போராட்டத்தை முன்னெடுத்துச் செல்லும்போது தனியார் சொத்துகளைச் சேதப்படுத்தக்கூடாது.
- புரட்சியின் முடிவில் க்யூபாவின் பொருளாதாரம் தழைக்க வேண்டும். அதுதான் நம்முடைய நோக்கமாக இருக்க வேண்டும்.

1895-ல் க்யூபாவின் சுதந்தரப் போராட்டம் தீவிரமடைந்தபோது, க்யூபாவில் சுமார் 80,000 ஸ்பானிய வீரர்கள் பரவியிருந்தனர். மார்த்தியின் புரட்சிக்குழு எதிர்த்து நிற்கவேண்டியது இந்தப் பெரும்படையைத்தான். இந்த 80,000 பேரில் 20,000 பேர் மட்டுமே ஸ்பானிய ராணுவப்படை வீரர்கள். மற்றவர்கள் படைவீரர் களோடு இணைந்து க்யூபர்களை ஒடுக்கத் தாமாகவே முன்வந்த வர்கள். இவர்கள் எண்ணிக்கை 60,000. ஏற்கெனவே நடந்து முடிந்து பத்தாண்டுப் போர் முயற்சியால் க்யூபர்கள் ஆயுதங்கள் வைத்திருப்பது பெருமளவில் கட்டுப்படுத்தப்பட்டிருந்தது. அதனால் ஆள்களைத் திரட்ட முடிந்த அளவுக்கு ஆயுதங்களைத் திரட்ட மார்த்தியால் இயலவில்லை. ஸ்பானியர்களிடமோ, நவீன ஆயுதங்கள் கொட்டிக்கிடக்கின்றன. ஆள்பலமும் அதிகம். கையளவே உள்ள படைவீரர்களைக்கொண்டு அவர்களை எதிர்த்து நிற்பது எப்படி?

அப்போது உருவானதுதான் கெரில்லாப் போர்முறை. மறைந் திருந்து தாக்குதல், எதிரியை அலைக்கழித்தல், அவர்களை சோர் வடையச் செய்தல், எதிரியின் ஆயுதங்களைக் கைப்பற்றிக் கொள்ளுதல் போன்ற செயல்திட்டங்களுடன் களத்தில் குதித்தார் மார்த்தி.

ஜூன் 11, 1895 முதல் நவம்பர் 30, 1897 வரையில் ஆயுதங்களைப் பெற கிட்டத்தட்ட 60 முறை கெரில்லா வீரர்கள் முயன்றனர். 28 முறை இவர்கள் அமெரிக்க கருவூலத் துறையினால் முறி யடிக்கப்பட்டனர். கப்பற்படை ஐந்து முயற்சிகளை முறி யடித்தது. நான்கு முறை ஸ்பானியர்கள் இவர்களை வெற்றி கொண்டனர். ஆயுதங்களைச் சுமந்து வந்த கப்பல்கள் இரண்டு முறை மூழ்கிப்போயின. மொத்தத்தில் 60 முயற்சிகளில் ஒன்றே ஒன்று மட்டும் வெற்றி பெற்றது. ஏப்ரல் 11, 1895-ல் தனது படை யினருடன் க்யூபா வந்த மார்த்தியை ஸ்பானியர்களின் படை எதிர்கொண்டது. மே 19, 1895 அன்று மார்த்தி சுட்டுக் கொல்லப் பட்டார்.

போராட்டம் மார்த்தியோடு முடிந்துபோகவில்லை. மாறாக, மேலும் வலுத்தது. சர்க்கரை ஆலைகளில் பணி செய்யும் தொழி லாளர்கள் வேலை நிறுத்தத்தில் ஈடுபட்டனர். ஸ்பெயினால் தாக்குப்பிடிக்க முடியவில்லை. ஆலைகள் இழுத்து மூடப் பட்டன. ஸ்பெயினைவிட அதிகம் பாதிப்படைந்தது அமெரிக்கா தான். க்யூபாவில் முதலீடு செய்திருந்த அமெரிக்க முதலாளி

களின் நலன் பாதிப்படைந்ததைக் கண்ட அமெரிக்கா விழித்துக் கொண்டது. ஸ்பெயினிடமிருந்து க்யூபாவை பிரித்து எடுத்து விடத் துடித்தது. பிப்ரவரி 1898-ல் 'மைனே' எனும் போர்க் கப்பலை க்யூபாவுக்கு அனுப்பி வைத்தது அமெரிக்கா. பிப்ரவரி 15 அன்று மைனே ஹவானா துறைமுகத்தில் வெடித்து சிதறியது. 260 அமெரிக்க வீரர்கள் மரணமடைந்தனர்.

சீற்றமடைந்த அமெரிக்கா ஸ்பெயின் மீது நேரடித் தாக்குதலைத் தொடுத்தது. மூன்றே நாள்கள். ஸ்பெயின் அமெரிக்காவிடம் சரணடைந்தது. '400 ஆண்டு கால அடிமைத்தனம் ஒரு வழியாக முடிந்தது!' என்று க்யூபர்கள் மகிழ்ந்தனர். இனி க்யூபாவின் கொடி பறக்கப்போகிறது என்று அவர்கள் நினைத்தனர். ஆனால் பறந்தது என்னவோ அமெரிக்கக் கொடிதான்.

தொடர்ந்து நான்கு ஆண்டுகளுக்கு க்யூபாவின் வளங்களைத் தன்னந்தனியாக அபகரித்தது அமெரிக்கா. பெரும் முதலாளிகள் நிலங்களைச் சுருட்டிக்கொண்டனர். ஒரு ஏக்கர் ஒரு டாலர் என்று தானாகவே ஒரு விலையை நிர்ணயித்துக்கொண்டு நிலங்களை சுவீகரித்துக்கொண்டது. சர்க்கரை ஆலைகள் அபகரிக்கப் பட்டன. க்யூபா முழுவதற்குமான சர்க்கரை உற்பத்தியை மூன்றே மூன்று அமெரிக்க நிறுவனங்கள் நிர்வகித்தன. நான்கு ஆண்டுகள் கழிந்த பிறகு பெயருக்கு ஒரு பொம்மை ஆட்சியை ஏற்படுத்திக் கொடுத்துவிட்டு க்யூபாவைவிட்டு நகர்ந்தது அமெரிக்கா.

1902-ல் நடைபெற்ற முதல் தேர்தலில் டூமாஸ் எஸ்ட்ரடா பாமா முதல் குடியரசுத் தலைவராக பொறுப்பேற்றுக்கொண்டார். இவர் வெற்றி பெற்றதற்குக் காரணம் ஒன்றரை லட்சம் பொய் வாக்காளர்கள். இவருக்கு ஓட்டுப்போட மறுத்தால் ராணுவம் வரும் என்று மிரட்டி ஓட்டுப்போட வைத்தார்கள். அப்போது தொடங்கியதுதான். 1940-ல் குடியரசுத் தலைவராக தேர்ந் தெடுக்கப்பட்ட பாடிஸ்டா வரையில் இதே தேர்ந்தெடுப்பு முறைதான் கையாளப்பட்டு வந்தது. இதற்குப் பின்னால் இருந்த பெரும் சக்தி, அமெரிக்கா.

கார்ல் மார்க்ஸின் மரணத்தைத் தொடர்ந்து மே 1883ல் அமெரிக்கா வில் நடைபெற்ற அரசியல் கூட்டங்களில் கலந்துகொண்டு உரையாடினார் மார்த்தி. மார்க்ஸை அவர் சிறிதளவே வாசித் திருந்தார் என்கிறார் காஸ்ட்ரோ. அவருடைய படைப்புகளில் மார்க்ஸ் அதிகம் இடம்பெறவில்லை. 'ஏழைகள் பக்கம் அவர்

இருந்தார்; எனவே அவர் மரியாதைக்குரியவர்' என்று ஓரிடத்தில் குறிப்பிடுகிறார் மார்த்தி. மார்க்ஸின் தாக்கம் எந்த அளவுக்கு மார்த்தியிடம் இருந்தது என்று சொல்வது கடினம் என்கிறார் காஸ்ட்ரோ. தொழிலாளர் வர்க்கம் ஒருங்கிணைவது குறித்து மார்க்ஸ் கொண்டிருந்த அக்கறை, கம்யூனிஸ்ட் அகிலம் உருவாதல் ஆகியவற்றை நிச்சயம் மார்த்தி அறிந்திருப்பார். இவை பற்றிய விவாதங்கள் பெரும்பாலும் ஐரோப்பாவில் நடைபெற்றன. மார்த்தி இருந்தது முற்றிலும் வேறொரு கண்டத்தில் என்பதைச் சுட்டிக்காட்டுகிறார் காஸ்ட்ரோ.

காலனிகள் குறித்தும் காலனியாதிக்கம் குறித்தும் முதல் முறையாக விரிவாகச் சிந்தித்தவர் லெனின் என்கிறார் காஸ்ட்ரோ. ஆனால் அவருக்கு முன்பே மார்த்தி க்யூபப் புரட்சிகர கட்சியை உருவாக்கிவிட்டார் என்பதையும் காஸ்ட்ரோ குறிப்பிடுகிறார். ரஷ்யாவின் சுதந்தரத்துக்காக போல்ஷிவிக்குகள் போராடுவதற்கு முன்பே அதே வழியில் ஸ்பெயினின் ஆதிக்கத்தை ஆயுதப் போராட்டம்மூலம் முடிவுக்குக் கொண்டுவரும் நோக்கில் தனது கட்சியை மார்த்தி வளர்த்தெடுத்தார்.

ஆட்சியைக் கைப்பற்றியவுடன் க்யூபாவின் எதிர்காலம் எப்படியிருக்கவேண்டும் என்பது குறித்தும் தேசத்தை எப்படிக் கட்டுமானம் செய்யவேண்டும் என்பது குறித்தும் மார்த்தி சில தெளிவான சிந்தனைகளை வகுத்து வைத்திருந்தார் என்கிறார் காஸ்ட்ரோ. அனைவருக்குமான, அனைத்து நல்ல விஷயங்களுக்குமான ஒரு குடியரசு தேவை என்று நினைத்தார் மார்த்தி. அதில் க்யூபர்களுக்கு மட்டுமல்ல ஸ்பானியர்டுகளுக்கும் இடமிருக்கும். அவரும் அவருடைய ராணுவத் தலைவர் மாக்ஸிமோ கோமெஸும் இணைந்து கையெழுத்திட்ட ஒரு செயல்திட்டம் இந்தக் கனவை விவரிக்கிறது. மார்த்தியை ஒரு மார்க்சிஸ்ட் என்று அழைக்கமுடியாது என்கிறார் காஸ்ட்ரோ. 'ஆனால் அவர் தொழிலாளர் நலன்மீது அக்கறை கொண்டவராகவும் மார்க்ஸின் உயர்ந்த நோக்கங்களை மதிப்பவராகவும் திகழ்ந்தார்.'

இலக்கியத்தின் எல்லையைத் தாண்டி அரசியலுக்கும் லத்தின் அமெரிக்காவின் எல்லையைக் கடந்து அமெரிக்காவுக்கும் அவரால் சுலபமாகப் பயணம் மேற்கொள்ள முடிந்தது. அதனாலேயே லத்தின் அமெரிக்க இலக்கிய உலகமும் அரசியல் வட்டாரமும் இன்றும் மார்த்தியை தங்களுக்கு நெருக்கமானவராகவே உணர்கிறது.

மார்த்தி வரலாற்றின்மீது நம்பிக்கை வைத்திருந்தார். அடிமைத் தனத்தில் இருந்து மீளவேண்டுமானால் அடிமைப்பட்டிருக்கும் மக்கள் வரலாறு கற்கவேண்டும். ஸ்பெயினின் ஆதிக்கத்தில் இருந்து விடுபடவேண்டுமானால், இன்கா நாகரிகம் தொடங்கி இன்று வரையிலான வரலாற்றை லத்தின் அமெரிக்கா கற்றாக வேண்டும் என்றார் மார்த்தி. நமக்கான கிரேக்கத்தை நாமே உரு வாக்கிக்கொள்ளவேண்டும் என்றார் அவர். உழைக்கும் வர்க்கத் தின் விடுதலைக்காகப் போராடுபவர்கள் கவனிக்கவேண்டிய விஷயம் இது. தொழிலாளர்கள் முதலாளித்துவ ஆதிக்கத்தில் இருந்து விடுபடவேண்டுமானால் அவர்கள் வர்க்க வரலாற்றை வாசிக்கவேண்டும். அல்லது, வாசிக்குமாறு அவர்களைத் தூண்டவேண்டும்.

அமெரிக்க விரிவாக்கம் ஆபத்தானது என்று மார்த்தி கருதினார். இன்றும் இந்த விரிவாக்கம் வெவ்வேறு வழிகளில் தொடர்ந்து கொண்டிருப்பதைக் காண்கிறோம். உள்ளூர் மக்களை, உள்ளூர் சந்தையை, உள்ளூர் சிந்தனைகளைப் புறக்கணித்துவிட்டு திணிக்கப்படும் அயல்நாட்டு சிந்தனைகளை, சந்தையை மார்த்தி நிராகரித்தார். வளர்ச்சி என்பது அனைருக்கும் சமமாகப் பங்கிடப் பட்டுள்ளதா என்று பார்க்கச் சொன்னார் மார்த்தி. அடித்தட்டு மக்கள், ஏழைகள் புறக்கணிக்கப்படக்கூடாது என்பது அவர் கவலையாக இருந்தது. க்யூபா விடுவிக்கப்படும் முன்பே மார்த்தி கொல்லப்பட்டுவிட்டார். ஆனால் அவருடைய கனவுகள் மரித்துவிடாமல் பார்த்துக்கொள்ளவேண்டிய பொறுப்பு நமக்கு இருக்கிறது.

சோவியத் யூனியன், செஞ்சீனம் ஆகியவற்றின் வீழ்ச்சிக்குப் பிறகு தற்போது இடதுசாரிகளின் எஞ்சிய நம்பிக்கை நட்சத்திர மாகத் திகழ்வது லத்தின் அமெரிக்கா மட்டும்தான். அந்த வகையில், லத்தின் அமெரிக்காவின் தேசத் தந்தையாகத் திகழும் ஹொசே மார்த்தியையும் அவருடைய சிந்தனைகளையும் இடதுசாரிகள் இன்னமும் நெருக்கமாக ஆராயவேண்டியது அவசியமாகிறது. லத்தின் அமெரிக்க நாடுகளை ஒற்றை அடை யாளமாக, ஒரே லத்தின் அமெரிக்காவாக உருவகம் செய்த மார்த்தி நிச்சயம் இன்று நமக்குத் தேவைப்படுவார் என்றே தோன்றுகிறது.

★

ஜோதிராவ் புலே

19. கல்வி என்றொரு ஆயுதம்

முக்தாபாய் என்னும் பதினான்கு வயது சிறுமி எழுதிய கடிதத்தின் சில பகுதிகளை முதலில் படித்துவிடுங்கள்.

'. . . எங்களைவிட உயர்ந்தவர்கள் என்று தங்களை நினைத்துக் கொள்ளும், எங்களை வெறுக்கும் பிராமணர்களின் வாதத்தின் படி பார்த்தால் வேதம் என்பது அவர்களுக்குச் சொந்தமான ஒரு சொத்து. அவர்களுக்கு மட்டும்தான் வேதம் உரியது என்பது உண்மையானால் அது சர்வநிச்சயமாக எங்களுக் கானது இல்லைதான். ஓ, இறைவனே! உன்னுடைய உண்மை யான மதத்தை எங்களுக்குக் கற்றுக்கொடு. அதன்படியே வாழ நாங்கள் தயாராக இருக்கிறோம். ஒருவர்தான் உயர்ந்தவர் மற்றவர்கள் ஒன்றுமில்லாதவர்கள் என்பதாக இருக்கும் மதத்தை இந்த பூமியைவிட்டே அகற்றிவிடு. அப்படியொரு மதத்தைப் பெருமையாகக் கருதும் போக்கையும் அகற்றிவிடு.

. . . புனிதமான ஆடை என்று சொல்லி அணிந்துகொள்ளும் இந்த இரக்கமற்ற பிராமணர்கள், தாழ்த்தப்பட்டவர்கள் என்று முத்திரை குத்தப்பட்டதற்காகத் துயரப்படும் எங்களுக்காக ஒரு துளியாவது கருணை கொள்வார்களா? தீண்டத்தகாதவர்கள் என்பதால் எங்களுக்கு யாரும் வேலை கொடுப்பதில்லை. எங்களிடம் பணம் இல்லை. அதனால் எங்கள் துன்பங்களை நாங்கள் தாங்கிக்கொள்ளத்தான் வேண்டும். ஓ, படித்த பண்டிதர்களே, ஞானம் குறித்த உங்களுடைய சுயநலன்மிக்க பிதற்றல்களையெல்லாம் ஒதுக்கிவைத்துவிட்டு நான் சொல் வதை காது கொடுத்துக் கேளுங்கள்.

. . . எங்கள் பெண்கள் குழந்தைகள் பெறும்போது அவர்கள் வீட்டில் மேற்கூரை இருப்பதில்லை. குளிரிலும் மழையிலும் அவர்கள் எவ்வளவு வேதனைப்படுவார்கள் தெரியுமா! உங்களுடைய அனுபவங்களைக் கொண்டு இதை யோசித்துப் பாருங்கள். பிரசவத்தின்போது அவர்கள் நோய்வயப்பட்டால் மருத்துவம் பார்க்க அவர்களிடம் பணமா இருக்கிறது? பணம் பெற்றுக்கொள்ளாமல் இப்படிப்பட்டவர்களுக்கு வைத்தியம் பார்க்க மனிதத்தன்மை கொண்ட மருத்துவர் யாராவது உங்களிடம் இருக்கிறார்களா?

பிராமணக் குழந்தைகள் மங் மற்றும் மகர் குழந்தைகள்மீது கற்களை வீசினாலும், மோசமான முறையில் காயத்தை உண் டாக்கினாலும் அவர்கள் அமைதியாகத்தான் இருக்கவேண்டும். யாரிடமும் புகார்கூடச் சொல்லமுடியாது. ஏனென்றால் மிஞ்சி போன உணவுக்காக அவர்கள் பிராமணர்கள் வீட்டுக்குத்தான் பிச்சை எடுக்கப் போகவேண்டும். ஐயோ, கடவுளே! எத்தனை கொடிய வேதனை இது! இந்த அநீதி குறித்து மேற்கொண்டு எழுதினால் நான் வெடித்து அழுதுவிடுவேன். . .'

1855ல் இந்தக் கடிதம் எழுதப்பட்ட பிறகு முக்தாபாய்க்கு என்ன ஆனது என்பது தெரியவில்லை. கடிதத்தின் தொனி மற்றும் எழுதப்பட்ட முறையில் இருந்து முக்தாபாய் உறுதியும் தெளிவும் மிக்க ஒரு பெண் என்பது நமக்குத் தெரிய வருகிறது. 19ம் நூற்றாண்டு மகாராஷ்டிராவில் ஒரு பெண்ணாகவும் தீண்டத் தகாதவளாகவும் இருந்துகொண்டு துணிச்சலுடன் இப்படி ஒருவர் எழுதுவது என்பது உண்மையிலேயே அசாதாரணமானது தான்.

தீண்டக்காதவர்களுக்கும் பெண்களுக்கும் கல்வி தேவை யில்லை என்னும் கருத்தாக்கம் வலுவாக இருந்த காலகட்டம் அது. மகாராஷ்டிராவில் உள்ள மகர் பிரிவினர் இந்து மதத்தின் படிநிலை வரிசையில் அடித்தளத்தில் வைக்கப்பட்டிருந்தனர். அவர்களுடைய வாழ்நிலை எப்படியிருந்தது என்பதை 1900களின் தொடக்கத்தில் தி இம்பீரியல் கஸெட்டர் ஆஃப் இந்தியா நாக்பூர் மாவட்டம் குறித்து பதிவு செய்திருக்கும் ஒரு குறிப்பில் இருந்து தெரிந்துகொள்ளலாம். 'மொத்தமுள்ள மக்கள்தொகையில் மகர் கள் ஆறில் ஒரு பங்கு இருந்தனர். அவர்களில் பெரும் பகுதியினர் விவசாயிகளாகவும் தொழிலாளர்களாகவும் இருந்தனர். கிராமப் புற மகர்கள் இன்னமும் அசுத்தமானவர்களாகவே கருதப்பட்டு

வந்தனர். கிராமத்தின் கிணற்றிலிருந்து நீர் எடுக்க அவர்களுக்கு அனுமதியில்லை. இந்து குழந்தைகளுடன் அவர்களுடைய குழந்தைகள் ஒன்றாக அமர்ந்து கல்வி கற்கமுடியாது.'

பிற்போக்கான இந்தச் சமூகத்தைத் திருத்தமுடியாதா என்னும் ஏக்கத்தோடு பணியாற்றிய சீர்திருத்தவாதிகள் மத்தியில் ஜோதி ராவ் புலே (*11 ஏப்ரல் 1827 - 28 நவம்பர் 1890*) தனித்துவமிக்க ஒரு போராளியாகத் திகழ்கிறார். அங்கே, இங்கே என்று சில மாற்றங் களைக் கொண்டு வருவது போதாது, அனைத்து பிரச்னைகளுக்கு மான ஆணிவேரைத் தேடிப்பிடித்து கடுமையாகப் போரிட வேண்டும் என்றார் புலே. அவர் கண்டறிந்த அந்த ஆணிவேர், சாதிய ஒடுக்குமுறை. சமூகத்தில் ஒரு பிரிவினர் உயர் நிலை யிலும் ஏனையோர் கீழ்நிலையிலும் இருப்பதற்கான சித்தாந்த விளக்கத்தையும் தார்மிக நியாயத்தையும் சாதியம் அளிப்பதை அவர் கண்கூடாகக் கண்டார். ஏழை விவசாயிகளையும் தொழி லாளர்களையும் அடித்தட்டு மக்களையும் தீண்டத்தகாதவர் களையும் அவர்களுடைய சங்கிலிகளை உடைத்தெறிந்து விடுவிக்கவேண்டியது தன்னுடைய கடமை என்று வரிந்து கொண்டார். இதே காரணங்களுக்காக அவர் அம்பேத்கர், பெரியார் ஆகியோரோடு இணைத்து இன்று நினைவுகூரப்படுகிறார்.

ஜோதிராவின் தந்தை கோவிந்த்ராவ் புனேயில் ஒரு காய்கறி வியாபாரியாக இருந்தவர். மகாராஷ்டிராவில் உள்ள சதாரா என்னும் மாவட்டத்தில் இருந்து குடியேறிய குடும்பம் அவ ருடையது. கோவிந்த்ராவ் மற்றும் அவருடைய சகோதரர்கள் மலர் வியாபாரம் செய்துவந்ததால் புலே என்னும் பெயர் அவர்களுடன் ஒட்டிக்கொண்டது. ஜோதிராவுக்கு ஒரு வயது நிறைவடைவதற்குள் அவருடைய தாயார் இறந்துபோனார். ஆரம்ப கல்வியை மட்டும் முடித்துக்கொண்டு தன் தந்தைக்கு உதவி செய்ய வந்துவிட்டார் ஜோதிராவ்.

பதின்மூன்று வயது நிறைவடைவதற்குள் அவருக்குத் திருமண மும் முடித்து வைத்துவிட்டார்கள்.

ஜோதிராவின் அறிவுத் தேடலையும் புத்திசாலித்தனத்தையும் கண்டுகொண்ட ஒரு முஸ்லிம் ஆசிரியரும் ஒரு கிறிஸ்தவரும் தங்களுடைய நண்பரான கோவிந்த்ராவிடம் சென்று ஜோதி ராவைத் தொடர்ந்து படிக்கவைக்குமாறு கேட்டுக்கொண்டனர். *1841*ல் புனேயில் உள்ள ஸ்காட்டிஷ் உயர்நிலைப் பள்ளியில் சேர்ந்து

படித்தார் ஜோதிராவ். இங்குதான் சதாஷிவ பல்லால் கோவந்தே என்னும் பிராமண மாணவரின் நட்பு கிடைத்தது. வாழ்நாள் முழுவதும் இந்த நட்பு நீடித்தது. இவர்கள் இருவரும் ஒன்றிணைந்து தாமஸ் பெய்னின் தி ரைட்ஸ் ஆஃப் மேன் புத்தகத்தை விரும்பி வாசித்தார்கள். 1847ல் படிப்பை முடித்துக்கொண்ட ஜோதிராவ் புலே, அரசு உத்தியோகத்தை நாடிச் செல்லக்கூடாது என்று முடிவெடுத்தார்.

ஒரு நாள் பிராமண நண்பர் ஒருவரின் திருமணத்தில் கலந்துகொள்வதற்காகச் சென்றிருந்தார் ஜோதிராவ் புலே. மாப்பிள்ளை ஊர்வலமாகச் செல்லும்போது அவருடைய உறவினர்களின் மத்தியில் ஜோதிராவும் கலந்துகொண்டார். இதனை அவர்கள் கவனித்துவிட்டார்கள். மில் என்னும் தாழ்ந்த சாதியைச் சேர்ந்த ஒருவன் நம்மில் ஒருவராக வருவதா என்று சினம்கொண்ட அவர்கள் ஜோதிராவை அவமானப்படுத்தி விலக்கி வைத்தார்கள். கண்களில் அழுகையும் நெஞ்சம் முழுக்க கோபமும் பொங்க ஜோதிராவ் வீடு திரும்பினார். 1848ம் ஆண்டு நடந்த இந்தச் சம்பவத்தின்மூலம் சாதிய ஏற்றத்தாழ்வையும் மேலாதிக்கத்தையும் அவர் கண்கூடாக உணர்ந்துகொண்டார்.

மனிதர்களை மனிதர்களாக வாழவிடாத சாதிய ஒடுக்குமுறையைக் களைந்து சூத்திரர்களுக்கும் பெண்களுக்கும் தீண்டத்தகாதோருக்கும் விடுதலை வாங்கித் தருவதை லட்சியமாகக் கொண்டு ஜோதிராவ் புலே பணியாற்றத் தொடங்கினார். சாதியின் பெயரால் இழிவுபடுத்தப்பட்ட மக்கள் எஜமானர்கள் என்றும் உயர்ந்தவர்கள் என்றும் கடவுளுடன் உரையாடுபவர்கள் என்றும் தாம் கருதிவரும் மேல் சாதியினரை எதிர்த்துப் போராடவேண்டியது அவசியம்; இந்தச் சமமற்ற சமூக நிலைமையைச் சீர்திருத்தமுடியாது, புரட்சிகரமாக மாற்றியமைப்பது மட்டுமே விடுதலையை அளிக்கும் என்று புலே முடிவு செய்தார். இந்தப் போராட்டத்தில் ஒன்றுமற்ற நிராதரவான தாழ்த்தப்பட்ட மக்கள் எப்படி பலமிக்க, செழிப்பான உயர் சாதியினருடன் போராடமுடியும்? இந்தப் போரில் தாழ்த்தப்பட்ட மக்கள் பயன்படுத்தவேண்டிய ஆயுதம் என்ன?

ஏப்ரல் 1883ல் புலே எழுதுகிறார். 'கல்வி இல்லை என்றால் அறிவு இல்லை. அறிவு இல்லை என்றால் ஒழுக்கம் இல்லை. ஒழுக்கம் இல்லை என்றால் ஊக்கம் இல்லை. ஊக்கம் இல்லை என்றால் ஆக்கம் (செல்வம்) இல்லை. செல்வம் இல்லாததால்தான் சூத்

திரர்கள் தாழ்வுபடுத்தப்பட்டுள்ளார்கள். ஆக கல்வி இன்மையே இந்தச் சீர்கேட்டுக்கெல்லாம் காரணம்.'

புலே சுட்டிக்காட்டும் கல்வி என்பது பள்ளி, கல்லூரிகளில் இருந்து கிடைக்கும் புத்தக அறிவு மட்டுமல்ல. சமூகத்திடம் இருந்து நேரடியாகக் கற்கவேண்டும், தாம் தாழ்நிலையில் இருப்பது ஏன், அதற்கு யார் காரணம் என்பதையும் கண்டறியவேண்டும். ஜூலை 1881ல் வெளியான ஒரு மராத்தி நூலின் (இதன் தலைப்பை, விவசாயிகளின் சாட்டைவார் என்று மொழிபெயர்க்கலாம்) முன்னுரையில் புலே எழுதுகிறார். 'இந்த நூலை எழுதியதன் நோக்கம் இன்றைக்கு சூத்திர விவசாயிகள் முற்றிலும் சீரழிந்து கிடப்பதற்கு பல மத, அரசியல் காரணங்கள் உள்ளன. அவற்றில் சில காரணங்களைக் குறித்து விவாதிப்பதே இந்நூலின் நோக்கம்.

ஏறக்குறைய எல்லா அரசாங்கத் துறைகளும் பார்ப்பன அதிகார வர்க்கத்தினராலேயே ஆதிக்கம் செலுத்தப்படுகின்றன. அவர்களின் மத நடைமுறைகள் போலியானவையாக, ஒடுக்கும் தன்மையனவாக உள்ளன. இவ்வாறு பட் புரோகித வகுப்பால் சூத்திர விவசாயிகள் சுரண்டப்படுகின்றனர். பெரும்பாலான ஆங்கில (அரசாங்க) அதிகாரிகள் சோம்பலும் ஆடம்பரமும் ஆன வாழ்க்கையில் திளைத்துக் கிடக்கிறார்கள். இதனால் சூத்திர விவசாயிகள் பார்ப்பன அதிகார வர்க்கத்தினரால் மேலும் அதிகமாக சுரண்டப்படுகிறார்கள்... சூத்திர மக்கள் மேற்சொன்ன ஆதிக்கம் மற்றும் சுரண்டலில் இருந்து தம்மைக் காத்துக்கொள்ள வேண்டும் என்பதே என் விருப்பம்.'

புலேயைப் பொருத்தவரை கல்வி என்பது ஒரு வலுவான, புரட்சிகர ஆயுதம். பிராமணர்களின் ஆதிக்கத்தையும் இந்து மதத்தின் பிற்போக்குத்தனத்தையும் வீழ்த்துவதற்கான ஓர் அறிவாயுதம். தன் வாழ்நாள் முழுக்க புலே இந்த ஆயுதத்தையே பிரயோகித்தார். ஒருமுறை, புண்ணியம் என்பதன் சரியான விளக்கம் என்ன என்று கேட்கப்பட்டபோது புலே கீழ்வருமாறு பதிலளித்தார். 'நாம் மகிழ்ச்சியாக இருப்பதற்காக நம் சக மனித உயிர்களை உள ரீதியாகவோ உடல் ரீதியாகவோ வதைக்காமல் இருந்தால் அதுவே ஒரு புண்ணிய காரியம் ஆகும்.' ஆனால் இந்து மதமும் இதைத்தானே சொல்கிறது? 'மற்றவர்களுக்கு உதவுவது புண்ணியமானது. மற்றவர்களைத் துன்புறுத்துவது பாவ காரியம் என்கின்றன சாஸ்திரங்கள். இதைப் பற்றி என்ன சொல்கிறீர்கள்?' புலே அளித்த பதில் இது. 'இதுதான் உங்கள் சாத்திரங்கள்

கூறும் நெறி என்னும்போது ஏன் ஆரிய பார்ப்பனர்கள் சமூகத் தீட்டுகள் நிரம்பியவர்களாக இருக்கிறார்கள்? ஏன் மற்றவர்களிடம் இருந்து தம்மைப் பிரித்து வைத்துக்கொள்கிறார்கள்? ஏன் கிறிஸ்தவர்களையும், முகமதியர்களையும், சூத்திரர்களையும், ஆதிசூத்திரர்களையும் கண்டனம் செய்கிறார்கள்? ஏன் அவர்களை எல்லாவிதமான தொல்லைகளுக்கும் உட்படுத்துகிறார்கள்?'

சிந்தனை வேறு, செயல் வேறு என்று இருக்கும் பெரும்பாலானோர் மத்தியில் புலே ஒரே மாதிரி சிந்திப்பவராகவும் செயல்படுபவராகவும் இருந்தார் என்கிறார் கெயில் ஓம்வெட். பெண்கள் கல்வி கற்கவேண்டியதன் அவசியத்தை அவர் எழுதுவதோடு நிறுத்திக்கொள்ளவில்லை. தன் மனைவி சாவித்திரி பாய்க்கு தானே ஆசிரியராக இருந்து கல்வி கற்பித்தார். பெண்களுக்கான ஒரு பிரத்தியேகக் கல்விக்கூடத்தை சாவித்திரிபாய் தொடங்கி நடத்தும்வரை அவருக்கு உறுதுணையாக இருந்தார். இவர்களுக்குக் குழந்தையில்லை என்பது தெரிந்ததும் இன்னொரு திருமணம் செய்துகொள்ளுமாறு குடும்பத்தினரும் சமுதாயத்தினரும் புலேவை நிர்பந்தித்தபோது அதை ஏற்காமல் உறுதியுடன் இருந்தார்.

புலே ஏற்படுத்திய கல்விப் புரட்சியின் விளைவுகள் அவர் காலத்திலேயே வெளிப்படத் தொடங்கிவிட்டன என்பதற்கு நாம் தொடக்கத்தில் சந்தித்த முக்தாபாய் ஓர் உதாரணம். லட்சக்கணக்கான பிற தாழ்த்தப்பட்ட மக்களுக்குக்கிடைக்காத அறிவும் தெளிவான பார்வையும் போராட்ட குணமும் முக்தாபாய்க்கு கிடைத்தற்குக் காரணம் அவர் புலே நடத்திய பள்ளியில் படித்தது தான். அந்த வகையில் புலேயின் படைப்புகள் மட்டுமல்ல அவருடைய வாழ்க்கையுமேகூட நமக்கெல்லாம் ஒரு முன்னுதாரணமாகத் திகழ்கிறது. தாழ்த்தப்பட்ட பிரிவில் உள்ள பெண் குழந்தைகள் ஒவ்வொன்றும் முக்தாபாய்போல் பிரகாசிக்கும் அறிவு பெற வேண்டுமானால் புலேயை நாம் மீண்டும் மீண்டும் வாசிக்க வேண்டும், மீண்டும் மீண்டும் அனைவருக்கும் அறிமுகம் செய்ய வேண்டும். நம்மைச் சுற்றியுள்ள இருளைப் போக்கவேண்டுமானால் நாம் முதலில் செய்யவேண்டியது,நாம் இருளில் இருக்கிறோம் என்பதைப் புரிந்துகொள்வதும், ஒளியைப் பெறுவது அவசியம் என்பதை உணர்வதும்தான்.

20. அடித்தட்டு மக்களின் குரல்

பகுஜன் சமாஜ் கட்சியை நிறுவிய கன்ஷிராம் 1996ம் ஆண்டு புது டெல்லியில் ஒரு தொலைக்காட்சி நிருபரை ஒருமுறை அடித்து விட்டார். இதைத் தொடர்ந்து கன்ஷிராமின் கட்சியினர் வேறு சில மீடியா ஆள்கள்மீது தாக்குதல் தொடுத்தனர். இந்தச் செய்தி பத்திரிகைகளில் பரவலாக வெளிவந்தது. இங்கு கவனிக்க வேண்டிய விஷயம், எதனால் கன்ஷிராம் கோபமுற்றார் என்பதை யாராலும் தெரிந்துகொள்ள முடியவில்லை. கென்னத் ஜே கூப்பர் என்னும் வாஷிங்டன் போஸ்ட் டெல்லி நிருபருக்கு இது அதிர்ச்சியாக இருந்திருக்கிறது. கன்ஷிராம் தரப்பு குறித்து ஏன் பத்திரிகைகளில் எந்தச் செய்தியும் காணப்படவில்லை? அவர் செய்தது தவறே என்றாலும் அவர் தரப்பு என்றொன்று இருந்தாகவேண்டும் அல்லவா?

அவர் இறுதியாக வந்தடைந்த முடிவு இதுதான். தலித் தரப்பு நியாயம் என்பது இங்குள்ள பத்திரிகைகளில் வெளிவருவதே இல்லை. நமக்குக் கிடைப்பதெல்லாம் அவர்களுடைய எதிர் தரப்பினரின் நியாயங்கள் மட்டுமே. இன்னொன்றையும் கூப்பர் கண்டுபிடித்தார். தலித் மக்களின் குரலைப் பதிவு செய்ய மீடியா உலகிலேயே தலித் வகுப்பினர் யாரும் இல்லை.

தலித் மக்களின் வேதனைகளும் அவர்கள் அனுபவிக்கும் துயரங்களும் வெளிச்சத்துக்கு வரவேண்டுமானால் அவர்கள் கல்வி கற்றாகவேண்டும் என்று புலே அன்றே சொன்னதன் காரணம் இதுதான். உங்கள் குரல் கேட்கப்படவேண்டுமானால் நீங்கள் வலிமையானவராக இருக்கவேண்டும். அடிமைகளின்

குரல் கேட்கப்படமாட்டாது. எனவே, வலிமையற்றுக் கிடந்த தாழ்த்தப்பட்ட மக்கள் முதலில் கல்வியறிவு பெற்றாக வேண்டும். அவர்கள் கல்வி கற்கமுடியாமல் போனது ஏன் என்னும் காரணத்தை ஆராயப் புகும்போது மதத்தின் கோர முகத்தை புலே தரிசித்தார். இந்து மதத்தின்மீதும் பிராமணர்கள்மீதும் போர் தொடுக்காமல் தாழ்த்தப்பட்டவர்களுக்கு விடியல் கிடைக்காது என்னும் முடிவுக்கு அவர் வந்து சேர்ந்தார்.

புலேவின் சமூகப் பார்வையைச் சுருக்கமாக இப்படி விவரிக்கலாம். இந்தியாவின் இயற்கை வளமும் செழுமையும் மேற்குலக நாடுகளை ஈர்த்ததைப் போலவே ஆரியர்களையும் ஒருகாலத்தில் ஈர்த்திருக்கிறது. இங்கே படையெடுத்து வந்த ஆரியர்கள் பூர்வ குடிகளான மக்களை ராட்சசர்கள் என்று அழைத்து போரிட்டு வென்றனர். அமெரிக்க இந்தியர்கள்மீது மேற்கத்திய உலகம் செலுத்திய ஒடுக்குமுறைக்குச் சற்றும் குறைந்ததல்ல பூர்வ குடிகள்மீது ஆரியர்கள் செலுத்திய ஒடுக்குமுறை. மக்களைத் தன் பிடியில் வைத்துக்கொள்ள பார்ப்பனர்கள் விசித்திரமான புராணங்களையும் சாதிமுறையையும் அக்கிரமமான சட்டத்திட்டங்களையும் வகுத்தனர். சாதியப் படிநிலையில் தங்களை உயர்ந்த இடத்திலும் மற்றவர்களைத் தங்களுக்குக் கீழும் வைத்துக்கொண்டனர். அமெரிக்காவில் ஆப்பிரிக்கர்களை நிறத்தின் அடிப்படையில் பிரித்து வைத்ததைப்போல் இங்குள்ள மக்களைச் சாதியின் பெயரால் பிரித்துவைத்தனர். ஏமாற்று வேலைகள் மூலமும் மத மயக்கங்கள் மூலமும் இங்குள்ள மக்கள் வென்றெடுக்கப் பட்டனர்.

சூத்திரர்களையும் ஆதிசூத்திரர்களையும் (தலித்) சித்தாந்தரீதியில் ஒன்றுபடுத்தும் பணியில் புலே ஈடுபட்டு வந்தார் என்கிறார் கெயில் ஓம்வெட். இன்று புலேவை அதிகம் பின்பற்றுபவர்கள் தலித் பிரிவினர்தான் என்றாலும் தான் வாழ்ந்த காலத்தில் புலே, பகுஜன் சமாஜ் என்று இன்று அழைக்கப்படும் மத்திய மற்றும் கீழ்மட்ட சூத்திரர்களின் பிரதிநியாக, அவர்களுக்காகக் குரல் கொடுப்பவராக அறியப்பட்டிருந்தார். இன்று ஓ.பி.சி. பிரிவில் இடம்பெறும் மாலி என்னும் சாதியைச் சேர்ந்தவர் புலே.

புலே தனது சித்தாந்தத்தை அப்போது பிரபலமாகவும் வலிமையாகவும் இருந்த ஆரிய இன ஆதிக்கக் கருத்தியலின் அடிப்படையில் உருவாக்கிக்கொண்டார். வேதங்கள் ஐரோப்பாவுக்கும் இந்தியாவுக்கும் இடையில் ஒருவித ஆன்மிகத் தொடர்பை

ஏற்படுத்துகின்றன என்று ஐரோப்பியர்கள் (ஓரியண்டலிஸ்ட்ஸ்) அப்போது சொல்லிவந்தனர். பால கங்காதர திலகர் போன்றோர் இந்த வாதத்தைப் பயன்படுத்திக்கொண்டு, பிராமணர்கள் சமூகத் தில் உயர்ந்த நிலை வகிப்பதாக வியாக்கியானம் செய்து வந்தனர். ஹெகலின் இயக்கவியலை மார்க்ஸ் தலைகீழாகத் திருப்பிப் போட்டதைப்போல் புலே இந்த வாதத்தை அப்படியே தலை கீழாகத் திருப்பிப்போட்டார் என்கிறார் கெயில் ஓம்வெட்.

பிராமணர்கள் ஆதிக்கச் சக்திகளான இந்தோ ஐரோப்பியர்கள் வழிவந்தவர்கள் என்றார் புலே. அவர்கள் எந்தவகையிலும் சமூகத்தில் பிறரைவிட உயர்ந்தவர்களில்லை. மாறாக, ஒருவித சமத்துவ நிலை நிலவி வந்த சமூகத்துக்குள் ஊடுருவி, வன்முறை மற்றும் ஏமாற்றுத் தந்திரங்களைப் பயன்படுத்தியும் புராணங் களை அறிமுகப்படுத்தியும் ஒருசாராரை அடிமைப்படுத்தியவர் கள். அவர்களுடைய இதிகாசங்கள் பிறப்பு அடிப்படையிலான ஏற்றத்தாழ்வுகளையும் அடிமைத்தனத்தையும் நியாயப்படுத் தின. எனவே பிராமணர்களின் ஆதிக்கத்தை உடைத்தாக வேண்டும் என்றார் புலே.

கருத்து யுத்தத்தோடு நின்றுவிடாமல் ஒரு வலிமையான மக்கள் இயக்கத்தையும் புலே வளர்த்தெடுத்தார். உயர் சாதியினரின் மேலாதிக்கம் எங்கு நிலைபெற்றிருந்ததோ அங்கு தன் பிர சாரத்தை எடுத்துச்சென்றார் புலே. இதிகாசங்களிலும் புராணங் களிலும் தங்களை ஒப்படைத்துவிட்டு சரணடைந்துகிடந்த அடித்தட்டு மக்களிடம் நேரடியாக உரையாடிய புலே, அவர் களுடைய மூடநம்பிக்கைகளை உடைத்தெறிய அதே இதிகாசங் களையும் புராணங்களையும் பயன்படுத்திக்கொண்டார். உதா ரணத்துக்கு, விஷ்ணுவின் வெவ்வேறு அவதாரங்களை இந்தியா ஒவ்வொரு கட்டமாக அடிமைப்படுத்தப்பட்டதோடு ஒப் பிட்டார் புலே. இதிகாசங்கள் வெறுத்தொதுக்கிய ராட்சசர்களை, கதாநாயகர்களாக ஆக்கினார்.

மகாபலி என்று அழைக்கப்பட்ட பலி ராஜா அவர்களில் முக்கிய மானவர். இவர் மகாராஷ்டிராவின் மன்னர். சாதிகள் அற்ற, ஏற்றத்தாழ்வுகள் அற்ற, நியாயமான ஆட்சியை இவர் மக்களுக்கு வழங்கிவந்தார். கந்தோபா, ஜோதிபா, நைக்பா போன்ற புகழ்பெற்ற கடவுள்களை பலி ராஜா தனது அமைச்சர்களாக நியமித்துக்கொண்டிருந்தார். இதைக் கண்ட வாமனன் (விஷ்ணு) பலி ராஜாவிடம் சென்று மூன்றடி நிலம் கோரினார். பலி ராஜா

ஒப்புக்கொண்டார். வாமனன் முதல் இரு அடிகளை வானத்துக்கும் பூமிக்குமாக அகலமாக எடுத்து வைத்துவிட மூன்றாவது அடியை வைக்க இடமில்லாமல் போனது. பலி ராஜா தன் தலையை தாழ்த்திக்கொள்ள அங்கே கால் வைத்து அழுத்தி அவரை இல்லாது ஆக்கினார் வாமனன்.

ஆரியர்கள் எவ்வளவு தந்திரமானவர்கள் என்பதையும் நல்லாட்சியைக் குலைக்க அவர்கள் என்னவேண்டுமானாலும் செய்வார்கள் என்பதையும் எடுத்துக்காட்ட இந்தப் புராணக் கதையை புலே பயன்படுத்திக்கொண்டார். புலே எதிர்பார்த்தபடியே அவருடைய இந்தத் தந்திரம் மக்களிடையே மிகுந்த வரவேற்பைப் பெற்றது. பலி ராஜா மகாராஷ்டிராவின் கலாசார அடையாளமாக மாறிப் போனார். புலேயின் மறுவாசிப்பும் அவர் அளித்த புதிய விளக்கங்களும் அடித்தட்டு மக்களின் நம்பிக்கைகளை ஓரளவுக்கு மாற்றியமைத்தன. வேதக் கடவுள்களையும் பார்ப்பன பண்டிதர்களையும் நீக்கிவிட்டு வழிபாட்டு முறையையும் திருவிழாவையும் மக்கள் நடத்தத் தொடங்கினார்கள் என்று குறிப்பிடுகிறார் கெயில் ஓம்வெட். சாதியத்துக்கு எதிரான, புராணங்களுக்கு எதிரான, மேலாதிக்கத்துக்கு எதிரான புலேவின் மாற்றுக் கதையாடல்கள் பெற்ற வெற்றி இது.

ஆரியர்களைத் தொடர்ந்து இஸ்லாமியர்களும் பிரிட்டிஷாரும் இந்தியாமீது படையெடுத்து வந்தனர் என்றபோதும் அவர்களைக் காட்டிலும் ஆரியர்களின் தாக்கமே இங்கு அதிகம் என்றார் புலே. அரசு அதிகாரம், மதம் இரண்டையும் பயன்படுத்தி ஆரியர்கள் மக்களை அடிமைப்படுத்தினர். குறிப்பாக விவசாயிகள் பெரும் சுரண்டலுக்கு ஆளாயினர். காலனிய ஆட்சியின்போதும் பிராமணர்களின் ஆதிக்கம் குறையவில்லை. வரி விதிப்பு, நிலப் பறிமுதல் என்று ஒடுக்குமுறை தொடர்ந்தது.

புலே முன்வைத்த ஆரியப் படையெடுப்பு கருத்தாக்கத்தை இன்றைய தேதியில் ஒரு வரலாற்று உண்மையாகக் கொள்ளமுடியாது என்றபோதும் பல விஷயங்களில் அவரை ஒரு நவீனவாதியாக அடையாளம் காணமுடியும். முதலாவதாக, விவசாயிகளின் ஏழைமையையும் அவர்கள் சுரண்டலுக்கு ஆளான விதத்தையும் புலே தத்ரூபமாக விவரித்தார். நிலம் உபயோகப்படுத்தப்பட்ட முறையையும் பஞ்சங்களையும் அவர் ஊன்றி கவனித்தார். காட்டுவளங்களின் உபயோகம் குறித்து இன்றை சூழலியலாளர்கள் வெளிப்படுத்தும் கவலைகளை அன்றே பதிவு செய்தார்.

கலாசார ஆதிக்கம், பொருளாதார ஆதிக்கம் இரண்டையும் அவர் ஆராய்ந்தார். மக்களிடையே செல்வாக்கு பெற்றிருந்த சிந்தனை களையும் பிரதிகளையும் மதிப்பீடுகளையும் விரிவாக ஆராய்ந் தார். சமூக நீதி என்பது அடித்தட்டு மக்கள் உள்பட அனை வருக்கும் சமமானது என்று முழங்கினார்.

பார்ப்பனர்களின் சூழ்ச்சிகளுக்கு சுலபத்தில் அடிமையாகும் தாழ்த்தப்பட்ட மக்களை விமரிசிக்கத் தயங்கியதில்லை புலே. 'பார்ப்பனரின் (புனித) நூல்களில் அடங்கியுள்ள விஷயத்தை நேரடியாக சரி பார்க்காமலேயே, வாய்மொழியாக அவர்கள் பரப்பிவிடும் கட்டுக்கதைகளின் அடிப்படையில் அமைந்த சாதிப்பாகுபாடு என்னும் கேவலமான பேச்சை நீங்கள் ஏன் கண்ணை மூடிக்கொண்டு ஏற்றுக்கொள்கிறீர்கள்? இது சூத்திரர் களின் தரப்பில் இருக்கும் சுத்த பைத்தியக்காரத்தனம் ஆகும்.'

இன்னோரிடத்தில் புலே எழுதுகிறார். 'சூழ்ச்சிக்கார ஆரிய பார்ப் பனர்கள் சாதாரண மக்களிடமிருந்து தம் (புனித) வேதங்களை மறைத்து வைத்திருக்கிறார்கள். எனவேதான் அறியாமையில் இருக்கும் சூத்திரர்களும் ஆதிசூத்திரர்களும் வேதங்கள்மீது அநியாய மதிப்பும் மரியாதையும் காட்டி வந்திருக்கிறார்கள். பார்ப்பனர்கள் தம் வேதங்களை வெளிப்படைக்குக் கொண்டு வந்தால் மராத்தியில் (மக்கள் மொழியில்) அவற்றை மொழி பெயர்த்து, கிறிஸ்தவர்கள் தம் பைபிளை பரப்புவதுபோல், பொதுமக்களுக்கு பெரிய அளவில் கிடைக்கச் செய்தால்; கழைக் கூத்தாடி (சமூகத்து) பெண்கள்கூட சூழ்ச்சிக்கார ஆரிய பார்ப் பனர்களையும் அவர்களுடைய வேதங்களையும் எள்ளி நகை யாட தயங்க மாட்டார்கள் என நான் துணிந்து சொல்லுவேன்.'

தாழ்த்தப்பட்ட மக்களின் துயர வாழ்வைக் கண்டு மனம் கலங்கு கிறார் புலே. 'தம் துயரக் கதையை தம் நண்பர்களிடம் விவரிக்கை யில் உண்மையாகவே சூத்திரர்களின் மனசு விட்டுப் போகும். (அவர்களின் இதயங்கள் பிளந்துபோகும்). நான் பிறந்த நாள் நாசமாகப் போக! பிறந்த போதே நான் செத்திருந்தால் அது எவ்வளவோ நல்லதாக இருந்திருக்கும். நமது வீட்டுப் பெண்கள் படும் பாட்டை பார்க்கச் சகிக்கவில்லை என அவர்கள் நிச்சயம் சொல்வார்கள். ஒரு ஆடவன் தன் உடம்பில் ஏற்படும் கடுமையான வேதனையையும் தீரத்துடன் தாங்கிக்கொள்ள முடியும். ஆனால் தனக்கு வேண்டிய, நெருங்கிய உறவினர்களுக்கு நேரும் துயரத்தை தாங்கிக்கொள்வது மனித சக்திக்கு அப்பாற்பட்டதுதான்.

தன் உறவினரின் பரிதாப நிலையைக் கண்டு வேதனையாலும் அவலத்தாலும் அவர் பீடிக்கப்படுகிறார். ஆனால் இப்படிப்பட்ட இடர்ப்பாட்டில் இருந்து மீள உள்ளபடியே ஒன்றும் செய்ய முடியாத கையறு நிலையிலேயே ஏழை விவசாயிகள் இருக்கிறார்கள். அவர்கள் உண்ணும் உணவு எவ்வளவு சத்துக்குறைவும் சுவையற்றும் உள்ளது என்பதை நீங்கள் கற்பனை செய்து கொள்ளமுடியும்.'

ஒரு பிரிவினரின் இந்த ஏழைமைக்கும் மற்றொரு சிறு பிரிவினரின் செழுமைக்கும் உள்ள தொடர்பை அம்பலப்படுத்தினார் புலே. தாழ்த்தப்பட்ட அடித்தட்டு மக்களின் கையறு நிலையையும் அறியாமையையும் பார்ப்பனர்கள் பயன்படுத்திக்கொண்டனர் என்று சுட்டிக்காட்டுகிறார். பிரிட்டிஷார் ஒரு நடுநிலையான விசாரணையை நடத்தினால் பார்ப்பனர்களின் அயோக்கியத்தனமும் ஒடுக்கப்பட்ட மக்கள் அனுபவித்த கொடுமைகளும் ஒரே சமயத்தில் முழுமையாகத் தெரியவரும் என்றார் புலே. 'அன்றாட பிரச்னைகளிலும் நிர்வாக யந்திரத்திலும் பொது மக்களை பார்ப்பனர்கள் சுரண்டும் வழிமுறை பற்றி அரசாங்கம் இன்னமும் அறியவில்லை. இந்த அவசரப் பணியில் அரசாங்கம் அக்கறையுடன் கவனம் செலுத்தி பார்ப்பனர்களின் சதிகளுக்குக் கட்டுப்பட்டுள்ள மன ரீதி அடிமைத்தனத்தில் இருந்து பொது மக்களை விடுவிக்க எல்லாம்வல்ல இறைவனை வேண்டுகிறேன்.'

தாழ்த்தப்பட்டவர்கள் ஒருங்கிணைவதைத் தடுப்பதற்காக உண்டாக்கப்பட்ட ஏற்பாடே சாதியம். 'ஒரு புத்திசாலி பத்து அறியா மக்களைக் கட்டுப்படுத்திவிடமுடியும். அந்தப் பத்து பேரும் ஒன்றுபட்டால் புத்திசாலியை வெல்லலாம்.' இதை நன்கு புரிந்துகொண்ட பார்ப்பனர்கள், 'சாதியம் என்ற நாசகார கட்டுக்கதையை' உருவாக்கினார்கள்.

புராணங்களின் கட்டுக்கதைகளை மறுவாசிப்பு செய்யும்போது புலே ஓரிடத்தில் இவ்வாறு எழுதுகிறார். 'பிரம்மனின் மனைவி சாவித்திரி. அவள் இருக்கும்போது எதற்காக பிரம்மன் தன் வாயில் குழந்தையை வளரவிடுகிறான்?' இரணிய கசிபு கதையும் அவரிடம் இருந்து தப்பவில்லை. 'இரணிய கசிபை மறைவிலிருந்து கோழைத்தனமாகக் கொலை செய்த நரசிம்மனை காப்பாற்றத்தான், அவன் தூணிலிருந்து தோன்றினான் என்றெல்லாம் கதை அளந்தார்களோ? உண்மையான சமயக் கோட்பாடுகளைத் தன் மகன் பிரகலாதனின் பிஞ்சுமனதில் ஊட்ட முயன்ற

இரணிய மன்னனைக் கொலை செய்தது ஆதி நாராயணனின் அவதாரமே என்பது எவ்வளவு கேவலமான பொய்! ஒரு மகனுக்குத் தந்தை ஆற்றவேண்டிய கடமையைத்தானே இரணியகசிபு செய்தார்?' நியாயப்படி பார்த்தால், தந்தைக்கும் மகனுக்கும் இடையில் சமரசம் செய்தல்லவா வைத்திருக்க வேண்டும் அந்த நரசிம்மன்? 'இன்றைக்குப் பல அமெரிக்க ஐரோப்பிய மத போதகர்கள் பல இந்திய இளைஞரை கிறிஸ்த வத்துக்கு மதம் மாற்றியிருக்கிறார்கள். ஆனால் அவர்கள் யாரும் அப்படி மதம் மாறியோரின் அப்பாவை படுகொலை செய்யும் கீழ்த்தரத்துக்குத் தம்மை இறக்கிக்கொள்ளவில்லை.'

இன்னொரு சந்தர்ப்பத்தில், பரசுராமனுக்கு ஒரு பகிரங்கக் கடிதம் எழுதுகிறார் புலே.

பெறுநர்: *சிரஞ்சீவி பரசுராமன்*

தந்தை பெயர்: *ஆதி நாராயணன்*

இடம்: *எங்கும் பார்க்கலாம்*

அன்பு அண்ணன் பரசுராமன் அவர்களுக்கு,

பார்ப்பனர்களின் மூலமாக வெளிக்குக் காட்டப்படும் உங்கள் புகழ்பெற்ற மந்திர உச்சாடனங்களின் அற்புதங்களை நீங்கள் நேரடியாகவே காட்டி இந்த ஆங்கிலேயரையும் பிரெஞ்சாரையும் வாயடைத்துப் போகச் செய்ய வேண்டும். என்னைத் தவிர்க்கவோ என்னிடம் இருந்து தப்பிக்கவோ முயல வேண்டாம். இந்த அறிவிப்பு கண்ட நாளிலிருந்து ஆறு மாதத்துக்குள் தாங்கள் ஆஜராக வேண்டும். அப்போது நான் மட்டுமல்ல, உலகின் பல்வேறு நாடுகளின் மக்களும் உங்களை எங்கும் நிறைந்த ஆதிநாராயணனின் அதிகாரபூர்வ அவதாரம் என மதிப்போம்.

அப்படிக் காட்சியளிக்க தாங்கள் தவறினால் இந்த நாட்டின் மகார்களும் மாங்குகளும், சகலகலாவல்லவர்கள் என அழைத்துக் கொள்ளும் உங்கள் பார்ப்பன பக்தர்களை (இனத்தை) தெருவுக்கு இழுத்துப் போட்டு அவர்களின் உண்மையான லட்சணத்தை அம்பலப்படுத்தத் தயங்க மாட்டார்கள் என்பதை அன்புடன் அறியவும்.

இப்படிக்கு

தங்களைப் பற்றிய பிரச்சாரப் பெருமையின்
நிஜத்தை சோதிக்க விரும்பும்
ஜோதிராவ் கோவிந்தராவ் புலே

21. விடுதலைக்கு வழி

1851ம் ஆண்டு பெண்களுக்கான ஒரு பள்ளியைத் தோற்று வித்தார் ஜோதிபா புலே. அதற்கு முன்னதாக சுமார் 25 ஆண்டு களுக்கு முன்பு புனேயில் கிறிஸ்தவ மிஷினரிகள் ஒரு பெண்கள் பள்ளியை நிறுவியிருந்தனர். இதனால் தூண்டப்பட்டே புலே யும் தனது பள்ளியைத் தொடங்கியிருந்தார். புலே, அவர் மனைவி சாவித்திரி புலே இருவரும் அந்தப் பள்ளியைப் பல ஆண்டுகள் நடத்திவந்தனர். பிறகு வேறு ஒரு குழுவிடம் நிர்வாகம் ஒப்படைக்கப்பட்டது. மேலும் இரு பள்ளிகள் இதே போல் தொடங்கப்பட்டன. இது நடந்து ஓராண்டுக்குப் பிறகு மகர்கள், மாங்குகள் உள்ளிட்டவர்களுக்காக மற்றொரு பள்ளியை புலே ஆரம்பித்தார்.மேலும் இரு பள்ளிகளும் சேர்க்கப்பட்டன. ஆனால் இவற்றால் புலே திருப்தியடைந்து விடவில்லை. பெருமளவிலான பெண்களும் கல்வியறிவற்றவர்களும் இருக்கும்போது ஒன் றிரண்டு பள்ளிகளால் என்ன செய்துவிடமுடியும்?

படிப்பறிவற்றவர்கள் பெருகியிருப்பதற்கு யார் காரணம்? எப்படிப் பள்ளிகளை அதிகரிப்பது? எப்படி அவற்றில் தாழ்த்தப் பட்டவர்களுக்கு இடம் அளிப்பது? இந்தப் பள்ளிகளை யார் நிர் வகிக்கவேண்டும்? எப்படி நிதி ஒதுக்கப்படவேண்டும்? ஆரம்பக் கல்வியா, உயர் கல்வியா எது முக்கியம்? ஆசிரியர்கள் எந்தப் பிரிவைச் சார்ந்தவர்களாக இருக்கவேண்டும்? புலேயின் தனித்தன்மையும் புரட்சிகரமான அணுகுமுறையும் இந்தக் கேள்விகளுக்கு அவர் அளிக்கும் பதில்களில் இருந்து வெளிப் படுகின்றன.

'கல்வி ஆணையத்தின் கவனத்துக்கு ஓர் அறிக்கை' என்னும் பிரசுரத்தின் தொடக்கத்தில் புலே எழுதுகிறார். 'விஷயங்களை இந்த அளவு நெருக்கடிக்கு கொண்டு வந்ததற்கு ஓரளவு பொறுப்பு அரசாங்கத்தையே சாரும் என நியாயபூர்வமாகவே கூறலாம். உயர்படிப்புக்கு தாராள நிதிகளும் ஏராள வசதிகளும் வழங்கி, பொதுமக்களின் கல்வியைப் புறக்கணித்ததில் அவர் களின் உள்நோக்கங்கள் யாதாயினும், இந்த நிலை சரியில்லை என்பதை, பொது மக்களுக்கு நீதிகோரும் யாவரும் ஒத்துக் கொள்ளவே செய்வார்கள். உழவர்களின் உழைப்பில் இருந்தே இந்தியப் பேரரசின் நிதிகளின் பெருமளவு பெறப்படுகிறது. இது யாவரும் ஒத்துக்கொள்ளும் உண்மையாகும். உயர்ந்த, செல்வந்த வகுப்புகள் அரசு கருவூலத்துக்கு எதையும் வழங்குவதில்லை. அல்லது மிகவும் குறைவாக வழங்குகின்றன. விவரமறிந்த ஆங்கில எழுத்தாளர் ஒருவர் எழுதுகிறார்: உபரி லாபத்தில் இருந்து அல்ல முதலில் (மூலதனத்தில்) இருந்தே நம் வருமானம் எடுக்கப்படுகிறது. ஆடம்பரங்களில் இருந்து அல்ல, அதி அத்தி யாவசிய தேவைகளிடம் இருந்தே நம் வருமானம் பிடுங்கப்படு கிறது. பாவத்தின் கண்ணீரின் விளைவே அது.

'இவ்வாறு பெறப்படும் நிதியின் பெருமளவு உயர் வர்க்கங்களின் கல்விக்குத் தாராளமாக அரசாங்கம் செலவிடுகிறது. அத்துடன் இந்த வர்க்கங்களே அதனை அனுகூலமாக்கிக் கொள்கின்றன. இது எவ்வகையிலும் நீதியோ நியாயமோ அல்ல. எல்லா வகை யிலும் மேல்வகுப்பையே பேணுவதுதான் அவர்கள் நோக்கம்.'

மேல்சாதி வர்க்கங்களுக்கு மட்டுமே கல்வி என்னும் இந்தக் கொள்கையின் காரணமாக 20 கோடி மக்கள் புறக்கணிக்கப் படுவது எந்த வகையில் நியாயம்? இதன் தொடர்ச்சியாக இன் னொரு கேள்வியையும் எழுப்புகிறார் புலே. மேல் சாதியினரை யும் பணக்காரர்களையும் படிக்க வைத்ததன்மூலம் இந்த தேசம் சாதித்தது என்ன? சகமனிதர்களின் துயரைத் துடைக்க அவர்கள் செய்தது என்ன?

இதன் பலனை முழுக்க அனுபவித்தவர்கள் பார்ப்பனர்கள்தாம் என்கிறார் புலே. உயர் கல்வி படித்த பதவிகளில் அவர்களே அமர்ந்துகொண்டனர். 'குடியானவர்களின் நலன் இதயத்தில் இருந்தால், துஷ்பிரயோகங்கள் மலிவதைத் தடுப்பது ஒரு அரசாங்கத்தின் கடமை என்றால், அது ஒரு நாளும் இந்த ஏக போகத்தைக் குறுக்கிவரக் கடமைப்பட்டிருக்கிறது. அப்போது

தான் பொதுப்பணித்துறைகளில் மற்ற சாதியினரிலும் ஒரு பகுதியினரை அனுமதிக்கமுடியும்.'

ஆரம்பக் கல்வி என்பது அனைவருக்கும் கிடைக்கவேண்டும். அவ்வாறு கிடைக்குமாறு செய்யவேண்டியது அரசாங்கத்தின் கடமை என்பதைத் திட்டவட்டமாகச் சுட்டிக்காட்டுகிறார் புலே. தாழ்த்தப்பட்டவர்களுக்குக் கல்வி என்பது உபகாரம் அல்ல, அரசாங்கத்தின் கடமை. அரசாங்கம் கல்விக்காக அனைவரிட மிருந்தும் வரி வசூலிக்கிறது என்பதால் கல்வி வாய்ப்புகள் அனைவருக்கும் பொதுவாக அளிக்கப்படுவதே நியாயமான தாகும். பத்தில் ஒன்பது பங்கு கிராமம் நிறைந்திருக்கும் ஓரிடத்தில் கல்விக்கான வாய்ப்பு மறுக்கப்பட்டு பல லட்சம் குழந்தைகள் அவதிப்படுவதை அரசு எவ்வாறு புறந்தள்ள முடியும்? படித்த வகுப்பினரையே என்றென்றும் சார்ந்திருக்கும் படி தாழ்த்தப்பட்ட மக்கள் நீடிக்கவேண்டிய அவசியம் என்ன?

வறுமை எவ்வாறு கல்வி கற்கும் வழக்கத்தை ஒதுக்கி வைக்கிறது என்பதை புலே அதே பிரசுரத்தில் விவரிக்கிறார். விவசாயத்தை நம்பி வாழ்பவர்கள் 'பொதுவாக கல்வியை நாடுவதில்லை என்பது விதியாக இருக்கிறது. அவர்களின் குழந்தைகள் ஒரு சிலர் ஆரம்ப, நடுநிலைப் பள்ளிகளில் காணப்படுகிறார்கள். ஆனால் வறுமை முதலான காரணங்களால் அவர்களால் பள்ளிப்படிப்பைத் தொடரமுடியவில்லை. இவர்கள் தொடர்ந்து படிக்க எந்த சிறப்புத் தூண்டுதல்களும் இல்லை. எனவே இயல்பாகவே ஏதாவது உடலுழைப்பு அல்லது அதைப்போன்ற வேலை கிடைத்ததும் அவர்கள் நின்றுவிடுகிறார்கள். கிராமங்களிலும் பெரும்பான்மை விவசாய வகுப்புகள் தம் அதீத வறுமை காரணமாகவும், கால்நடை மேய்க்கவும் கழனிகளைக் கவனிக்கவும் தமக்கு குழந்தைகள் தேவைப்படுவதாலும் ஒதுங்கியே உள்ளன.'

எனில், என்ன செய்யவேண்டும்? பள்ளிக்கூடங்களை அதிகரித் தால் போதாது என்கிறார் புலே. 'உதவித் தொகைகள், அரை யாண்டு அல்லது ஆண்டுப் பரிசுத் தொகைகள் முதலிய வடிவில் சிறப்புத் தூண்டுதல்கள், சலுகைகள் மிகவும் அவசியம். அப் போதுதான் அவர்கள் தம் பிள்ளைகளை பள்ளிக்கு அனுப்ப ஊக்கம் பெறுவர். அதன்மூலம் குழந்தைகளின் படிப்பிலும் ஓர் ஆர்வத்தை உருவாக்கமுடியும். என் கருத்து என்னவென்றால், குறிப்பிட்ட வயது வரை, குறைந்தது 12 வயது வரையாவது பொதுமக்கள் ஆரம்பக்கல்வி பெறுவதை கட்டாயமாக்க

வேண்டும்.' புலே அவர் வாழ்ந்த காலத்தில் இப்படியொரு யோசனையை முன்வைத்தது வியப்பளிக்கக்கூடியது.

இடஒதுக்கீட்டுக்கு எதிராக இன்றும் முன்வைக்கப்படும் வாதங்களில் ஒன்று, அனைவருக்கும் சமமான வாய்ப்புகளை அளித்துவிட்டால் பிரச்னை தீர்ந்துவிடும் என்பதுதான். புலே இதனை மறுக்கிறார். கடுமையான ஏற்றத்தாழ்வுகள் நிலவும் ஒரு சமுதாயத்தில் அந்த ஏற்றத்தாழ்வுக்கான காரணத்தைக் கண்டறிந்து போக்காமல் சமமான வாய்ப்புகள் வழங்குவதால் ஒடுக்கப்பட்டவர்களுக்கு யாதொரு பயனும் இல்லை என்பது புலேயின் நிலைப்பாடு.

'இன்றைய கல்வி நிலையில் ஏழைகளும் படிப்பறிவற்றவர்களுமான மக்கள் மத்தியில் கல்வியை ஊக்குவிக்க அவர்களின் திறமையைப் பொறுத்து சலுகை அளிப்பது என்பது பொருந்தவே பொருந்தாது. ஏனெனில் கல்வி மீதான சுவையை, ஆர்வத்தை இன்னும் அவர்களுக்கு உருவாக்கவே இல்லை.' இத்தகைய சிறப்புச் சலுகைகளை ஓயாது அவர்களுக்கு வழங்கிக்கொண்டே இருக்கவேண்டும் என்று அவர் சொல்லவில்லை. 'அவர்களிடம் ஆர்வத்தை உருவாக்கிவிடும் வரைக்கும் மேலே சொன்னது போல அரசாங்கப் பள்ளிகளும் சிறப்புச் சலுகைகளும் அத்தியாவசியம்' என்று மட்டுமே வலியுறுத்துகிறார்.

இந்து மதத்தில் மட்டுமல்ல இஸ்லாமியர்களும்கூட கல்வியறிவு இல்லாததால் பின்தங்கியுள்ளதை புலே ஆதாரங்களுடன் எடுத்துக்கூறுகிறார். மேல்சாதிக் குழந்தைகள் முஸ்லிம் குழந்தைகளுக்கு அருகில் அமர்ந்து படிக்க மறுப்பதையும் முஸ்லிம்களுக்கென்று தனிப்பள்ளிகள் இல்லாததையும் புலே வருத்தத்துடன் குறிப்பிடுகிறார்.

ஆரம்பப் பள்ளிகளில் பார்ப்பனர்களே ஆசிரியர் பணியில் அமர்ந்திருப்பதை புலே விமரிசிக்கிறார். விவசாயப் பின்னணி கொண்டவர்கள் ஆசிரியர்களாகும்போது அவர்களால் தாழ்த்தப்பட்ட மாணவர்களுடன் சுலபமாக ஒன்றிணையமுடியும், அவர்களுடைய தேவைகளைப் புரிந்துகொள்ளமுடியும், அவர்கள் வளர்ந்து என்ன செய்யவேண்டும் என்பதையும் போதிக்க முடியும். தவிரவும், 'தேவைப்பட்டால் ஏர் பிடிக்கவோ தச்சரின் உளியைப் பிடிக்கவோ அவர்கள் வெட்கப்படமாட்டார்கள்.' ஆசிரியர்களை ஊக்குவிக்கும் வகையில் அவர்களுடைய சம்பளம் உயர்த்தப்படவேண்டும், அதிக எண்ணிக்கையில் மாண

வர்களைத் தேர்ச்சி பெற வைப்பவர்களுக்கு கூடுதல் சன்மானம் வழங்கப்படவேண்டும் என்றும் புலே கேட்டுக்கொண்டார்.

எப்படிப்பட்ட பாடங்கள் மாணவர்களுக்குப் போதிக்கப்பட வேண்டும் என்பது குறித்தும் புலே சில கருத்துகள் கொண்டிருந்தார். 'எண், எழுத்து இரண்டையும் எழுதப் படிக்க பழக வேண்டும். கணக்கு, பொது வரலாறு, பொது புவியியல், இலக்கணம் ஆகியவற்றில் தொடக்கநிலை அறிவு. விவசாயத்தில் தொடக்கநிலை அறிவு. சுகாதாரம் மற்றும் நீதிநெறிகளில் சில பாடங்கள்.' சிற்றூர்களில் போதிக்கப்படும் பாடங்கள் நகரப் பள்ளிகளைவிட குறைவாக இருக்கவேண்டும். குறைவு என்பது பாடத்தின் அளவில்தானே ஒழிய தரத்தில் அல்ல.

புலே முன்வைக்கும் மேலும் சில யோசனைகள். தகுந்த ஆய்வாளர்களால் பள்ளிகள் தொடர்ந்து கண்காணிக்கப்பட வேண்டும், இதனை வெறுமனே சடங்கு போல் செய்யக்கூடாது. உள்ளூர் வரித் தொகையின் சரி பாதியை ஆரம்பக் கல்விக்கு ஒதுக்கவேண்டும். எல்லா நகராட்சிகளும் தம் எல்லைக்குள் இருக்கும் எல்லா ஆரம்பப் பள்ளிகளையும் பராமரிக்குமாறு சட்டம் இயற்றவேண்டும்.

புலே தனியார் கல்வியைத் திட்டவட்டமாக எதிர்க்கிறார். 'இன்னும் நீண்ட காலத்துக்கு கல்வி அமைப்பு முழுவதும் நிர்வாக அளவிலும் செயல்பாடு அளவிலும் அரசாங்கத்தின் கைகளிலேயே இருத்தல் வேண்டும். உயர்கல்வி, ஆரம்பக்கல்வி இரண்டையுமே ஊட்டி வளர்ப்பதும் கவனிப்பதும் தேவை. அரசாங்கம்தான் அத்தகைய கவனிப்பை வழங்க முடியும்.'

ஆங்கில வழிக்கல்வியே உயர்வானது என்னும் கருத்தாக்கம் பரவியிருந்த காலத்தில், பிரிட்டிஷ் ஆட்சியின்கீழ் இந்தியா அடிமைப்பட்டுக் கிடந்த சமயத்தில் புலே மராத்தி வழி கல்வியை உயர்த்திப் பிடித்தது ஆச்சரியமளிக்கக்கூடியது. (அடித்தட்டு) மக்கள் மொழியில் அவர்களுக்குப் பயன்படும் வகையில் பாடத் திட்டங்கள் அமைக்கப்படவேண்டும் என்னும் அவர் வேண்டுகோள் இன்றும் கவனத்தில் கொள்ளப்படவேண்டியது.

தாழ்த்தப்பட்டவர்கள் விழித்தெழுவதற்கு எவ்வாறு கல்வியை புலே முன்னிறுத்தினாரோ அதே போல் பெண்கள் விடுதலைக்கும் அவர் கல்வியையே முன்நிபந்தனையாக நிறுத்தினார். புலேயின் போராட்டங்களில் ஒரு முக்கியப் பகுதியாக பெண்

விடுதலை திகழ்ந்தது. வன்முறை மற்றும் ஆதிக்கத்தைப் பயன்படுத்தி சில சாதியினர் அடிமைப்படுத்தப்பட்டதைப் போலவே பெண்களும் அடிமைப்படுத்தப்பட்டனர் என்றார் புலே. பிற்காலத்தில் சில பெண்ணியவாதிகளின் தாக்கத்துக்கு உள்ளான பிறகு பெண்கள் குறித்த புலேயின் பார்வை இன்னமும் கூர்மையடைந்தது என்கிறார் கெயில் ஓம்வெட்.

பெண்கள் அடிமைப்பட்டதற்குக் காரணம் ஆண்வழிமரபுச் சமூகமே என்பதை புலே உணர்ந்துகொண்டார். இந்த விஷயத்தில் பிராமணப் பெண்களுக்கும் சூத்திரப் பெண்களுக்கும் இடையில் எந்த வேறுபாடும் இல்லை என்பதையும் அவர் கண்டுகொண்டார். பிராமண சமூகம் சூத்திரர்களை மட்டுமல்ல தமது சமூகத்துப் பெண்களையும் சேர்த்தே ஒடுக்குகிறது. அதேபோல் ஒரு சூத்திர ஆண் தன் மனைவி பதிவிரதையாக இருக்கவேண்டும் என்றும் தனக்கு சேவகம் செய்யவேண்டும் என்றும் எதிர்பார்க்கிறான். ஆக இருவருமே இரட்டை வேடம் போடுபவர்களாக இருக்கிறார்கள்.

புலே மத நம்பிக்கையற்றவர் அல்லர். கடவுள் ஒருவர் உண்டு என்பதை ஏற்பவர். சர்வஞனிக் சத்ய தர்மா என்னும் தன் நூலில் அவர் தனது நம்பிக்கை குறித்து உரையாடுகிறார். இந்தப் புத்தகம் போக அவர் எழுதி வெளிவந்த நூல்கள் இரண்டு. முதலாவது, சாதியம் குறித்து விவாதிக்கும் 'குலாம்கிரி'. இரண்டாவது, விவசாயிகள்மீதான ஒடுக்குமுறையை விவரிக்கும் 'ஷேத்கர்யகா ஆசுத்'. இவை போக கவிதைகள், தர்க்க ரீதியிலான உரையாடல்கள், கடிதங்கள், பிரசுரங்கள் ஆகியவையும் அவருடைய படைப்புகளின் கீழ் இடம்பெறுகின்றன.

தீவிரமாகவும் கடுமையாகவும் புலே மேற்கொண்ட பிராமண எதிர்ப்பு குறித்து ஒரு விஷயத்தை இங்கே தெளிவுபடுத்த வேண்டும். சூத்திரர்களை அடிமைப்படுத்தியவர்கள், மேலாதிக்கத்தை நிலைநாட்டியவர்கள் என்று வகையில் அவர்கள்மீது பல்வேறு குற்றச்சாட்டுகளை புலே சுமத்தினாலும், பிராமணர்கள் தவிர்க்கவியலாதபடிக்கு தீங்கானவர்கள் என்று புலே கருதவில்லை. அதாவது, ஒருவன் பிராமண குலத்தில் பிறந்துவிட்டதாலேயே அவன் தீங்கானவனாகத்தான் இருக்கவேண்டும் என்பதல்ல அவருடைய மதிப்பீடு. 'தங்களுடைய போலியான புனித நூல்களைத் தூக்கியெறிந்துவிட்டு, அனைவரும் சமம் என்று அவர்கள் கருதுவார்களேயானால், உண்மையாக அவர்

கள் நடப்பார்களேயானால் அனைத்து ஆண்களும் பெண்களும் ஆரியர்களின் நலனுக்காகக் கடவுளை வேண்டிக்கொள்வர்.'

புலே அவர் வாழ்ந்த காலத்தில் மகாராஷ்டிரத்தைத் தாண்டி அறியப்பட்டிருக்கவில்லை. அவர் எழுதியது மராத்தியில் என்பதால் இந்தியாவிலேயே அவர் நீண்ட காலத்துக்கு அறியப்படாதவராகவே இருந்தார். அவர் யாருக்காக எழுதி வைத்தாரோ அவர்கள் கல்வியறிவு பெறாதவர்களாக இருந்ததால் புலேயின் படைப்புகள் பரவலாக அறிவுதளத்துக்குக் கொண்டுசெல்லப் படவில்லை. அவர் யாரை எதிர்த்தாரோ அவர்களிடம் கல்வியறிவு இருந்தது. ஆனால் புலேவின் எழுத்துகளை மக்களிடம் கொண்டுசெல்லவேண்டிய கடமை அவர்களுக்கு இல்லை.

கெயில் ஓம்வெட் மற்றொரு காரணத்தைக் குறிப்பிடுகிறார். புலேயை தலித் பிரிவினரேகூட புறக்கணித்ததற்குக் காரணம் அவர் எந்தவொரு குறிப்பிட்ட சாதியையும் சார்ந்திருக்கவில்லை என்பதுதான். எனவே அவரைத் தூக்கி நிறுத்தவும் அவர் படைப்புகளைக் கொண்டாடவும் குறிப்பிட்ட சாதிப் பிரிவினர் யாரும் முன்வரவில்லை. பிற்காலத்தில் அம்பேத்கர், தனது ஆசான்களில் ஒருவராக புலேயை முன்மொழிந்தார் என்றபோதும் அவரிடமும்கூட புலேயின் தாக்கத்தை அதிகம் காண முடியவில்லை என்கிறார் ஓம்வெட்.

மதத்தின் பெயரால், சாதியின் பெயரால் ஒரு பிரிவினரை ஒடுக்கும் வழக்கம் இன்றும் தொடர்ந்துகொண்டிருக்கிறது. வகுப்புவாத மோதல்கள் இன்னமும் முடிந்தபாடில்லை. தீண்டாமை இன்னமும் ஒழிந்துவிடவில்லை. கல்வியறிவு அனைவருக்கும் கிடைத்துவிடவில்லை. பெண்கள் இன்னமும் சமத்துவத்தை எட்டிப்பிடித்துவிடவில்லை. முக்தாபாய் சொன்னதுபோல், மிஞ்சிய சோற்றுக்காக முதுகை வளைத்து மேல் சாதியினரிடம் கைநீட்டி நிற்கும் நிலை மறைந்துவிடவில்லை. எனவே, புலே இன்றும் தேவைப்படுகிறார். அதிகாரம், கல்வி, அறிவியல் மூன்றையும் தாழ்த்தப்பட்ட பிரிவினரும் ஒடுக்கப்பட்டவர்களும் கைகொள்ளவேண்டும் என்றார் புலே. இந்த மூன்றையும் மூன்று ஆயுதங்களாகக் கருதவேண்டும் என்றும் அவர் முழங்கினார். அவர்கள் மட்டுமல்ல, ஒடுக்கப்பட்டோரின் விடுதலையை லட்சியமாகக் கொண்டுள்ள ஒவ்வொருவரும் தரித்திருக்கவேண்டிய ஆயுதங்கள் இவை.

அம்பேத்கர்

22. 'இந்துக்களின் தோட்டத்தில் ஒரு நச்சுப் பாம்பு'

இந்து மதத்தைச் சீர்திருத்தவேண்டும் என்னும் விருப்பத்துடன் தொடங்கப்பட்ட ஜாத்-பட்-தோடக் மண்டல் தன் வாழ்நாளின் மிகப் பெரும் தவறொன்றை 1936ம் ஆண்டு இழைத்தது. ஆரிய சமாஜத்தின் ஒரு கிளையான இந்த அமைப்பு, லாகூரில் நடக்க விருந்த கருத்தரங்குக்குத் தலைமை தாங்கும்படி அம்பேத்கரைக் கேட்டுக்கொண்டது. 'நீங்கள் மாபெரும் சிந்தனையாளர். உங்கள் அளவுக்கு சாதிப் பிரச்னையைப் பற்றி ஆராய்ந்தவர் வேறு யாருமில்லை. சாதி அமைப்பு எந்த மதக் கருத்துகளின் அடிப் படையில் அமைக்கப்பட்டுள்ளதோ அந்த மதக் கருத்துகளை அழித்தொழிக்காமல் சாதியை ஒழிப்பது சாத்தியமில்லை என்ற உங்கள் புதுக்கருத்தை விவரமாக அறிய ஆவலாக உள்ளேன்.' என்று மண்டலின் செயலாளர் அம்பேத்கருக்கு கடிதம் எழுதினார்.

தொடக்கத்திலேயே அம்பேத்கர் மறுத்துவிட்டார். அதற்கான காரணத்தையும் அவரே பதிவு செய்திருக்கிறார். 'பொதுவாக சாதி இந்துக்கள் நடத்தும் எந்த நிகழ்ச்சியிலும் நான் கலந்து கொள்வதில்லை. சமூகச் சீர்திருத்தம் பற்றிய அவர்களின் நிலைப் பாட்டுக்கும் என் நிலைப்பாட்டுக்கும் ஒத்துப்போவதில்லை. எனவே அவர்களுடன் சேர்ந்து இயங்குவது கடினமாக உள்ளது.'

ஆனால் அம்பேத்கரின் மறுப்பை மண்டல் ஏற்கவில்லை. தனது பிரதிநிதி ஒருவரை மும்பைக்கு அனுப்பி வைத்து அம்பேத்கரைத் தனிப்பட்ட முறையில் மரியாதையுடன் மீண்டுமொருமுறை வர வேற்றார்கள். அம்பேத்கரும் தலைமை தாங்க ஒப்புக்

கொண்டார். அவர்களுடைய விருப்பத்துக்கிணங்க தனது தலைமை உரையை அம்பேத்கர் முன்கூட்டியே அவர்களுக்கு அனுப்பிவைக்கவும் செய்தார்.

பிரச்னை ஆரம்பமானது. 22 ஏப்ரல் 1936 அன்று ஜாத்-பட்-தோடக் மண்டலைச் சேர்ந்த ஹர் பகவான் என்பவர் அம்பேத்கருக்கு எழுதினார்.

'...உங்கள் உரையின் இறுதிப் பகுதி எங்களுக்குக் கிடைத்ததும் அது மிக நீண்டு இருப்பது கண்டு நாங்கள் அதிர்ச்சி அடைந் தோம். அவ்வளவையும் வெகு சிலரே படிக்க முடியும் என்பதே எங்கள் அச்சத்துக்குக் காரணம். மேலும் அதில் நீங்கள், இந்து சமூகத்தில் இருந்து வெளியேறத் தீர்மானித்துவிட்டதாகவும் ஒரு இந்து என்ற முறையில் அதுவே உங்கள் கடைசி உரையாக இருக்கும் என்றும் பல இடங்களில் குறிப்பிட்டிருக்கிறீர்கள். வேதங்கள் முதலான இந்துக்களின் புனித நூல்களின் அறத் தன்மையையும் அறிவார்ந்த தன்மையையும் அநாவசியமாகத் தாக்கியுள்ளீர்கள். இந்து மதத்தின் சட்டப் பகுதியை விஸ்தார மாக ஆராய்கிறீர்கள். எடுத்துக்கொண்ட பிரச்னையுடன் இது எவ்விதத் தொடர்புமற்றது. சில பகுதிகள் முற்றிலும் தலைப் புக்குப் பொருத்தமற்றதாகவும் சம்பந்தமற்றதாகவும் இருக் கிறது...

'...மேற்சொன்ன பகுதிகளை நீக்கிவிடுங்கள்... அனாவசியமாகத் தூண்டிவிடும் விதமாக உரையை அமைப்பது அறிவுடைமை யாகப்படவில்லை.

'...உரையை முழுசாகத்தான் பதிப்பிக்க முடியும் என்று இன்னமும் நீங்கள் வற்புறுத்தினால் அது சாத்தியப்படாது என்று மிக்க வருத்தத்துடன் கூறுகிறோம்.

'...சாதியமைப்பைப் பற்றிய உங்கள் உரை இதுவரை எழுதப் பட்டவற்றிலேயே மதிப்புமிக்கது, அதை எழுதியதன்மூலம் எங்கள் மனத்தில் அழியாத இடம்பெற்றுவிட்டீர்கள் என் பதையும் நாங்கள் கூறவேண்டும். இதைத் தயாரிப்பதில் உங்க ளுக்கு ஏற்பட்ட சிரமங்களுக்கெல்லாம் என்றென்றும் நன்றிக் கடன் பட்டுள்ளோம்.'

நான்கு தினங்கள் கழித்து அம்பேத்கர் பதில் அனுப்பினார்.

'...நானும் என் பதிலைக் கூறியாகவேண்டும். சந்தர்ப்பத்துக்கு தகுந்த மாதிரி என் உரையைக் கத்தரித்தே ஆகவேண்டுமென மண்டல் வற்புறுத்தினால் நானும் கருத்தரங்கை ரத்து செய்யவே கூறுவேன்.

'...என் முடிவு உங்களுக்குப் பிடிக்காமல் போகலாம். ஆனால் தன் உரையைத் தயாரிப்பதற்கு ஒவ்வொரு தலைவருக்கும் உரிமை உண்டு. மாநாட்டில் தலைமை தாங்கும் கௌரவத்துக்காக அந்த உரிமையை விட்டுத்தர என்னால் முடியாது.'

படிக்க கஷ்டமாக இருக்கும் என்று மண்டலால் தீர்ப்பளிக்கப்பட்ட, மாற்றியெழுதுங்கள் என்று அறிவுறுத்தப்பட்ட அந்த நீண்ட உரையை அம்பேத்கர் தானே ஒரு தனி நூலாக வெளியிட்டார். Annihilation of Caste என்று ஆங்கிலத்திலும் சாதி ஒழிப்பு என்று தமிழிலும் வெளிவந்த அம்பேத்கரின் புகழ்பெற்ற அந்த நூல் குஜராத்தி, தமிழ், மராத்தி, இந்தி, பஞ்சாபி, மலையாளம் என்று பரவலாக அவர் காலத்திலேயே மொழிபெயர்க்கப்பட்டு கடும் சர்ச்சைகளையும் வரவேற்பையும் ஒருசேர ஈர்த்தன. மண்டல் அமைப்பினரும் அம்பேத்கரும் பரிமாறிக்கொண்ட கடிதங்கள் இந்நூலின் தொடக்கத்தில் தொகுக்கப்பட்டுள்ளன.

மண்டலுக்கு பதிலளிக்கும் ஒரு கடிதத்தில் அம்பேத்கர் ஓரிடத்தில் எழுதுகிறார். 'சாதியை ஒழிக்க மிகச் சிறந்த வழி என நான் கண்ட முடிவு (உங்களுக்குத்) திகைப்பூட்டுவதாகவும் வேதனை அளிப்பதாகவும் இருக்கலாம். என் ஆய்வுமுறை தவறானது என்று சொல்ல உங்களுக்கு உரிமை உண்டு. ஆனால் சாதியின் பிரச்னைகளை அலசும் உரையில் சாதியை எப்படி ஒழிக்க முடியும் என்பது பற்றி வெளிப்படையாக நான் விவாதிக்கக் கூடாது என்று நீங்கள் சொல்லமுடியாது.'

இன்னோரிடத்தில் எழுதுகிறார். 'நான் இந்துக்களை விமரிசித்து இருக்கிறேன். இந்துக்களால் பூஜிக்கப்படுகிற மகாத்மாவின் மேலாண்மையை மறுத்திருக்கிறேன். இந்துக்கள் என்னை வெறுக்கிறார்கள். அவர்களுடைய தோட்டத்தில் உள்ள நச்சுப் பாம்பாக என்னை அவர்கள் பார்க்கிறார்கள். அப்படி இருக்க, மரியாதை மிக்க இந்தப் பொறுப்பை ஏற்கும்படி என்னை அழைத்தது ஏன் என்ற அரசியல் அறிவுள்ள இந்துக்கள் கேட்கப்போகும் கேள்விக்கு மண்டல்காரர்கள் விளக்கம் தந்தாக வேண்டும்.'

சாதி அமைப்பின் தோற்றுவாய், வளர்ச்சி, சமூகத்தில் அது செலுத்தும் தாக்கம், அதனால் பெரும் பிரிவு மக்கள் அனுப விக்கும் தீங்குகள் என்று விரிவாக ஆராயும் அம்பேத்கர், சாதியின் அடித்தளத்தை நேரடியாகவே தாக்குகிறார். ‘உங்களுடைய சமூக அமைப்பை மாற்றினாலொழிய நீங்கள் முன்னேறவே முடியாது என்பதே என் கருத்து. தாக்குதலுக்கோ தற்காப்புக்கோ மக்களை ஒன்று திரட்ட உங்களால் முடியாது. சாதி என்கிற அஸ்திவாரத்தின்மேல் எதையுமே உங்களால் கட்ட முடியாது. ஒரு தேசத்தை உங்களால் உருவாக்க முடியாது. உயர்ந்த ஒழுக்க நெறிகளையும் உருவாக்க முடியாது. சாதியை அடிப்படையாகக் கொண்டு நீங்கள் உருவாக்குகிற எல்லாமே உருக்குலைந்து போகும். முழுமை அடையாது.’

ஒரு காட்டுச்செடியைப் போல் சுயமாக முட்டி மோதி வளர்ந்து உச்சத்தைத் தொட்ட பீம்ராவ் ராம்ஜி அம்பேத்கரின் (*14 ஏப்ரல் 1891 - 6 டிசம்பர் 1956*) வாழ்க்கை தேவதைக் கதைகளை ஒருவருக்கு நினைவுபடுத்தக்கூடும். தீண்டப்படாத சமூகத்தைச் சேர்ந்த ஒருவர் இந்த அளவுக்கு உயர்ந்து நிற்பதும் இந்த அளவுக்கு தீர்க்கத்துடன் போராடுவதும் சாத்தியம்தானா என்னும் வியப்பையும் அச்சத்தையும் நம்பிக்கையையும் ஒருசேர அவரால் பல தரப்பினருக்கு அப்போது ஏற்படுத்தமுடிந்தது. தனது சொந்த அனுபவங்கள் மூலமாகவும், அடித்தட்டு மக்களின் வாழ்வியல் ஏற்படுத்திய அதிர்ச்சிகளாலும், விரிவான வாசிப்பின் வாயிலாகவும் அம்பேத்கர் தனது உலகக் கண்ணோட் டத்தை உருவாக்கிக்கொண்டார்.

செயற்பாட்டாளர், அரசியல் தலைவர், சமூக விஞ்ஞானி, பொருளாதார அறிஞர், சட்ட வல்லுநர் போன்ற எண்ணற்ற அடையாளங்களைத் தாண்டி அவர் அடிப்படையில் ஓர் அறிவு ஜீவியாகவும் திகழ்ந்ததால் எதொன்றையும் நுணுக்கமாகவும் விஞ்ஞானபூர்வமாகவும் அணுகி ஆராயும் போக்கு அவரிடம் இருந்தது. அவரது படைப்புகளிலும் செயல்பாடுகளிலும் இந்தப் போக்கு இறுதிவரை இடம்பெற்றிருந்தது.

இதனாலும்கூட அம்பேத்கர் பல சமயங்களில் எளிதாகப் புரிந்து கொள்ளமுடியாத, சுலபமாகத் தொகுத்துக்கொள்ள முடியாத ஒரு சிந்தனையாளராக இருக்கிறார். ஜோதிராவ் புலே, பெரியார் போன்றவர்களிடம் இருந்த எளிமையான, நேரடியான கருத்துப் பரிமாற்ற முறை இவரிடம் இல்லாததற்குக் காரணம் இவர் ஒரே

சமயத்தில் பல அறிவுத் துறைகளில் தொடர்ச்சியாக இயங்கி வந்ததும், தனது கருத்துகளைத் தொடர்ச்சியாகப் பரிசிலித்து, மாற்றிவந்ததும்தான்.

தீவிரமாக விமரிசித்து இந்து மதத்தில் இருந்து வெளியேறி பௌத்தத்தைத் தழுவிய பிறகும், இந்துத்துவச் சிந்தனையாளர்களால் இன்றும் அம்பேத்கரை தம்மில் ஒருவராக உரிமை கொண்டாட முடிவதன் காரணம் இதுதான். அம்பேத்கரின் படைப்புகளில் இருந்து ஆங்காங்கே சில வாசகங்களை உருவிப்போட்டு அவரை ஓர் இந்து விசுவாசியாக, இஸ்லாமிய எதிர்ப்பாளராக, சந்தைப் பொருளாதார ஆதரவாளராக, மதவாதியாக, முதலாளித்துவ ஆதரவாளராக சிலரால் முன்னிறுத்த முடிவதும் இதனால்தான்.

அம்பேத்கர் தனது சமூகத்தின் விடுதலைக்காகவும் தனது நிலையில் உள்ள பிற பிரிவினரின்

விடுதலைக்காகவும் சிந்தித்தார். தொடக்கத்தில் காந்தி போன்ற சீர்திருத்தவாதிகளாலும், கோயில் நுழைவுப் போராட்டம் உள்ளிட்ட அணுகுமுறையாலும் அவர் ஈர்க்கப்பட்டது உண்மைதான். ஆனால், இவை விடிவை அல்ல ஆபத்தையே கொண்டு வரும் என்பதை அவர் விரைவிலேயே புரிந்துகொண்டார். சாதி எப்படி இயங்குகிறது, எங்கே வேர் கொள்கிறது, எப்படித் தன் கிளைகளைப் பரப்புகிறது, எங்கிருந்து பலம் பெறுகிறது, மாறும் சூழலில் எப்படித் தன்னை தகவமைத்துக்கொள்கிறது உள்ளிட்ட அனைத்தையும் அவர் முழுமையாகத் தெரிந்து கொண்டார்.

கார்ல் மார்க்ஸின் சிந்தனைகள் எப்படி அவர் காலத்துத் தேவைகளை எதிர்கொண்டனவோ அவ்வாறே அம்பேத்கரின் சிந்தனைகளும் அவர் காலத்திய தேவைகளைப் பிரதிபலித்து, அவற்றை நிறைவேற்ற முயற்சி செய்தன. 'உயர்சாதியினர் என்று அழைக்கப்படும் இந்துக்கள் அம்பேத்கரின் சமூகத்துக்கு ஒழுங்குமீறிய கொடுமைகளை இழைத்தனர். இதனால் அம்பேத்கருக்குக் கடுமையான மன நிறைவின்மை ஏற்பட்டது. இந்த மனநிறைவின்மையில் இருந்துதான் அம்பேத்கரின் சிந்தனை எழுந்தது.' என்கிறார் அம்பேத்கரிய ஆய்வாளர் டபிள்யூ.என். குபேர்.

மார்க்ஸைப் போலவே சமூகத்தை மாற்ற அம்பேத்கர் முன்மொழிந்த வழிமுறைகளிலும் கற்பனாவாதத் தன்மை இருக்க

வில்லை. 'அம்பேத்கர் ஒரு கற்பனாவாதி அல்லர். ஒரு செயல்முறை கோட்பாட்டாளர். அவர் ஒரு வலிமையான கருத்தியல் கோட்பாட்டைக் கொண்டிருந்தார்.' என்கிறார் குபேர். இந்தக் கோட்பாட்டோடு முரண்படுபவர்கள் மார்க்ஸைப் புறக்கணித்ததைப்போலவே அம்பேத்கரையும் புறக்கணித்தனர்.

அம்பேத்கர் இந்திய அரசியல் மற்றும் சமூகத் தளங்களில் இருந்து எவ்வாறு ஓரங்கட்டப்பட்டார் என்பதை விவரிக்கும் போது க்ரிஸ்டோஃப் ஜாஃப்ரிலா (Christophe Jaffrelot) தனது நூல் ஒன்றில் அடுக்கிக் காட்டும் சில உண்மைகளைப் பார்ப்போம். இந்திய அரசியலமைப்புச் சட்டத்தை வடிவமைத்திருந்த போதிலும் 1990ம் ஆண்டுவரை அம்பேத்கரின் உருவப் படம் இந்திய நாடாளுமன்றத்தில் இடம்பெறவில்லை. அவுரங்காபாத்தில் உள்ள மராத்வாடா பல்கலைக்கழகத்துக்கு அம்பேத்கரின் பெயரைச் சூட்டவேண்டும் என்னும் கோரிக்கையுடன் 1978ல் தாழ்த்தப்பட்ட மாணவர்கள் ஒன்றுதிரண்டு குரல் கொடுத்தபோது, அதிர்ச்சியடைந்த மேல்சாதி மாணவர்கள் அவர்கள்மீது வன்முறையைச் செலுத்தினர். ஆயிரம் தாழ்த்தப்பட்டவர்களின் வீடுகள் தீயிட்டு கொளுத்தப்பட்டன. இரு மாணவர்கள் கொல்லப்பட்டனர். வி.பி. சிங் ஆட்சியில் 1990ம் ஆண்டுதான் அம்பேத்கருக்கு பாரத ரத்னா வழங்கப்பட்டது.

இத்தகைய புறக்கணிப்புகள் உணர்த்தும் தெளிவான ஓர் உண்மை, இன்னமும் இங்கே சாதி வெறி மறையவில்லை; எனவே, தாழ்த்தப்பட்டவர்களின் நிலை உயரவில்லை என்பதைத்தான். இன்றைய சமூகத்தில் அம்பேத்கரின் தாக்கத்தையும் தேவையையும் மதிப்பிடும்போது நாம் முதலில் தெரிந்துகொள்ளவேண்டிய உண்மை இதுவே.

23. தீண்டாமையும் அடிமைத்தனமும்

சாதி ஆதிக்கத்துக்கும் தீண்டாமைக்கும் எதிராக அம்பேத்கர் தொடுத்த போரின் முக்கியத்துவத்தை உணரவேண்டுமானால் அவரது சிந்தனைகளும் ஆளுமையும் வளர்ந்த பின்னணியை நாம் அறிந்துகொள்ளவேண்டும்.

அம்பேத்கர்மீது தாக்கம் செலுத்திய முதல் பெரும் சக்தி, பௌத்தம். சமத்துவம், நீதி, அகிம்சை, உண்மை ஆகியவற்றை அம்பேத்கர் உயர்த்திப் பிடித்ததற்கு பௌத்தத்தின்மீது அவர் கொண்டிருந்த ஈடுபாடே காரணமாக இருந்தது. புத்தரைத் தனது முதல் குரு என்றும் கபீரை இரண்டாவது குரு என்றும் அவர் அழைத்தார். இன்னோரிடத்தில், சிந்தனையளவில் தன்னை முதலில் பாதித்தவர் ஜோதிராவ் புலே என்று அம்பேத்கர் குறிப்பிட்டிருக்கிறார். சமூகநீதிக்கான போராட்டத்தை நடைமுறையில் எப்படி நடத்தவேண்டும் என்பதை அவர் புலேயிடம் இருந்தே கற்றிருக்கவேண்டும். 'சூத்திரர்கள் யார்?' என்னும் நூலை, 'நவீன இந்தியாவின் மிகப் பெரிய சூத்திரர்' மற்றும் 'அடித்தட்டில் இருந்த இந்துக்களுக்கு அவர்களுடைய அடிமைத் தனத்தைப் புரியவைத்தவருமான' புலேவுக்குச் சமர்ப்பணம் செய்திருந்தார் அம்பேத்கர். அந்நிய நாட்டிடம் இருந்து விடுதலை பெறுவதைக் காட்டிலும், சமூக ஜனநாயகம் முக்கியம் என்னும் கருத்தை அம்பேத்கர், புலேயிடம் இருந்தே பெற்றுக் கொண்டார்.

'தீண்டத்தகாதோர் யார், அவர்கள் ஏன் அந்நிலையை அடைந்தார்கள்?' என்னும் நூலை நந்தனார், ரவிதாஸ், சொக்கமேலா

ஆகியோருக்குச் சமர்ப்பணம் செய்திருந்தார் அம்பேத்கர். அவர்கள், 'தீண்டப்படாதவர்களாகப் பிறந்திருந்தும் தங்கள் பண்பால் அனைவருடைய மரியாதையையும் பெற்றவர்கள்.'

அமெரிக்கா அம்பேத்கர்மீது செலுத்திய தாக்கம் முக்கியமானது. 1913 முதல் 1917 வரை அம்பேத்கர் அமெரிக்காவில் உயர் கல்வி பயின்றார். அதற்குக் காரணமாக இருந்தவர் பரோடா மகாராஜா சாயாஜி ராவ் கெய்க்வாட். பத்தாண்டுகள் பரோடாவில் பணி யாற்றுவேன் என்று உறுதிமொழி அளித்ததைத் தொடர்ந்து அம் பேத்கரின் பயணம் மற்றும் படிப்புச் செலவை சாயாஜி ராவ் ஏற்றுக்கொண்டார். கொலம்பியா பல்கலைக்கழகம் அம்பேத் கருக்கு ஒரு புதிய தரிசனத்தைக் கொடுத்தது என்கிறார் அவரது வாழ்க்கை வரலாற்றை எழுதியுள்ள தனஞ்செய் கீர். சுதந்தரம், சமத்துவம், சகோதரத்துவம் ஆகியவற்றின் அருமையை அம் பேத்கர் அங்கேதான் தெரிந்துகொண்டார் என்கிறார்கள் ஆய்வாளர் கள். தனது எம்.ஏ., பிஹெச்டி பட்டங்களை அம்பேத்கர் கொலம் பியா பல்கலைக்கழகத்தில் இருந்து பெற்றுக்கொண்டார்.

மேற்கத்திய கலாசாரம் அம்பேத்கர்மீது குறிப்பிடத்தகுந்த தாக் கத்தைச் செலுத்தியதை ஆய்வாளர்கள் சுட்டிக்காட்டுகிறார்கள். உதாரணத்துக்கு, ஆண்களைப் போலவே பெண்களுக்கும் கல்வி அவசியம் என்பதை அம்பேத்கர் மேற்கு உலகிடம் இருந்தே உணர்ந்துகொண்டார் என்கிறார்கள். இந்தியாவில் எத்தகைய மாற்றங்கள் தேவை, சமூகச் சீர்திருத்தங்கள் எந்த வழியில் செய்யப்படவேண்டும் போன்றவற்றைக் குறித்து அம்பேத்கர் சிந்திக்கத் தொடங்கியதும் இந்தத் தாக்கத்தின் தொடர்ச்சியாகத் தான். அமெரிக்காவின் அரசியலமைப்புச் சட்டமும், குறிப்பாக 14வது சட்டத் திருத்தமும் அம்பேத்கரின் கவனத்தைக் கவர்ந்தது. அம்பேத்கர்மீது அமெரிக்கா செலுத்திய முதல் பெரும் தாக்கம் இந்தச் சட்டத்திருத்தமே என்கிறார் தனஞ்செய் கீர்.

அடிமைத்தனத்தை முன்வைத்து 1860ல் அமெரிக்காவில் நடை பெற்ற சிவில் யுத்தத்தை ஆய்வுக்கு எடுத்துக்கொண்டார் அம்பேத்கர். 1861 தொடங்கி 1865 வரை நடைபெற்ற இந்தப் போரில் ஐக்கிய அமெரிக்க நாடுகளும் (யூனியன்) தென் மாநிலங்களும் கலந்துகொண்டன. ஐக்கிய அமெரிக்க நாடுகளில் அடிமைமுறை நிலவிவந்ததோடு அது விரிவாக்கமும் பெற்று வந்தது. ஆபிரகாம் லிங்கன் யூனியனின் ஆட்சிப் பொறுப்பை ஏற்

பதற்கு முன்னால், ஏழு தென் மாநிலங்கள் ஐக்கிய அமெரிக்காவில் இருந்து பிரிவதாக அறிவித்தன. 'யூனியனைக் காப்பாற்ற ரிபப்ளி கன் போரிட்டது. இந்தப் போரில் நீக்ரோக்களின் உதவியையும் அவர்கள் பெற்றுக்கொண்டார்கள். போர் முடிவில் 13வது சட்டத் திருத்தம் மேற்கொள்ளப்பட்டது. இதன்படி நீக்ரோக்கள் அடிமைகள் அல்ல என்பது சட்டப்படி உறுதி செய்யப்பட்டது. ஆனால், இதனால் நீக்ரோக்களால் அரசாங்கத்தில் பங்கேற்க முடிந்ததா? வாக்காளர்கள் ஆக முடிந்ததா?'

கறுப்பினத்தவரைச் சமமாகப் பாவிக்கவேண்டும் என்று தெற்குப் பிரதேசங்கள் கேட்டுக்கொள்ளப்பட்டன என்றாலும் நடைமுறையில் அவ்வாறு நிகழவில்லை. 14வது சட்டத் திருத்தம் கொண்டுவரப்பட்டு கறுப்பினத்தவருக்குக் குடியுரிமை அளிக்கப்பட்டது. ஆனால் இதுவும்கூட சட்டப்படியான ஒரு நடவடிக்கை மட்டுமே. இதன் தாக்கத்தை நடைமுறையில் காண முடியவில்லை.

அதைவிட மோசம், வெள்ளை இனவெறி கொண்ட கூ கிளாஸ் கான் என்னும் ரகசிய அமைப்பு உருப்பெற்று எழுவதையும் கறுப்பினத்தவர்கள் தாக்கப்படுவதையும் அவர்களுடைய உரிமைகள் பறிக்கப்படுவதையும் அம்பேத்கர் கண்டார். சட்டங்கள், சட்டத் திருத்தங்கள் ஆகியவை மட்டும் போதாது; அரசியல், சமூக மாற்றங்கள் நிகழவேண்டுமானால் முதலில் மன மாற்றம் நிகழவேண்டும் என்பதை அம்பேத்கர் புரிந்து கொண்டார்.

இதையே நோக்கமாகக் கொண்டு லிபரேட்டர் என்னும் பத்திரி கையைத் தொடங்கி நடத்தி வந்த வில்லியம் காரிசன் என்னும் அமெரிக்கரால் அம்பேத்கர் ஈர்க்கப்பட்டார். நீக்ரோக்கள் விடுதலை பெறவேண்டிய அவசியத்தைப் பிரசாரம் செய்து மன மாற்றத்தை ஏற்பட முனைந்தது இந்தப் பத்திரிகை. காரிசனின் அணுகுமுறையால் கவரப்பட்ட அம்பேத்கரும் தன் பங்குக்கு பஹிஷ்க்ரித் பாரத், மூக் நாயக், ஜனதா ஆகிய பத்திரிகைகளைத் தொடங்கினார்.

எட்மண்ட் பர்க், ஜான் ஸ்டூவர்ட் மில், வால்டேர் ஆகியோரின் தாக்கமும் அம்பேத்கரிடம் காணப்பட்டது. 1789 பிரெஞ்சுப் புரட்சியால் அம்பேத்கர் உத்வேகம் கொண்டார். அதே சமயம், மனித குலத்தின் மூன்று அடிப்படை உரிமைகளை

முன்வைத்துப் போராடிய முதல் பெரும் இயக்கம் என்று மற்றவர்கள்போல் பிரெஞ்சுப் புரட்சியை அம்பேத்கர் மதிப்பிடவில்லை. மாறாக, புத்தரின் முக்கியத்துவத்தை பிரெஞ்சுப் புரட்சி உறுதிசெய்திருப்பதாகவே அவர் எடுத்துக்கொண்டார்.

ஆப்பிரிக்க அமெரிக்கர்களையும் தீண்டப்படாதவர்களையும் அம்பேத்கர் நேரடியாக ஒப்பீடு செய்ததில்லை என்கிறார் எலியோனர் ஜீலியட். 'ஆனால் அமெரிக்க கலாசார முறையைக் கொண்டு இந்திய கலாசார முறையை அவர் ஒப்பிட்டார்.' அதே போல், அடிமை முறையையும் தீண்டாமையையும் அம்பேத்கர் ஒப்பிட்டிருக்கிறார். இரண்டுமே மனிதத்தன்மையற்றது. இரண்டுமே பாதிக்கப்பட்டவர்களிடையே பெரும் உளவியல் பாதிப்புகளை ஏற்படுத்தியது. ஆனால் இரண்டுக்கும் சில வேறுபாடுகளும் உள்ளன. 'ஒரு முறை அடிமையாக்கப்பட்டவன் எப்போதும் அடிமையாகவே இருக்கவேண்டும் என்று அவசியமில்லை. தீண்டாமையைப் பொருத்தவரை அதிலிருந்து விடுதலை இல்லை. தீண்டப்படாதவன் இறுதிவரை தீண்டப்படாதவனாக நீடிக்கிறான்.'

மற்றொரு முக்கிய வேறுபாட்டை அம்பேத்கர் சுட்டிக்காட்டுகிறார். 'அடிமைமுறையில் ஒரு மனிதனின் சுதந்தரம் அவன் கண்முன்னால் பறிக்கப்படுகிறது. இதனால் தான் அடிமைப் பட்டுக் கிடக்கிறோம் என்பதை ஓர் அடிமை உணர்கிறான்... ஆனால் மறைமுகமாகச் சுதந்தரம் பறிக்கப்படும்போது, தான் அடிமைப்பட்டுக் கிடக்கிறோம் என்னும் உணர்வே அவனுக்கு இருப்பதில்லை. அதனால் தீண்டாமை என்பது மறைமுக அடிமைமுறை.' தான் அடிமை என்பதை உணர்வதே அடிமைத் தனத்தில் இருந்து மீள்வதற்கான முதல் படி. ஓர் அடிமைக்கு இந்த உணர்தல் சாத்தியமாகிறது. ஆனால், தீண்டப்படாதவர்களுக்கு இது சாத்தியப்படுவதில்லை என்றார் அம்பேத்கர்.

தான் தீண்டப்படாத பிரிவைச் சேர்ந்தவன் என்பதை அம்பேத்கர் தனது ஒன்பதாவது வயதில் உணர்ந்தார். சதாராவில் இருந்து தன் தந்தையைக் காண மாட்டு வண்டியில் சென்றுகொண்டிருந்த போது அவருக்கு உணவு கொடுக்க யாரும் முன்வரவில்லை. குடிக்க நீர், ஒதுங்குவதற்கு இடம் எதுவும் கிடைக்கவில்லை. பிற மாணவர்களுடன் ஒன்றாக அமர்ந்து படிப்பது தவறு என்பதையும் தம்முடைய துணிகளை யாரும் துவைத்துத் தரமாட்டார்கள் என்பதையும் அவர் புரிந்துகொண்டார். படித்து முடித்து இந்தியா

திரும்பி பரோடாவில் பணியாற்றச் சென்றபோது அவரை வர வேற்க யாரும் ரயில் நிலையத்துக்கு வரவில்லை. மிகுந்த சிரமப் பட்டு ஒரு பார்ஸியின் விடுதியில் தங்க இடம் கிடைத்தது. ஆனால் அவரும்கூட ஒரு நாள் உண்மையறிந்து அவரை விரட்டி யடித்துவிட்டார். 1934ல் தவுலத்பாத் என்னுமிடத்தில் அம்பேத் கரும் அவருடைய நண்பர்களும் அருகிலிருந்த ஒரு குளத்தில் முகம், கை, கால் கழுவிக்கொண்டபோது அருகிலிருந்த இஸ்லாமியர்கள் அவர்களைத் துரத்தியடித்தனர். இத்தகைய அனுபவங்கள் அம்பேத்கருக்கு உணர்த்திய பாடம் ஒன்றுதான். தீண்டப்படாதவன் என்று இந்து மதம் ஒதுக்கிய ஒருவனை பிற மதத்தினரும்கூட ஒதுக்கியே வைக்கிறார்கள். தீண்டாமை என்பது நிரந்தரமானது, அழிவில்லாதது.

தீண்டாமை ஒழிக்கப்படவேண்டியதே என்று பலரும் ஒப்புக் கொள்வார்கள். ஆனால் தீண்டாமை முறையைத் தோற்றுவித்து, அதற்குப் பலம் கொடுத்து, வாழவைத்துக்கொண்டிருக்கும் அடித்தளத்தைப் பற்றி நேர்மையாக மனம் திறந்து உரையாடவும் தீர்வு காணவும் அவர்கள் தயங்குவார்கள். மூன்று சாத்தியங்களை அம்பேத்கர் முன்வைக்கிறார். முதல் வழி, இந்து மதத்தின் நல்ல நம்பிக்கைகள் மற்றும் நெறிகள் பக்கம் மக்களைத் திருப்புவது. தீண்டப்படாதவர்களை நேசியுங்கள், உங்களில் ஒருவராகக் கருதுங்கள் என்று எடுத்துச் சொல்லும் முறை இது.

இரண்டாவது, இந்துக்களின் புரிதல்களை நெறிப்படுத்தி, தீண் டாமையை ஊக்குவிக்கும் மத வழக்கத்தைவிட்டு விலகுமாறு அவர்களை அறிவுறுத்துவது. அதாவது, சாதியத்தையும் தீண் டாமையையும் ஆதரிக்கும் சாத்திரங்களையும், அவற்றை முன் மொழிபவர்களையும், சாதுக்களையும் எதிர்ப்பது. மூன்றாவது, சாதியை ஒழிப்பது. சாதியத்தை முற்றிலுமாகக் கைவிடுங்கள் என்று கேட்டுக்கொள்வது.

இந்த மூன்றில் முதலிரண்டு வழிகள் சுலபமானவை, மூன்றாவது வழி கடினமானது என்கிறார் அம்பேத்கர். இந்துக்கள் புனித மாகக் கருதும் ஒரு சமூக ஒழுங்கைத் தாக்கியழிப்பது உண்மை யிலேயே கடினமானது. வேதங்களையும் சாத்திரங்களையும் அழித்தொழிப்பது சாதாரண காரியமல்ல. என்னைப் பொருத்த வரை இது சாத்தியமில்லாதது என்கிறார் அம்பேத்கர். சமூக மாற்றத்தைப் பிராமணர்கள் விரும்ப மாட்டார்கள். காரணம், சாதியமுறை ஒழிக்கப்பட்டுவிட்டால் பிராமணர்களை அது

பாதிக்கும். தங்கள் நலனுக்கு எதிரான ஒரு விஷயத்தில் அவர்கள் ஈடுபடுவார்கள் என்று எப்படி எதிர்பார்க்கமுடியும்?

எல்லாப் பிராமணர்களும் ஒன்றுபோல் இருக்கமாட்டார்களே; மதச்சார்பற்ற பிராமணர்கள் இருப்பார்கள் அல்லவா? சமூக மாற்றத்துக்கு அவர்கள் முன்வருவார்கள் அல்லவா? அம்பேத்கர் இந்த வாதத்தை மறுக்கிறார். மதவாத பிராமணர்களுக்கு எதிராக மதச்சார்பற்ற பிராமணர்கள் திரள்வார்கள் என்று எதிர்பார்க்க முடியாது என்கிறார் அவர். இவர்கள் இருவரும் நகமும் சதையும் போன்றவர்கள். எப்படி ஒரு கிறிஸ்தவ போப்பால் புரட்சியாள ராக மாறமுடியாதோ அவ்வாறே ஒரு புரோகிதராலும் புரட்சி யாளர் ஆகிவிடமுடியாது என்கிறார் அம்பேத்கர்.

சாதிமுறையை ஒழிப்பதில் உள்ள இன்னொரு பெரும் சிக்கலை அம்பேத்கர் சுட்டிக்காட்டுகிறார். சாதிமுறை, முதலில் ‘மனிதர்களை இரண்டு சமூகமாகப் பிரிக்கிறது. இரண்டாவதாக, இந்தப் பிரிவுகளை ஒன்றன்மீது ஒன்றாக அடுக்கிவைக்கிறது. சமூக மதிப்பைப் பொருத்தவரை, ஒவ்வொரு சாதியும், வேறு சில சாதிகளைக் காட்டிலும் தாம் மேலானவர்கள் என்று நினைத்து பெருமையும் ஆறுதலும் கொள்கிறது.’ இதனால் சாதிமுறையை எதிர்ப்பதற்கு ‘ஒன்றுபட்ட ஒரு தளம்’ கிடைப்பதில்லை.

சாதி அமைப்பு என்பது கத்தி முனையில் வைத்துப் பராமரிக்கப் படும் ஒரு சட்டப்பூர்வ ஏற்பாடு என்று மதிப்பிடுகிறார் அம் பேத்கர். சாதி அமைப்பு ஏன் நீடித்து நிற்கிறது? ‘ஆயுதங்களை ஏந்துவதிலிருந்து மக்கள் தடுக்கப்பட்டிருப்பதாலும், கல்வி கற்கும் உரிமையை மக்களுக்கு மறுத்திருப்பதாலும் சொத்துரி மையை அடைவதில் இருந்து மக்கள் தடுக்கப்பட்டிருப்பதாலும் சாதியமைப்பு நீடித்து நிற்கிறது. எனவே, சாதி அமைப்பு இயற்கைக்கு அப்பாற்பட்டதற்கான காரணம், அதை ஆளும் வர்க்கங்கள் அடிமை வர்க்கங்களின் மீது திணித்ததே ஆகும்.’ என்று அம்பேத்கர் குறிப்பிடுவதைச் சுட்டிக் காட்டுகிறார் டபிள்யு.என். குபேர்.

சாதி அமைப்பு ஒருவருடைய பிறப்பின் அடிப்படையில் அவ ருக்குச் சில கடமைகளை வழங்குவதை அம்பேத்கர் சுட்டிக் காட்டிக் கண்டிக்கிறார். சாதி என்பது சமூக அமைப்பு மட்டு மல்ல, பொருளியல் அமைப்பும்கூட. ‘இது தீங்கு செய்யும் ஒரு

நிறுவனமாகும்... மனிதனின் இயல்பான திறமைகளையும் விருப்பங்களையும் சமூக விதிகளின் உடனடித் தேவைகளுக்குக் கீழ்படியச் செய்யக் கூடியதாகச் சாதி அமைந்து உள்ளது. சாதியால் பொருளியல் திறமை உண்டாவதில்லை. அது இனத்தை மேம்படுத்தாது. இது இந்துக்களை முற்றிலும் அமைப்புச் சிதைவுக்கும் ஒழுக்கச் சிதைவுக்கும் உள்ளாக்கியது.' (சாதி ஒழிப்பு). இனத் தூய்மை, ரத்தத் தூய்மை போன்ற வாதங்களை எதிர்கொள்ளும் அம்பேத்கர், உலகம் முழுவதிலும் எல்லா இனங்களும் கலந்தே உள்ளன என்று சுட்டிக்காட்டுகிறார்.

சாதி வேண்டாம், நாம் இந்துக்களாக இருப்போம் என்போரின் முழக்கங்களில் உள்ள முரண்பாடுகளை அம்பேத்கர் வெளிச்சம் போட்டுக் காட்டுகிறார். இந்து உணர்வு என்று எதுவுமில்லை, ஒவ்வொரு இந்துவிடமும் இருப்பது சாதி உணர்வே என்கிறார் அவர். முகமதியர் படையெடுப்புக்கு முன்பு இந்து என்னும் சொல் இருந்ததில்லை என்பதையும் சுட்டிக்காட்டுகிறார். அவரைப் பொருத்தவரை இந்துக்கள், பல சாதிகளின் தொகுப்பு. மட்டுமின்றி, தமக்குள் சண்டையிட்டுக் கொள்கின்ற, தன்னல நோக்கம் கொண்ட குழுக்கள். சாதிகளுக்கு இடையிலான ஒற்றுமை என்பது இந்து மதத்தில் சாத்தியமில்லாதது என்றும் அறிவித்தார் அம்பேத்கர்.

மனிதர்கள் அனைவரும் சமம் என்னும் கருத்தாக்கத்துக்கு எதிராக இந்து மதமும் சாதியமும் செயல்படுவதை அம்பேத்கர் நேரடியாக உணர்ந்தார். அடிப்படையிலேயே முரண்பாடுகள் நிறைந்த இந்து மதத்தில் இருந்து வெளியேற தன் சமூகத்துக்கு அவர் அளித்த ஆலோசனை இன்றளவும் சர்ச்சைகளைக் கிளப்பக் கூடியது.

24. அம்பேத்கரின் மதம்

இருபத்தைந்து வயதில் கொலம்பியாவில் ஏ.ஏ. கோல்டன்வீசர் என்பவரின் கருத்தரங்கில் கலந்துகொண்டபோது அம்பேத்கர் ஒரு சமூகவியலாளராக உருபெற்றிருந்தார் என்கிறார் க்ரிஸ்டோஃப் ஜாஃப்ரிலா. மே 1916ல் சாதி குறித்து அம்பேத்கர் ஒரு சொற்பொழிவு நிகழ்த்தினார். பொதுவாக மேற்கத்திய உலகம் சாதியம் குறித்து கொண்டிருந்த அபிப்பிராயத்தை மாற்றியமைக்கும்படி அமைந்தது இந்தச் சொற்பொழிவு. சாதியத்தை அவர்கள் இனம் என்பதாகவே அர்த்தப்படுத்திக்கொண்டிருந்தார்கள். ஆரியர்கள் படையெடுத்து வந்து திராவிடர்களை அடிமைப்படுத்தி, கீழ் சாதிகளுக்குத் தள்ளிவிட்டனர் என்பதே அவர்களுடைய புரிதலாக இருந்தது. சாதி என்பது இனம் சார்ந்ததல்ல, அது ஒரு சமூகக் கூறு என்றார் அம்பேத்கர்.

சாதியம் குறித்த அம்பேத்கரின் பார்வை அதற்குப் பிறகு மேலும் விசாலமடையத் தொடங்கியது. சாதியத்தின் தோற்றத்தை அவர் தீவிரமாக ஆய்வுக்கு உட்படுத்தினார். எந்தவொரு மனிதனும் ஒரு புதிய சாதிக்குள் தன்னை நுழைத்துக்கொள்ளமுடியாதபடி சாதி அமைப்பு இறுக்கமாக அமைந்துள்ளதை அவர் கண்டறிந்தார். சீக்கிய, இஸ்லாமிய மதங்களுடன் இந்து மதத்தை ஒப்பிடும் அம்பேத்கர், இந்த இரு மதத்தினரிடம் சகோதரத்துவ உணர்வு காணப்படுகிறது, அது இந்து மதத்திடம் இல்லை என்பதை உணர்ந்தார். சமூக ஒற்றுமையை உறுதிபடுத்திக்கொள்ளும் தன்மை எதுவும் இந்து மதத்திடம் இல்லை. ஒற்றுமை, கூட்டுறவு இரண்டையும் இந்து மதத்தில் உள்ள சாதிமுறை சாத்தியமற்றதாகிவிட்டது என்கிறார் அம்பேத்கர்.

சிலர் நான்கு வர்ண அமைப்பு என்பது பிறப்பின் அடிப்படையிலானது அல்ல, குணத்தின் அடிப்படையிலானது என்று வாதிடுவர். இந்த வாதத்தை ஏற்க அம்பேத்கர் தயாராகயில்லை. 'பிறவியின் அடிப்படையிலான சமூக வேலைப்பாடுகளைக் குறிக்கின்ற பார்ப்பனர், சத்திரியர், வைசியர், சூத்திரர் ஆகிய வெறுக்கத்தக்க அடையாளங்களின்மூலம் தகுதியின் அடிப்படையிலான நால் வருண முறையை அனுமதிப்பது என்பது நம்மை வலையில் மாட்டிக்கொள்ள வைக்கும் கண்ணி ஆகும்.' முன்னதாக பிளேட்டோ இதேபோல் தொழில் அடிப்படையில் மனிதர்களை மூன்று பிரிவுகளில் அடக்கியிருந்தார். இதையும் கூட அம்பேத்கர் நிராகரிக்கிறார்.

பிற மதங்களிலும் சாதிமுறை இருக்கிறது என்றாலும் இந்து மதத்தில் மட்டுமே அதற்கு சமூக முக்கியத்துவம் உள்ளது என்று குறிப்பிடுகிறார் அம்பேத்கர். இந்துக்களைப் போல் அவர்களுக்குச் சாதி அத்தனை அவசியமானதும் அல்ல. சாதி அடிப்படையில் அவர்கள் தனித்தனியே மக்களைப் பிரித்து வைப்பதோ வேண்டாதவர்களை ஒதுக்கி வைப்பதோ அல்ல. இந்துக்களை சாதி பிரிக்கிறது. அவர்களை ஒன்றிணைப்பதற்கு இந்து மதத்தில் எதுவும் இல்லை என்பது அம்பேத்கரின் கருத்து.

சமபந்தி போஜனம், கலப்பு மணம் போன்ற மேற்போக்கான சீர்திருத்தங்களால் மாற்றத்தைக் கொண்டுவரமுடியாது, சாதி உணர்வை மழுங்கடிக்க முடியாது என்கிறார் அம்பேத்கர். இத்தகைய செயல்களால் மக்கள் ஒன்றிணைவதை சாத்திரங்கள் தடுக்கின்றன என்கிறார் அவர். பார்ப்பனியம் குறித்த அம்பேத்கரின் கருத்துகளை டபிள்யூ.என். குபேர் தொகுத்து அளிக்கிறார். பார்ப்பனியத்தின் கோட்பாடுகள் என்று அம்பேத்கர் வரிசைப்படுத்தும் அம்சங்களை இனி காணலாம்.

1. வெவ்வேறு வகுப்புகளிடையே படிநிலைச் சமத்துவமின்மையை உருவாக்குதல்

2. சூத்திரர்களையும் தீண்டப்படாதவர்களையும் முற்றிலும் நிராயுதபாணியாக்குதல்

3. சூத்திரர்களும் தீண்டப்படாதவர்களும், கல்வி கற்பதில் இருந்து முற்றிலும் தடை செய்தல்

4. சூத்திரர்களும் தீண்டப்படாதவர்களும் அதிகாரமும் தனிச்செல்வாக்கும் உள்ள பதவிகளை அடையவிடாமல் தடை செய்தல்

5. சூத்திரர்களும் தீண்டப்படாதவர்களும் சொத்து சேர்ப் பதற்குத் தடை செய்தல்

6. பெண்களை முற்றிலும் அடிமைப்படுத்தி ஒடுக்குதல்.

அம்பேத்கர் எழுதுகிறார். 'தீண்டாமையின் வேர், சாதி அமைப் பாகும். சாதியமைப்பின் வேர், வருணத்துடனும் ஆசிரமத்துட னும் இணைக்கப்பட்டுள்ள மதம் ஆகும். வருணாசிரமத்தின் வேர் பார்ப்பனிய மதம் ஆகும். பார்ப்பனிய மதத்தின் வேர் அதிகாரத்துவம் அல்லது அரசியல் அதிகாரம்.'

பெரியாரைப்போல் அம்பேத்கர் மதத்தின் தேவையையும் இருப்பையும் முற்றிலுமாக நிராகரிக்கவில்லை. சமுதாய நடை முறைகளுக்கு மதத்தின் அடிப்படைகள் இன்றியமையாதவை என்று அவர் கருதினார். இந்து மதத்தைப் பீடித்துள்ள தீமைகளை அழிக்கவே அவர் விரும்பினார்; இந்துயிசத்தை அல்ல. 'சமத் துவம், சாதியின்மை என்ற இரண்டு தலையாய கொள்கைகளின் அடிப்படையில் இந்தச் சமூகத்தை மறுபடியும் கட்டியமைக்க வேண்டும்.' என்னும் அவருடைய விருப்பம் நிறைவேற வில்லை. அதனால் இந்து மதத்தில் இருந்து வெளியேறி பௌத் தத்தைத் தழுவினார் அம்பேத்கர். கடவுள் இல்லாத, சாதி இல் லாத, தீண்டாமை இல்லாத பௌத்தம் அவருக்கு உகந்ததாக இருந்தது. 'ராமர், கிருஷ்ணர், காந்தி ஆகியோரைப் பார்ப்பனிய மதத்தின் திருத் தூதர்கள் என்றும் ஜனநாயகத்தை நிறுவுவதற்கு அவர்கள் பயன்பட மாட்டார்கள் என்றும் புத்தர் மட்டுமே இந்த வகையில் ஏதாவது பயன்படுவார் என்றும் அம்பேத்ககர் கருதி னார்' என்கிறார் குபேர். நீங்களே ஏன் ஒரு மதத்தைத் தொடங்கக் கூடாது என்று ஒரு நெருங்கிய நண்பர் கேட்டபோது அம்பேத்கர் அளித்த பதில் இது. நான் ஒரு மகர். நான் சங்கராச்சாரியார் இல்லை. ஒரு மகர் நிறுவிய மதத்தை யார் பின்பற்றுவார்கள்?

அம்பேத்கர் பௌத்தத்தைத் தேர்ந்தெடுத்தது ஏன்?

- தீண்டப்படாதவர்கள் புத்த மதத்தினர் என்று மெய்ப்பிக்க விரும்பினார்.

- புத்தர் தீண்டப்படாதவர்களுக்கு நெருக்கமானவர்.
- பௌத்தத்தில் மூடநம்பிக்கைகள் இல்லை. கடுமையான அரசியல் சோதனைகளைத் தாக்குப்பிடிக்கக்கூடிய ஆற்றல் பௌத்தத்துக்கு இருக்கிறது.
- தீண்டப்படாதவர்கள் உலக புத்த சமூகத்தோடு சேர்ந்து, உலக சகோதரத்துவத்துக்கான வழியை வகுப்பார்கள்.
- பௌத்தம் சமூக விடுதலை, அறிவு சார்ந்த விடுதலை, பொருளியல் விடுதலை, அரசியல் விடுதலை ஆகியவற்றைக் கற்பிக்கிறது.

சாதியத்தின் பிடியில் இருந்து தப்ப இந்து மதத்தில் இருந்து வெளியேறும் திட்டத்தை அம்பேத்கருக்கு முன்பே கிறிஸ்தவ மிஷினரிகள் முன்வைத்திருக்கிறார்கள். பலர் கிறிஸ்தவ மதத்துக்கு இவ்வாறு மதம் மாறியிருக்கிறார்கள். 1876 மற்றும் 1879ல் ஏற்பட்ட பஞ்சங்களின்போது மகாராஷ்டிராவில் பெருமளவில் மகர்கள் கிறிஸ்தவத்துக்கு மாறினார்கள். நிராதரவாக அவர்கள் நின்றபோது அப்போது அவர்களுக்குக் கைகொடுத்தவர்கள் மிஷினரிகள்தாம் என்பதால் மதமாற்றம் சுலபமாயிற்று. அம்பேத்கர் அத்தகைய காரணங்களை முன்வைக்கவில்லை. மிகத் தெளிவாக இந்து மதத்தின் போதாமைகளையும் குறைபாடுகளையும் சுட்டிக்காட்டி மதமாற்றத்துக்கு அறைகூவல் விடுத்தார்.

மதமாற்றம் குறித்து முதல் முதலில் அம்பேத்கர் 1927ல் உரையாடினார் என்கிறார் ஜேஃப்ரிலோட். சமத்துவத்தை அடைய தேவை ஏற்பட்டால் இந்து மதத்தில் இருந்து வெளியேறவும் தயாராக இருக்கவேண்டும் என்றும் அவ்வாறு நிகழ்ந்தால் கோயில் நுழைவு குறித்து கவலைப்படவேண்டிய அவசியமெல்லாம் ஏற்படாது என்றும் அப்போது அம்பேத்கர் குறிப்பிட்டார். அதே ஆண்டு நடைபெற்ற ஒரு கருத்தரங்கில் (ஜல்கோன் டிப்ரஸ்ட் கிளாஸ் கான்ஃபரன்ஸ்) அம்பேத்கர் தலைமை தாங்கியபோது, இதையே அவர் குறிப்பிட்டார். அதற்குச் சில தினங்கள் கழித்து 12 மகர்கள் இஸ்லாத்துக்கு மதம் மாறினார்கள். இதனால் கோபமும் வெறுப்பும் அடைந்த பிற்போக்கு இந்துக்கள், இத்தகைய மதமாற்றம் ஒரு போராட்ட அலையாக மாறிவிடக்கூடாது என்னும் அச்சத்தில் கொஞ்சம் தங்கள் பிடியைத் தளர்த்திக்கொண்டார்கள். சில கிணறுகளில்

தீண்டப்படாதவர்கள் அனுமதிக்கப்பட்டனர். தொடர்ந்து, 1930களில் அம்பேத்கர் மதமாற்றத்தை ஒரு கருவியாகப் பயன் படுத்தத் தொடங்கினார்.

புலே, பெரியார் இருவரும் செய்ய தவறியதை அம்பேத்கர் வெற்றிகரமாகச் செய்துமுடித்தார் என்கிறார் கெயில் ஓம்வெட். இந்து என்னும் கருத்தாக்கத்துக்கு எதிராக, நான் இந்து அல்ல என்னும் கருத்தாக்கத்தை பௌத்தத்துக்கு மதம் மாறிய ஒவ் வொருவரும் வளர்த்துக்கொள்ளத் தொடங்கினார்கள் என்கிறார் ஓம்வெட். மகர் என்றால் தாழ்த்தப்பட்டவர்கள் என்னும் அடை யாளம் மாறி ஒரு வித பெருமித உணர்வு தழைத்தோங்கத் தொடங்கியது. தங்களை மண்ணின் மைந்தர்களாக அவர்கள் காணத் தொடங்கினார்கள் என்கிறார் ஓம்வெட்.

ஆனால் இந்த உணர்வு அனைவருக்கும் ஏற்பட்டுவிடவில்லை; இடத்துக்கு இடம் மாறுபட்டது என்று சுட்டிக் காட்டுகிறார் ஜேஃப்ரிலோட். மகாராஷ்டிராவில் பௌத்தத்தைத் தழுவியர் களுக்கு விடுதலை கிடைத்துவிடவில்லை என்பதையும் சாதியின் பிடியில் இருந்து அவர்களால் முழுமையாகத் தப்ப முடிய வில்லை என்பதையும் அவர் சுட்டிக்காட்டுகிறார். 'அவர் களுடைய பெயர்கள் மாறின. மராத்தியில் பௌத்தா என்று அவர் கள் தங்களை அழைத்துக்கொண்டனர். ஆனால் ஒரு புதிய பொது வான அடையாளத்தை உருவாக்குவதில் இத்தகைய மாற்றங்கள் பெரிய அளவில் உதவவில்லை.'

அதற்காக மதமாற்றத்தால் நன்மையே ஏற்படவில்லை என்றும் சொல்லிவிடமுடியாது. சாத்திரங்களின்படி அவர்கள் அதுவரை செய்து வந்த சில விஷயங்களை இனி அவர்கள் செய்யவேண்டிய தில்லை என்றானது. உதாரணத்துக்கு, இந்துவாக இருந்தவரை உயர் சாதி இந்துக்களின் சடங்குகளில் கலந்துகொள்ள தாழ்த்தப் பட்டவர்களுக்கு அனுமதி மறுக்கப்பட்டு வந்தது. இப்போது அவர்கள் பௌத்தர்கள் என்பதால் அந்தச் சடங்குகளில் கலந்து கொள்ளவேண்டிய அவசியமே இல்லாது போனது. ஆகவே நாம் விலக்கிவைக்கப்பட்டவர்கள் என்னும் நிலை மாறி, 'இனி அவர் களுடைய சடங்குகளை நாம் ஒதுக்கிவைப்போம்' என்னும் உணர்வு மேலேழும்பத் தொடங்கியது.

மிக முக்கியமாக, மதமாற்றத்துக்குப் பிறகு தீண்டப்படாதவர்கள் கல்வி கற்கத் தொடங்கினார்கள். 1964-65ல் நடத்தப்பட்ட ஒரு

கணக்கெடுக்கின்படி புனேயில் 16 முதல் 22 வயது வரையிலான இளைஞர்கள் மதமாற்றத்துக்குப் பிறகு கல்லூரி படிப்பை முடித்து, அதன்மூலம் தங்கள் நிலையை உயர்த்திக்கொண்டது தெரியவந்துள்ளது. இதற்கு முன்பு தங்களைத் தீண்டத்தகாதவர்களாகக் கண்டுவந்த இவர்கள் கல்லூரி படிப்புக்குப் பிறகு தங்கள் அடையாளம் மாறியிருப்பதை உணர்ந்துகொண்டனர். அவர்கள் மட்டுமல்ல, உள்ளூர் பிராமணர்கள், பௌத்தத்தைத் தழுவாத மகர்கள்கூட அவர்களை மதிக்கத் தொடங்கினர் என்பதைச் சுட்டிக்காட்டுகிறார் ஜேஃப்ரிலோட். முப்பதாண்டுகளுக்குப் பிறகு அதே நகரில் மற்றொரு கணக்கெடுப்பு நடத்தப்பட்ட போது பௌத்த மகர்களின் நிலை பெருமளவில் உயர்ந்திருப்பது தெரியவந்தது.

எடுத்துக்காட்டாக, கல்லாதவர்களின் எண்ணிக்கை 11 சதவிகிதத்தைத் தாண்டவில்லை. அவர்களுடைய பெற்றோர்களை எடுத்துக்கொண்டால் 79 சதவிகிதம் பேர் கல்வி கற்றிருக்கவில்லை. உத்தரப் பிரதேசத்தில் உள்ள சமர்களிடையிலும் இத்தகைய ஆரோக்கியமான மாற்றங்களைக் காணமுடிந்தது.

இருந்தும், சாதியின் பிடியில் இருந்து விலகுவதற்கு மதமாற்றம் தான் ஒரே வழியா என்னும் கேள்விக்கு அறுதியிட்டு விடை சொல்லமுடியாது. இது சிலருக்குப் பயன்பட்டிருக்கிறது என்று மட்டுமே சொல்லமுடியும். பௌத்தத்தைத் தழுவிய லட்சக்கணக்கான தலித் மக்களுக்குப் பார்ப்பன ஆதிக்கத்தில் இருந்து மன ரீதியில் விடுதலை கிடைத்தது என்றாலும் சமூக விடுதலை சாத்தியப்படவில்லை. அம்பேத்கர் கருதியதுபோல் பௌத்தம் இவர்களுக்கு ஒரு புதிய அடையாளத்தையும் புதிய பாதையையும் அளித்துவிடவில்லை. மகாராஷ்டிராவை மட்டுமே எடுத்துக்கொண்டாலும்கூட மகர்களுக்கும் மாங்குகளுக்கும் சம்பர்களுக்கும் இடையிலான பிளவுகள் மறையவில்லை.

தனி மனிதன் ஒருவனுக்கு மதம் மட்டும் முக்கியமாக இருக்கலாம், ஆனால் அரசுக்கு அது தேவைப்படாது என்பதில் அம்பேத்கர் உறுதியாக இருந்தார். இந்து சட்டத் தொகுப்பு வரைவு பற்றி 1951ல் நாடாளுமன்றத்தில் நடைபெற்ற விவாதங்களில் கலந்து கொண்ட அம்பேத்கர் மதச்சார்பின்மையின் அவசியத்தை வலியுறுத்திப் பேசினார். எந்தக் குறிப்பிட்ட மதமும் அந்த மதம் சாராத பிறரின்மீது திணிக்கப்படக்கூடாது என்பது அம்பேத்கரின் கருத்து. டபிள்யு.என். குபேர் எழுதுகிறார். 'அரசோ அல்லது சில

மத சமூகமோ, பிறரை மதத்தின் பெயரால் கட்டாயப்படுத்து வதை அம்பேத்கர் ஆதரிக்கவில்லை. அம்பேத்கரின் சமூக, அரசியல் வாழ்க்கைத் திட்டத்தில், அரசின் வலியுறுத்தல் குறிப்பாக மத விவகாரங்களில் கட்டாயப்படுத்துதல் சிறிதளவு கூட விரும்பத்தக்கது அல்ல.'

மதம் பற்றிய அம்பேத்கரின் பார்வையின்படி அவரை ஒரு சிறந்த சமூகச் சீர்திருத்தவாதி என்று மதிப்பிடமுடியும். பிற்படுத்தப் பட்ட மக்களைப் பிணைத்திருந்த சாதிச் சங்கிலிகளை அகற்று வதற்கும் அவர்கள் சமூக மற்றும் பொருளாதார விடுதலை பெறுவதற்கும் அம்பேத்கர் மெய்யான அக்கறையுடன் போராடி னார். இந்து மதத்தின் குறைபாடுகளையும் கொடும் குற்றங் களையும் வெளிச்சத்துக்குக் கொண்டு வந்ததன்மூலம் அவர் ஒரு புரட்சியாளராக உருப்பெறுகிறார். இந்த இடத்தில் அம்பேத் கரின் பங்களிப்பு குறிப்பிடத்தக்க வகையில் பிரகாசிக்கிறது. அரசியல் களத்தில் சாதி மற்றும் மதத்தின் ஆதிக்கம் அதிகரித்து வரும் இன்றைய சூழலில், அம்பேத்கர் நமக்கு அதிகம் தேவைப் படுவது இங்கேதான்.

25. அம்பேத்கரும் தோழர்களும்

எந்த இந்து மதத்தை அம்பேத்கர் தெளிவாகவும் ஆழமாகவும் எதிர்த்தாரோ அந்த இந்து மதத்தின் ஒரு பகுதியாக அம்பேத்கரை மாற்றிவிடும் முயற்சியில் ஆர்.எஸ்.எஸ். தொடர்ந்து ஈடுபட்டு வருகிறது. சமூகத்தில் உள்ள அனைவரையும் சென்றடைவதற் காகவும் தனது ஆதார பலத்தைக் கூட்டிக்கொள்வதற்காகவும் தந்திரமாக சில உபாயங்களை இந்த அமைப்பு கடைப்பிடித்து வருகிறது. அதிலொன்றுதான் பகத் சிங், அம்பேத்கர் போன் றோரைத் தம் கூடாரத்துக்குள் இழுக்கும் முயற்சி. உயர் சாதி இந்துக்கள் மட்டுமல்ல அனைத்து இந்துக்களுக்கும் நாங்கள் காவலர்கள் என்று சொல்லும் முகமாக, பிற்படுத்தப்பட்டவர் களையும் பழங்குடிகளையும் (இவர்களை வனவாசிகள் என்று அழைக்கிறார்கள்; ஆதிவாசிகள் என்று சொன்னால் ஆரியர்களுக் கும் முந்தையவர்கள் என்றாகிவிடும் அல்லவா?) தலித் பிரி வினரையும் அணைத்துக்கொள்ள ஆர்.எஸ்.எஸ் துடிக்கிறது. இந்து மதத்தில் பிறந்த நான் ஓர் இந்துவாக இறக்கமாட்டேன் என்று தெளிவாக அம்பேத்கர் அறிவித்தபிறகும், அவர் தேர்ந் தெடுத்த பௌத்தம், இந்து மதத்தின் ஒரு பிரிவுதான் என்று தங் களைத் தாங்களே ஆறுதல்படுத்திக்கொள்கிறார்கள் இவர்கள்.

புத்தரையே ஓர் இந்து கடவுளாக வெற்றிகரமாக மதம் மாற்றி விட்டவர்களுக்கு அம்பேத்கரை ஓர் இந்துவாக மாற்றுவது பெரிய விஷயமில்லைதான். ஆனால் அவர்களுடைய நோக்கம் அத்துடன் முடிந்துவிடவில்லை. ஓர் இந்துவாக மட்டுமல்ல, தம்மைப் போலவே அவர் ஓர் இஸ்லாமிய எதிர்ப்பாளரும்கூட என்று நிறுவும் முயற்சியிலும் அவர்கள் இறங்கிவிட்டார்கள்.

இந்துத்துவப் பிரசாரகர்களின் பொய்க் கதைகளை எடுத்துக் கொண்டு உண்மையை வெளிக்கொண்டுவரும் முயற்சியின் ஒரு பகுதியாக ஆனந்த் டெல்டும்டே எழுதிய கட்டுரைகள் தமிழில் மொழிபெயர்க்கப் பட்டுள்ளன. 'முசுலீம்கள் குறித்து அம்பேத்கர்' என்னும் அந்தப் புத்தகத்தின் பதிப்புரை இவ்வாறு குறிப்பிடுகிறது.

'சமகால வரலாற்றையே திரித்து, பார்ப்பன இந்து மதத்தையும் சாதியத்தையும் தம் வாழ்நாள் முழுவதும் எதிர்த்துப் போராடிய முன்னோடிகளை நம் கண் முன்னே களவாடிக் கொண்டிருக் கிறது ஆர்.எஸ்.எஸ். எதிர்ப்பை நிறுவனமயமாக்கும் இந்தச் சதியில் ஐயா வைகுந்தர், நாராயண குரு முதல் புரட்சியாளர் பகத் சிங் வரை அனைவரது மரபுக்கும் உரிமை பாராட்டும் ஆர்.எஸ்.எஸ். கும்பல், அம்பேத்கர் மீதும் கை வைத்துள்ளது... அம்பேத்கர் பிறந்த மராட்டியத்திலேயே இன்று சிவசக்தி, பீம்சக்தி, இந்துசக்தி என்ற முழக்கத்தின் கீழ் தலித் மக்களைத் தன்பக்கம் இழுக்க முயன்று வருகிறது, சிவசேனா.' குறிப்பாக தலித் மக்களிடையே இஸ்லாமிய எதிர்ப்பைப் பரப்பும் நோக்கில், 'இந்து சமூகத்தில் சமத்துவம் நிலவ வேண்டுமென்று விழைந்த முஸ்லிம் எதிர்ப்பாளராக' அம்பேத்கரைப் பிசைந்து உருவாக்குவதே இவர்கள் லட்சியமாக இருக்கிறது.

ஆனந்த் டெல்டும்டே தொடர்கிறார். 'இந்து மதம் சார்ந்த ஒவ் வொன்றையும் அம்பேத்கர் தீவிரமான திறனாய்வுக்கு உட் படுத்தியபோது, தொடக்கத்தில் இந்துத்துவ சக்திகள் அவரிடம் கடுப்புக் கொண்டன. இந்துமதத்தைக் கைவிட்டு அவர் புத்த சமயத்தைத் தழுவியபோது அதற்காக அவரிடம் பிணக்கம் காட்டின. ஆனால், இந்த நாட்டின் மொத்த மக்கள் தொகையில் குறைந்தது 16% ஆக இருக்கக்கூடிய தலித்துகளில் மிகப் பெரும் பான்மையானவர்களின் நாட்டங்களின் குறியீடாக அவர் விளங்குகிறார் என்பதையும், எனவே அம்பேத்கரைப் பற்றிய எவ்வித விமர்சனமும் ஒட்டுமொத்த தலித் மக்களையும் சங்கப் பரிவாரத்திலிருந்து அந்நியப்படுததிவிடக்கூடும் என்பதையும் விரைவிலேயே அவை கண்டுகொண்டன. உடனே அம்பேத் கரை தம்மவராகச் சேர்த்துக்கொள்ளும் நரித் தந்திரத்தை அவை கைக் கொண்டன.'

அதே சமயம், முழுமையாக அவரை ஏற்கவும் முடியாமல் அவர் கள் தடுமாறுவதையும் காணமுடிகிறது. அம்பேத்கரை 'சங்கப் பரிவாரம் தன் தரப்பில் சேர்த்துக்கொண்டாலும், சாதிகள் ஒழிப்பு

என்ற அவரது குறிக்கோளைப் பற்றியோ, சுதந்திரம் சமத்துவம் சகோதரத்துவக் கொள்கை என்ற அடிப்படையில் இந்தியாவை உருவாக்கும் அவரது தரிசனத்தைப் பற்றியோ பேசுவதைக் கவனமாகத் தவிர்த்துவிடுகிறார்கள்.'

அம்பேத்கரைத் திரித்து காட்டும் முயற்சிகளை முறியடிக்க வேண்டுமானால் இந்துத்துவ முகாமில் இருந்து அம்பேத்கரை மீட்டு இடதுசாரி முகாமில் அவரை இணைக்கவேண்டிய அவசியம் நமக்கு இருக்கிறது. இந்த இணைப்பு அத்தனை சுலபமானதல்ல. அம்பேத்கரால் அவர் வாழ்ந்த காலத்திலேயே இடதுசாரிகளுடன் ஒன்றிணைய முடியாமல் போய்விட்டது. அது ஏன் என்பதை முதலில் பார்த்துவிடுவோம்.

அம்பேத்கர் ஒரு சாதி எதிர்ப்புப் போராளி மட்டுமல்ல. அம்பேத்கர் தொடங்கிய இண்டிபென்டண்ட் லேபர் பார்ட்டி (ஐஎல்பி) தீண்டத்தகாதவர்களுக்கான பிரத்தியேகக் கட்சியாக இல்லாமல் அனைத்து உழைக்கும் மக்களுக்குமான கட்சியாக இருந்தது. முன்னதாக, ஷெட்யூல்ட் காஸ்ட்ஸ் ஃபெடரேஷன் என்னும் அமைப்பைத் தீண்டத்தகாதவர்களுக்காக அவர் தொடங்கியிருந்தார். ஆறாண்டு இடைவெளியில் இந்த இரு இயக்கங்களும் தொடங்கப்பட்டன. பரவலான மக்களைத் திரட்ட ஐஎல்பி. குறிப்பாக, ஒரு பிரிவினரின் நலன்களைப் பிரதிபலிக்க எஸ்சிஎஃப்.

இது அம்பேத்கர் எதிர்கொண்ட ஒரு முக்கியக் குழப்பம் என் கிறார் க்ரிஸ்டோஃப் ஜாஃப்ரிலா. எதற்கு முக்கியத்துவம் கொடுக்கவேண்டும்? தீண்டப்படாதவர்களின் பிரதிநிதியாக இருந்து அவர்கள் பிரச்னைக்குக் குரல் கொடுப்பதா? அல்லது கவனத்தை அகலப்படுத்தி தொழிலாளர்களுக்குக் குரல் கொடுப்பதா? தீண்டத்தகாதவர்களில் ஒரு பெரும் பிரிவினர் தொழிலாளர்களாகவும் அல்லவா இருக்கிறார்கள்?

இந்த இடத்தில்தான், இந்தியத் தொழிலாளர்கள் ஒரே சமயத்தில் பிராமணியத்துக்கும் முதலாளித்துவத்துக்கும் அடிமையாகிக் கிடக்கிறார்கள் என்பதை அம்பேத்கர் உணர்ந்துகொண்டார். இந்த இரண்டுமே ஒரே சமூகப் பிரிவினரைக் கொண்டதாக இருந் ததையும் அவர் கண்டுகொண்டார். தொழிலாளர்கள் குறித்த அம்பேத்கரின் பார்வையில் மார்க்சியத்தின் தாக்கம் காணப்பட வில்லை என்கிறார் க்ரிஸ்டோஃப் ஜாஃப்ரிலா. மாறாக, அவர்

கம்யூனிஸ்டுகளை விமரிசித்தே வந்திருப்பதைச் சுட்டிக் காட்டு கிறார்.

மார்க்சியத்தால் இந்தியாவுக்குப் பலன் எதுவும் இல்லை என்பதே அம்பேத்கரின் நிலைப்பாடாக இருந்தது.

கம்யூனிஸ்டுகள் தொழிலாளர்களின் பிரச்னையைத் தங்களுக்குச் சாதகமாகப் பயன்படுத்திக்கொள்வதாக அவர் குற்றம்சாட்டி னார். இவ்வாறு அவர் கம்யூனிஸ்டுகளை விமரிசித்ததற்கு ஒரு வேளை 'கம்யூனிஸ்ட் இயக்கத்தில் உயர் சாதி தலைவர்களின் ஆதிக்கம் பரவியிருந்தது' காரணமாக இருந்திருக்கலாம் என்கி றார் ஜேஃப்ரிலோ.

சாதிமுறை என்பது தொழில் பிரிவினையாக மட்டுமின்றி, தொழிலாளர்களின் பிரிவினையாகவும் விளங்குகிறது என்று ஓரிடத்தில் குறிப்பிடுகிறார் அம்பேத்கர். சாதியின் பெயரால் பிளவுபட்டு நிற்கும் தொழிலாளர்களை வர்க்கத்தின் பெயரால் ஒன்றிணைக்கமுடியும் என்னும் நம்பிக்கை அவரிடம் காணப் படவில்லை. இதை அவர் அனுபவபூர்வமாகவே உணர்ந் திருக்கிறார். அம்பேத்கரை மகர்களின் தலைவர் என்றே பரவ லாகப் பலர் கருதியதால் மாங்குகள், சம்பர்கள் ஆகியோர் அவரை நெருங்கி வரவில்லை.

மார்க்சியம் கூறுவதுபோல் பொருளாதார அடிப்படையில் மக்கள் பிரிந்திருக்கவில்லை என்றார் அம்பேத்கர். இல்லையென் றால், ஒரு பைசாவும் இல்லாத சாதுக்களையும் ஃபகீர்களையும் ஏன் மில்லியனர்கள் வணங்குகிறார்கள்? இந்தியாவைப் பொருத்தவரை மதமே அனைத்தையும் தீர்மானிக்கிறது என்பது அம்பேத்கரின் வாதம். அதனால்தான் 'ஒரு மாஜிஸ்ட்ரேட்டை விட ஒரு மதகுருவின் வாக்கியத்துக்கு மக்கள் கட்டுப்படு கிறார்கள்.'

புரட்சிகர முறையில் ஆட்சியைக் கைப்பற்றுவதைக் காட்டிலும் சாதியை ஒழிக்கவேண்டியது பிரதானமானது என்பது அம்பேத் கரின் திடமான நம்பிக்கை. மார்க்சியத்தை அவர் விமரிசித்ததன் பிரதான காரணம் இதுவே. சோஷலிசத்துக்கு ஏன் ஆதரவு கிட்ட வில்லை என்பதையும் அவர் விளக்குகிறார். 'புரட்சி சாத்தியப் பட்டால் அனைவரும் சமமாக நடத்தப்படுவார்கள், எந்த வேறுபாடும் காட்டப்பட மாட்டாது, சாதியின் பெயரால்

நம்பிக்கையின் பெயரால் அவர்கள் வேறுபடுத்தப்படமாட்டார்கள் என்று நம்பினாலொழிய மக்கள் புரட்சிக்கு ஆதரவு தர மாட்டார்கள்... உண்மையிலேயே சோஷலிசத்தை நடைமுறைப்படுத்த வேண்டும் என்று சோஷலிஸ்டுகள் விரும்பினால், சமூகச் சீர்திருத்தம் அடிப்படையானது என்று அவர்கள் ஏற்கவேண்டும்.'

அம்பேத்கர் மார்க்சியத்தை விமரிசித்த ஒரே காரணத்துக்காக மார்க்சியவாதிகள் அம்பேத்கரையும் அம்பேத்கரியவாதிகள் மார்க்சியத்தையும் நிராகரிக்கவேண்டிய அவசியமில்லை. டபிள்யு.என். குபேர் எழுதுகிறார். 'உழைக்கும் வர்க்கச் சிக்கலில், தலித் இயக்கமும், இடதுசாரி இயக்கமும் நெருங்கி வரவில்லை. அம்பேத்கர், 'தொழிலாளர்களைக் காற்றுப் புகாத தனித் தனி அறைகளில் பிரித்து வைப்பதாக' சாதியைக் கருதினார். ஆனால் மார்க்ஸ் சாதியை இனவழித் தொழிலாளர்கள் பிரிவினை என்று வகைப்படுத்தினார். இந்த இரண்டு விளக்கங்களும் வேறல்ல. ஒன்றே.'

எனில், மார்க்ஸையும் அம்பேத்கரையும் ஒன்றுசேர்க்கமுடியுமா? முடியும்; ஆனால் அதற்கு அரசியல் தலையீடு தேவை என்கிறார் குபேர். 'வர்க்க மோதலுக்கு சாதிச் சிக்கலும் தொடர்புடையதே என்பதையும் சாதியை அணி திரட்டுவதில் அதன் வர்க்க இயல்பைத் தவற விட்டுவிடக்கூடாது என்பதையும், மிகமிக அதிகமாகக் கொடுமைக்குள்ளாக்கப்பட்ட சாதிகள் சமுதாயப் புரட்சியில் ஒரு தலைமைப் பாத்திரத்தை வகிக்க வாய்ப்புள்ளது என்பதையும் புரிந்து கொள்ளுகிற ஓர் அரசியல் வழி நமக்குத் தேவைப்படுகிறது.'

அம்பேத்கர், மார்க்ஸ் இருவருடைய பெயரால் நடத்தப்படும் இயக்கங்களையும் அவற்றுக்கு இடையிலான முரண்பாடுகளையும் ஒப்பிடுகிறார் ஆனந்த் டெல்டும்டே. 'கம்யூனிஸ்ட் இயக்கத்தையும் தலித் விடுதலை இயக்கத்தையும்போல் முரண்பாடுகள் கொண்டது வேறு எதுவும் இருக்கமுடியாது. இரண்டு இயக்கங்களுமே கிட்டத்தட்ட ஒரே காலகட்டத்தில்தான் உதித்தன. ஒரே விஷயங்களைத்தான் பேசின. அல்லது ஒரே விஷயத்தை எதிர்த்துத்தான் பேசின. ஒரே மாதிரியாக வளர்ந்தன அல்லது பிளவுபட்டன. இரண்டு இயக்கங்களுமே இன்று நம்பிக்கை இழந்த நிலையில் இருக்கின்றன. இருந்தும் ஒருவரை ஒருவர் நேருக்கு நேர் சந்திக்கக்கூடத் தயாராக இல்லை.'

அம்பேத்கர் மார்க்சியத்தை விமரிசித்தார் ஆனால் முழுமுற்றாக நிராகரிக்கவில்லை என்கிறார் டெல்டும்டே. 'அம்பேத்கர் ஒரு மார்க்சியவாதி அல்ல. கொலம்பிய பல்கலைக்கழகம், லண்டன் பொருளாதாரக் கல்லூரி என ஃபேபியர்களால் நிறுவப்பட்ட கல்வி மையங்களில் படித்தவர் என்பதால் அந்தச் சிந்தனைப் போக்கின் செல்வாக்கு அவரிடம் இருந்தது. தனது அறிவுசார் ஆளுமைக்கு முழுக் காரணம் என்று அம்பேத்கர் மதிக்கும் ஜான் தவே ஓர் அமெரிக்க ஃபேபியன்.

'இந்தச் சித்தாந்தமும் சோஷலிசத்தையே விரும்புகிறது என்றாலும் மார்க்ஸ் விரும்பியதைப் போன்றது அல்ல இது. சோஷலிசத்தைப் புரட்சியின் மூலம் கொண்டுவரமுடியாது. இயல்பான பரிணாம வளர்ச்சிப் போக்கில் அது உருவாகும் என்று ஃபேபியன்கள் நம்பினார்கள். இத்தகைய பாதிப்புகள் இருந்தபோதிலும் மார்க்ஸை ஏற்றுக்கொள்ளாமலேயே மார்க்சியத்தை முக்கியமானதாகக் கருதியதோடு தன் வாழ்க்கையின் அனைத்து முடிவுகளையும் உரைத்துப் பார்க்க உதவும் உரைகல்லாகவும் அம்பேத்கர் பயன்படுத்தியிருக்கிறார்.

'பொதுவான நம்பிக்கைக்கு மாறாக, அம்பேத்கரின் அரசியல் மார்க்ஸின் கோணத்தில் இல்லை என்றாலும் வர்க்கம் சார்ந்தது தான். அவர் தான் எழுதிய முதல் கட்டுரையில் சாதிகளை மூடுண்ட வர்க்கங்களாகத்தான் வரையறுத்திருக்கிறார். தீண்டப் படாதவர்களைச் சுட்டும்போதுகூட அவர்களை ஒரு வர்க்கமாகத் தான் சொல்லியிருக்கிறார். அந்த அணுகுமுறை, வர்க்க அலசல் என்பது வெறும் கோட்பாடு சார்ந்ததாகவோ வெட்டவெளியில் நிகழ்வதாகவே இருக்கக்கூடாது. நடைமுறை யதார்த்தத்தைக் கணக்கில் கொண்டதாக இருக்கவேண்டும் என்று சொன்ன லெனினுடன் அம்பேத்கருக்கு இருக்கும் ஒத்திசைவை வெளிப் படுத்துவதாகவே இருக்கிறது.'

அம்பேத்கர் தன் காலத்து கம்யூனிஸ்டுகளை நிராகரித்ததற்கு ஒரு வலுவான காரணம் இருந்தது என்கிறார் டெல்டும்டே. 'அன்றைய மார்க்சியர்கள் மார்க்ஸ், லெனின் மூலம் உருவாக்கப் பட்ட சட்டகங்களை அப்படியே இந்திய சூழலில் திணித்தனர். மார்க்சியப் படிமங்களை யந்திரகதியில் புரிந்துகொண்டு இந்தியாவில் நடைபெற்ற சாதி எதிர்ப்புப் போராட்டங்களை ஒரு பொருட்டாக மதிக்க மறுத்தனர். பிராமணர்களைப்போல்

'சித்தாந்தத் தூய்மை' குறித்த மோகம் கொண்டவர்களாகவும் 'புனிதத்தை' காப்பாற்றுபவர்களாகவும் இருந்தனர்.'

கம்யூனிஸ்டுகள் செய்த மாபெரும் தவறு அம்பேத்கரைத் தம்மில் ஒருவராக, ஒரு தோழராகக் காணாததுதான் என்கிறார் டெல்டும்டே. 'அம்பேத்கரின் செயல்பாடுகள் தங்களுடைய பாட்டாளி வர்க்கத்தைப் பிளவுபடுத்துவதாக அவர்கள் பார்த்தனர். இதனால்தான் டாங்கே, 1952 தேர்தலில் உங்கள் வோட்டை செல்லாததாகக் கூட ஆக்கிக் கொள்ளுங்கள். ஆனால், அம்பேத்கருக்கு மட்டும் போட்டுவிடாதீர்கள் என்று சொல்லவைத்தது. அந்தத் தேர்தலில் அம்பேத்கர் தோற்கவும் செய்தார்.'

வரலாற்றில் இருந்து நிறையவே கற்கவேண்டிய அவசியத்தில் இருக்கும் நாம் இதிலிருந்தும் ஒரு பாடத்தைக் கற்கவேண்டும். நமது இன்றைய தேவை என்ன? குபேர் எழுதுகிறார். 'மார்க்சியப் புரட்சிகர வேலைத்திட்டத்தை, இந்திய சமூகக் கட்டமைப்பைப் பற்றிய அம்பேத்கரின் உள்நோக்கத்தோடு இணைக்கும் செயல்பாடுகள்தாம் இன்றைக்குத் தேவைப்படுகிறது. எனவே 'மார்க்ஸ் அல்லது அம்பேத்கர்' இல்லை. 'மார்க்ஸ் மற்றும் அம்பேத்கர்' என்பதே வருங்காலப் புரட்சிகர வேலைத் திட்டத்தின் வழிகாட்டும் கொள்கை. அப்போதுதான், மனிதத் தன்மைக்குக் கீழ்ப்பட்ட நிலைமைகளில் கட்டாயமாகத் தள்ளப்பட்டு உழலும் பல லட்சக்கணக்கான மக்களை விடுதலை செய்வதற்காக அந்த இரண்டு மாபெரும் தீர்க்கதரிசிகள் கண்ட கனவுகளை நிறைவேற்ற முடியும்.'

ஹோ சி மின்

26. இருளில் ஒளி

இருபதாம் நூற்றாண்டின் தலைசிறந்த ராஜதந்திரிகளில் ஒருவர் ஹோ சி மின் என்கிறார் நியூ யார்க் டைம்ஸ் கட்டுரையாளர் ஆல்டென் விட்மன். 'அவர் பிடிவாதமாகவும் தீர்மானமாகவும் இருந்தார். அதே சமயம், பொறுமையைக் கைவிடவில்லை. வியட்நாம் விடுதலை பெற்றே தீரவேண்டும் என்னும் லட்சியத்தில் இருந்து அவர் பின்வாங்கவில்லை. கம்யூனிசம், தேசியவாதம் இரண்டையும் ஒன்றிணைத்து ஒரு புதிய பாதையை அவர் உருவாக்கினார்!' என்கிறார் இந்தக் கட்டுரையாளர்.

பெர்னார்ட் பி ஃபால் என்னும் அமெரிக்கர் 'புரட்சி குறித்து ஹோ சி மின்' என்னும் தலைப்பில் அவருடைய படைப்புகளை நான்கு தொகுதிகளாகத் தேர்ந்தெடுத்து வெளியிட்டிருக்கிறார். கவனமாக வார்த்தைகளைத் தேர்ந்தெடுத்து மிகத் தெளிவாக தன் சித்தாந்தத்தை ஹோ இவற்றில் முன்வைத்திருக்கிறார் என்றபோதும் இந்தத் தொகுப்புகள் மார்க்சியத்தை செழுமைப்படுத்தும் முயற்சி என்று சொல்லிவிடமுடியாது என்கிறார்கள் ஆய்வாளர்கள். அது அவருடைய நோக்கமாக இருந்ததும் கிடையாது. அவருடைய நோக்கம் இரண்டு. மார்க்சியத்தைப் பயில்வது. பயின்றதை நடைமுறைப்படுத்துவது. அந்த வகையில், 'ஹோ சி மின் ஒரு சித்தாந்தவாதியாக மட்டும் இருந்துவிடவில்லை. நடைமுறையில் எது சாத்தியம், எது சாத்தியமில்லை என்பதைத் தொடர்ந்து ஆராய்பவராகவும் இருந்தார்' என்கிறார் விட்மன்.

தன்னைப் பற்றி மற்றவர்கள் தெரிந்துகொள்ளவேண்டும் என்று ஹோ சி மின் விரும்பியதில்லை. ஹோ சி மின் என்பதுகூட

அவருடைய எண்ணற்ற பல புனைப் பெயர்களில் ஒன்றுதான். (ஹோ சி மின் என்றால் ஒளியைக் கொண்டு வரும் ஹோ என்று பொருள்). உங்களைப் பற்றி எழுதவேண்டும் என்னும் கோரிக்கை யுடன் ஃபால், ஹோவைச் சந்தித்தபோது அவர் வெறுமனே சிரித்திருக்கிறார். 'உங்களுக்குத்தான் தெரியுமே, நான் ஒரு வயதான மனிதன். என்னைப் போன்ற முதியவர்களுக்கு சின்னச் சின்ன ரகசியங்களைப் பாதுகாப்பதில் ஆர்வம் நிறைய இருக்கும்.' ஹோ அவரைப் பார்த்துக் கண் சிமிட்டியிருக்கிறார். 'நான் இறக்கும்வரை காத்திருங்கள். அதற்குப் பிறகு உங்களுக்கு என்னவெல்லாம் விருப்பமோ அனைத்தையும் எழுதிக்கொள்ளலாம்.'

ஹோ சி மின்னின் வாழ்வில் இன்னமும்கூட நமக்குத் தெரியாத பல இடைவெளிகள் இருக்கின்றன என்கிறார்கள் அவரை ஆய்வு செய்திருப்பவர்கள். பல சமயங்களில், கிடைக்கும் தரவுகள் வேறொரு ஹோவைப் பற்றியதாக இருக்கின்றன. இந்த ஹோ நம்முடைய ஹோ சி மின்னா என்று அவர்கள் குழம்பியிருக் கிறார்கள். அவருடைய பிறந்த தேதியைக்கூட ஒருவித நிச்சய மற்றத்தன்மையுடன்தான் பதிவு செய்திருக்கிறார்கள். அவருடைய நிஜப் பெயர் குயென் (முழுப்பெயர், Nguyen Ai Quoc). கிடை யாது, Nguyen Tat Thanh என்பதுதான் அவருடைய நிஜப் பெயர் என்கிறார் வில்ஃப்ரெட் புர்செட் என்னும் ஆஸ்திரேலிய பத்திரிகை யாளர். அவருடைய சில இளம்வயது புகைப்படங்களில்கூட இது அவர்தானா என்பது போன்ற குழப்பங்கள் நேர்ந்திருக்கின்றன.

அவரைப் பற்றிய ஒரு பொதுவான அறிமுகம் இப்படி இருக்கும். ஹோ சி மின் (1890-1969) மத்திய வியட்நாமில் உள்ள கிம்லீன் என்னும் கிராமத்தில் மே 19ம் தேதி பிறந்தார். பிரான்ஸின் காலனி நாடான வியட்நாம் அப்போது பிரெஞ்சு இந்தோ சீனா என்று அழைக்கப்பட்டது. பெயருக்கு ஓர் அரசர் இருந்தார். ஹோ சி மின்னின் தந்தை அரசவையில் அதிகாரியாக பணியாற்றி வந்தார். பிரெஞ்சு காலனி அதிகாரத்தை விமரிசித்ததால் பதவியில் இருந்து துரத்தப்பட்டார். (அவர் தானாகவே விலகிக்கொண்டார் என்றும் சொல்லப்படுகிறது). ஹோ சி மின் 1911ம் ஆண்டு பிரெஞ்சு கப்பலொன்றில் அடுப்பறை உதவியாளராகப் பணியில் சேர்ந்தார். லண்டன், பாரிஸ் என்று பல நாடுகளுக்குச் சுற்றி வரும் வாய்ப்பு கிடைத்தது. ஹோ சி மின் தன் பள்ளிப் படிப்பைப் பாதியில் நிறுத்திவிட்டு கப்பலில் காலடி எடுத்து வைத்ததற்குக் காரணமே உலகம் சுற்றும் ஆசைதான் என்று சொல்லப்படுவதுண்டு.

பிரெஞ்சு கம்யூனிஸ்ட் கட்சியைத் தொடங்கியவர்களுள் ஹோவும் ஒருவர். 1923ம் ஆண்டு ஹோ ரஷ்யா சென்றார். கோமிண்டர்னில் (கம்யூனிஸ்ட் இண்டர்நேஷனல்) பயிற்சி எடுப்பதே பயணத்தின் நோக்கம். லெனினால் தொடங்கப்பட்ட இந்த அமைப்பு புரட்சிகர நடவடிக்கைகளில் ஈடுபடுபவர்களுக்குப் பயிற்சிகள் அளித்து வந்தது. ஹோ, தென் சீனாவுக்கும் சென்றார். அங்கிருந்த வியட்நாமிய குடியேறிகளுக்கு மத்தியில் ஒரு புரட்சிகர இயக்கத்தைக் கட்டமைக்கும் முயற்சியில் இறங்கினார். 1930ம் ஆண்டு இந்தோ சீனா கம்யூனிஸ்ட் கட்சியை (ஐசிபி) உருவாக்கினார். சோவியத் யூனியன், சீனாவுக்கு இடையில் முப்பதுகளில் தொடர்ந்து பயணங்கள் மேற்கொண்டார்.

1941ம் ஆண்டு ஜப்பான் இந்தோ சீனாமீது போர் தொடுத்ததைத் தொடர்ந்து ஹோ வியட்நாம் திரும்பினார். ஜப்பானியப் படைகளை வீழ்த்த வியத் மின் என்னும் கம்யூனிஸ்ட் சுதந்தரப் போராட்ட இயக்கத்தை அவர் வளர்த்தெடுத்தார். இரண்டாம் உலகப் போரின் முடிவில் வியத் மின், வியட்நாமின் சுதந்தரத்தைப் பிரகடனம் செய்தது. ஆனால் பிரான்ஸ் வியட்நாமை விடுவதாகயில்லை. 1946ம் ஆண்டு போர் தொடங்கியது. எட்டாண்டுகள் நடைபெற்ற போருக்குப் பிறகு பிரான்ஸ் இறங்கி வந்தது. ஜெனிவாவில் பேச்சு வார்த்தை நடத்தவும் முன்வந்தது.

வியட்நாம் இப்போது இரண்டாகப் பிளவுபட்டு நின்றது. வடக்குப் பகுதி கம்யூனிச வியத்நாம். தெற்குப் பகுதி கம்யூனிசம் அல்லாத நாடாக உருவானது. முதலாவதற்கு ஹோ சி மின் தலைமை தாங்கினார். தெற்குப் பகுதியையும் வடக்கோடு இணைத்து ஒன்றிணைந்த வியட்நாமை உருவாக்கும் நோக்கத்துடன் வியட்காங் படைகள் படையெடுத்தன. தெற்கு வியட்நாமுக்கு ஆதரவு அளிக்க அமெரிக்கா முன்வந்தது. இதற்கு ஒரே காரணம், கம்யூனிசம் உலகில் எந்த மூலையிலும் பரவிவிடக் கூடாது என்னும் அச்சம்தான். 1965ம் ஆண்டு அமெரிக்கப் படைகள் பெரும் அளவில் தெற்கு வியட்நாமில் குவிந்து ஹோவின் படைகளோடு போரிடத் தொடங்கின.

அறுபதுகளிலேயே ஹோ சி மின்னின் உடல்நிலை பாதிப்படையத் தொடங்கிவிட்டது. 2 செப்டெம்பர் 1969 அன்று ஹோ சி மின் மரணமடைந்தார். அவரது கனவு 1975ம் ஆண்டு பலித்தது. தெற்கு வியட்நாமின் தலைநகரம் சாய்கோனைக் கைப்பற்றிய

வியட்காங் படையினர் அந்நகருக்கு 'ஹோ சி மின் நகரம்' என்று பெயரிட்டனர்.

இள வயது முதலே வியட்நாமின் விடுதலை குறித்து ஹோ சி மின் கனவு காணத் தொடங்கிவிட்டார். அதற்கு முதலில் பிரெஞ்சு காலனியாதிக்கத்துக்கு எதிராகவும் பிறகு அமெரிக்க விரிவாக்கத்துக்கு எதிராகவும் அவர் கடுமையாகப் போரிட வேண்டியிருந்தது. வியட்நாம் மக்களைப் பொருத்தவரை ஹோ சி மின்தான் அவர்களுடைய ஜார்ஜ் வாஷிங்டன் என்கிறார் ஆல்டென் விட்மன். ஒட்டிய கன்னங்களையும் ஒளி வீசும் கண்களையும் கொண்ட அந்த மெலிந்த மனிதரை வியட்நாம் மக்கள் நேசத்துடனும் நம்பிக்கையுடனும் ஆராதித்தனர். கிட்டத்தட்ட 20 மில்லியன் வியட்நாமியர்களின் கனவையும் சுதந்தர ஏக்கத்தையும் ஹோ சி மின் பிரதிபலித்தார். அவரை 'அங்கிள் ஹோ' என்றே வட வியட்நாம் பத்திரிகைகள் அழைத்தன.

ஹோ எப்போதுமே எளிமையாக இருந்திருக்கிறார் என்கிறார்கள் அவரை நேரில் அறிந்தவர்கள். அலுவலகப் பணிகள் இல்லாத சமயங்களில் ஹோ கிராமங்களையும் நகரங்களையும் நோக்கிச் சென்றுவிடுவார். சில சமயம் பள்ளிகளுக்குள் நுழைந்து மாணவர்களுடன் உரையாடத் தொடங்கிவிடுவார். ஹோவின் அரசியலை நிராகரிப்பவர்கள்கூட அவருடைய எளிமையான அணுகுமுறையையும் சாமானிய மக்களுடன் அவர் கொண்டிருந்த இயல்பான உறவுமுறையையும் பாராட்டத் தவறுவதில்லை.

ஹாரி ஆஷ்மோர் என்னும் அமெரிக்கர் 1967 தொடக்கத்தில் ஹோவைக் காண ஹனோய் சென்றிருந்தார். செண்டர் ஃபார் திஸ்டடி ஆஃப் டெமாக்ரடிக் இன்ஸ்டிட்யூஷன்ஸ் என்னும் அமைப்பைச் சேர்ந்தவர் இவர். ஹோவின் கனிவான வரவேற்பும் யார்மீதும் தனிப்பட்ட வெறுப்பை வெளிப்படுத்தாத அவருடைய உரையாடல் பாங்கும் ஆஷ்மோரை வெகுவாகக் கவர்ந்துவிட்டது. தனது ஆங்கிலத்தைக் கண்டு வியந்த ஆஷ்மோரிடம் ஹோ அமைதியாகச் சொல்லியிருக்கிறார். 'எனக்கு அமெரிக்க மக்களை நன்கு தெரியும். ஆனால் தெரியாதது என்னவென்றால், எப்படி அவர்கள் அமெரிக்காவின் போரை ஆதரிக்கிறார்கள்? சுதந்தர தேவி சிலை அமெரிக்காவில் தலைகீழாக அமைக்கப்பட்டிருக்கிறதா?'

புரட்சியின்மூலம் காலனியாதிக்கத்தை எதிர்த்து விடுதலை பெற்ற நாடு அமெரிக்கா. ஆனால் எப்படி இந்த நாட்டால் இன்னொரு நாட்டின் சுதந்தரத்தைப் பறிக்கமுடிகிறது? வியட்நாம்மீது எப்படி அவர்களால் படையெடுக்கமுடிகிறது? எப்படி தென் வியட்நாமை அவர்களால் ஆதரிக்கமுடிகிறது? சுதந்தரத்தின் முக்கியத்துவத்தை அமெரிக்கா உணரவில்லையா? அல்லது, சுதந்தரம் என்பது வியட்நாம் போன்ற மூன்றாமுலக நாடுகளுக்குத் தேவையில்லை என்று அது கருதுகிறதா? வேறு சிலரிடமும்கூட ஹோ அமெரிக்கா குறித்து இந்தச் சந்தேகத்தை எழுப்பினார்.

ஹோ சி மின் அமெரிக்க வரலாற்றை நன்றாகக் கற்றிருந்தார். வியட்நாம் ஜனநாயகக் குடியரசின் அரசியலமைப்புச் சட்டத்தை உருவாக்கும் முயற்சியில் ஈடுபட்டபோது அவருக்கு சட்டென்று நினைவுக்கு வந்தது அமெரிக்க அரசியலமைப்புச் சட்டம்தான். எங்காவது அதன் பிரதி கிடைக்குமா என்று தேடத் தொடங்கினார். வியட்நாமில் அப்போது இருந்த சில அமெரிக்க நண்பர்களிடம் கேட்டுப் பார்த்தால். அவர்களிடம் இல்லை. அதனால் ஹோ தன் நினைவில் இருந்து பல பகுதிகளை மீட்டெடுத்து எழுதத் தொடங்கினார். 'அனைவரும் சமமாகவே இந்த உலகில் படைக்கப்பட்டிருக்கிறார்கள். மாற்றிக்கொடுக்க இயலாத சில உரிமைகளை அவர்கள் அனைவரும் பெற்றிருக்கிறார்கள். உயிர் வாழ்வதற்கான உரிமை, சுதந்தரமாக இருப்பதற்கான உரிமை, மகிழ்ச்சியாக இருப்பதற்கான உரிமை.' அமெரிக்க அரசியலமைப்புச் சட்டத்தில் எவற்றையெல்லாம் முக்கியம் என்று கருதினாரோ அவை அனைத்தையும் வியட்நாமின் அரசியல் ஆவணத்தில் ஹோ சேர்த்துக்கொண்டார்.

தொடக்கம் முதலே விவசாயிகள்மீது அக்கறை கொண்டிருந்தார் ஹோ. 1923ம் ஆண்டு மாஸ்கோவில் நடைபெற்ற சர்வதேச விவசாயிகள் மாநாட்டில் பிரெஞ்சு காலனி நாட்டு விவசாயிகள் சார்பாக கலந்துகொண்டு உரையாடினார் ஹோ. இந்தோ-சீனாவில் உள்ள விவசாயிகள் பொதுவாக விவசாயி என்ற முறையிலும், ஒரு காலனி நாட்டின் விவசாயிகள் என்ற முறையிலும் இரட்டை ஒடுக்குமுறைச் சுமைக்கு ஆளாகியுள்ளனர் என்றார் ஹோ. 'கீழ்திசை நாடுகள் முழுவதிலுமுள்ள விவசாய மக்களை, குறிப்பாக மிகக் கொடூரமான சுரண்டலுக்கும் ஒடுக்குமுறைக்கும் ஆளாகியுள்ள காலனி நாட்டு விவசாயிகளை இந்த இயக்கத்

துக்குள் கொண்டுவராமல், நமது அகிலமானது உழைக்கும் மக்களின் ஒரு உண்மையான சர்வதேச அமைப்பாக ஆகமுடியாது.'

இன்றும் ஹோ சி மின்னை வியட்நாமியர்களும் வியட்நாமைக் கடந்து பல லட்சக்கணக்கான மக்களும் நினைவுகூர்வதற்குக் காரணம் அவர் ஒரு மார்க்சிஸ்ட் என்பதால் அல்ல. அவர் ஒரு புரட்சியாளர் அல்லது வியட்நாமின் விடுதலைக்காகத் தன்னை அர்ப்பணித்துக்கொண்டவர் என்பதால்கூட அல்ல. ஹோ சி மின் ஏழைகளையும், விவசாயிகளையும், உழைக்கும் மக்களையும், மூன்றாம் உலக நாடுகளையும்,

காலனியாதிக்கத்துக்கு உட்பட்டுக் கிடந்த அடிமை நாடுகளையும் மனப்பூர்வமாக நேசித்தார். அங்கிள் ஹோ என்று உலகம் அவரைத் தூக்கி வைத்து கொண்டாடியதற்குக் காரணம் அவருடைய இந்த நேசம்தான்.

27. வாழ்க்கை என்பது போராட்டமே

ஹோ சி மின்னின் தந்தை பிரெஞ்சு மொழியைக் கற்றுக் கொள்ள மறுத்துவிட்டார். நம்மை அடிமைப்படுத்தியவர்களின் மொழியை நான் ஏன் கற்கவேண்டும் என்பது அவர் வாதம். ஆனால் ஹோ அப்படியல்ல. அவர் பிரெஞ்சு மொழியைக் கையாண்டே பிரான்ஸையும் அதன் ஆதிக்கத்தையும் எதிர்த்தார். பிரெஞ்சு மொழியில் ஹோ சி மின் எழுதிய ‘குற்றவாளிக் கூண்டில் பிரெஞ்சுக் காலனியாதிக்கம்’ என்ற புத்தகம், 1925ம் ஆண்டு பாரிசில் வெளியிடப்பட்டது. இதில், 1920 முதல் 1925 வரையிலான காலத்தில் அவர் எழுதிய கட்டுரைகளும் குறிப்பு களும் இடம்பெற்றிருந்தன. இந்தப் புத்தகத்தின் சில பிரதிகள் வியட்னாமுக்குச் சென்றபோது அங்குள்ள இளைஞர்களை அது கவர்ந்திழுத்தது.

பிரெஞ்சு ஏகாதிபத்தியம் குறித்த தன் பார்வையை ஹோ இதில் பதிவு செய்திருந்தார். ‘ஏகாதிபத்தியம் என்பது அனைத்து ஒடுக்கப்பட்ட மக்களின் மிகவும் ஆபத்தான பொது எதிரியாகும். எனவே, வியட்னாமின் தேசிய விடுதலைக்கான போராட்ட மென்பது காலனியாதிக்க அடிமைத்தனத்திலிருந்து விடுதலை பெறுவதற்காக உலகம் முழுவதும் நடைபெறும் போராட்டத் தின் ஒரு பகுதியாகும்.’

வியட்நாம் விடுவிக்கப்படவேண்டும் என்று விருப்பம் கொண் டிருந்தாரே தவிர விடுதலையை எப்படிப் பெறுவது என்பது குறித்து அவரால் சிந்திக்கமுடியவில்லை. இந்த விடுதலையில் மக்களை ஈடுபடுத்துவது எப்படி, ராணுவத்தை உருவாக்குவது

எப்படி, பலமிக்க பிரான்ஸை எதிர்கொண்டு வீழ்த்துவது எப்படி என்பதெல்லாம் அவருக்குத் தெரியாது. ஓரிடத்தில் ஹோ எழுது கிறார். 'நான் பிரெஞ்சு சோஷலிஸ்ட் கட்சியில் சேர்ந்தபோது கட்சி என்றால் என்ன என்று எனக்குத் தெரியாது. தொழிற்சங்கம் என்றால் என்ன என்றும் தெரியாது. சோஷலிசம், கம்யூனிசம் ஆகியவை பற்றியும் ஒன்றும் தெரியாது.' பிறகு எதற்காக அந்தக் கட்சியில் இணைந்தார்? 'அங்குள்ள தோழர்கள் (அப்போது அவர்களை நான் லேடீஸ் அண்ட் ஜென்டில்மேன் என்று அழைத் தேன்) என்மீது கரிசனம் காட்டினார்கள். ஒடுக்கப்பட்டவர்களின் சார்பாக நான் மேற்கொண்ட போராட்டத்துக்கு ஆதரவு தெரி வித்தார்கள். ' கம்யூனிஸ்டுகள் பற்றிய ஹோவின் எளிமையான புரிதல் இதுவே.

பிற்காலத்தில் லெனினை நோக்கித் தன்னை ஈர்த்தது கம்யூனிசம் அல்ல, தேசபக்தியே என்று ஓரிடத்தில் குறிப்பிடுகிறார் ஹோ. 'அடி மேல் அடி எடுத்து வைத்து சிறிது சிறிதாக மார்க்சியம் லெனினியம் பயின்றேன். மறுபக்கம் நடைமுறையில் போராட் டங்களிலும் பங்கேற்றேன். இந்த இரண்டில் இருந்தும் நான் தெரிந்துகொண்டது இதுதான். உலகம் முழுவதிலும் உள்ள ஆதிக்கத்துக்கு உள்ளான மக்களை சோஷலிசமும் கம்யூனிச மும்தான் விடுவிக்கும். உழைக்கும் மக்களை அடிமைத்தனதில் இருந்தும் இவையே மீட்டெடுக்கும்.'

1923ம் ஆண்டு மாஸ்கோ சென்ற ஹோ சி மின் மூன்றாம் அகிலம் என்று அழைக்கப்பட்ட கோமிண்டர்னில் (கம்யூனிஸ்ட் இண்டர் நேஷனல்) இணைந்து பணியாற்றினார். 1919ல் லெனினால் தொடங்கப்பட்ட இந்த இயக்கத்தின் நோக்கம் ஆயுதப் போராட் டம் உள்ளிட்ட அனைத்து போராட்ட வழிமுறைகளையும் கையாண்டு சர்வதேச பூர்ஷ்வா வர்க்கத்தை வீழ்த்தி, சர்வதேச சோவியத் குடியரசை நிறுவுவதாகும். ஜூன் 1924ல் நடைபெற்ற கோமிண்டர்னின் ஐந்தாவது மாநாட்டில் ஹோ கலந்து கொண்டார்.

அதற்கு அடுத்த ஆண்டு சீனாவுக்கு வந்து சேர்ந்த ஹோ, ஜூன் மாத முடிவில் வியட்னாமிய புரட்சிகர இளைஞர் கழகம் என்ற அமைப்பை தன் இளம் நண்பர்களுடன் இணைந்து உருவாக்கி னார். இந்த அமைப்பின் நோக்கத்தை ஹோ விளக்குகிறார். 'நமக்கு இன்று முக்கியமான விஷயம் - லெனினிசக் கோட்பாடு களின் அடிப்படைகளையும், அகிலத்தின் முடிவுகள் மற்றும்

கட்டளைகளையும் பிரசாரம் செய்வதுதான். லெனினிசத்துக்கு மாற்றாக வேறொன்றும் கிடையாது என்பதை நாம் ஒருபோதும் மறக்கக் கூடாது. தக்க தருணத்தில் கம்யூனிஸ்ட் கட்சியை உருவாக்குவதற்கான மேடையாக, இந்தக் கழகமும் அதனுடைய மேடையும் விளங்கவேண்டும்.' அசைக்கமுடியாத நம்பிக்கையுடன் ஹோ எழுதினார். 'கம்யூனிஸ்ட் கட்சி மட்டுமே வியட்னாமுக்கு விடுதலையை அளிக்கமுடியும்.'

வியட்நாம் இளைஞர் கழகத்தின் உறுப்பினர்களைத் தேர்ந்தெடுப்பதிலும் பயிற்சியளிப்பதிலும் ஹோ சி மின் மிகக் கண்டிப்பாக இருந்தார். அரசியல் வகுப்புகள் எடுக்கப்பட்டன. அந்த வகுப்புகளில் கலந்துகொள்பவர்கள் மத்தியில் இருந்து சிலர் தேர்ந்தெடுக்கப்பட்டனர். இந்தக் கழகத்தில் சேர்பவர்கள், புரட்சியின் லட்சியத்துக்கு விசுவாசமாக இருக்கவேண்டும். பயிற்சி முடிந்ததும் அவர்கள் இந்தோ-சீனாவுக்கு அனுப்பி வைக்கப்படுவார்கள். அவ்வாறு செல்பவர்கள் எவ்வாறு நடந்து கொள்ள வேண்டுமென்பதை ஹோ விளக்கினார்.

'நீங்கள் நம்பிக்கை வைத்திருக்கக்கூடிய பழைய நண்பர்களைத் தேடிப்பிடியுங்கள். நீங்கள் என்ன விஷயத்தைக் குறித்து பேசினாலும் சரி. அதை, நமது நாட்டில் பிரெஞ்சுக்காரர்கள் செய்யும் கொடூரத்தனம் குறித்த உரையாடலாக திருப்பி விடுங்கள். சாதகமான பதில் கிடைத்தால், வியட்னாமியர்களாகிய நாம் எவ்வளவு நாள்கள்தான் அந்நிய ஒடுக்குமுறையைச் சகித்துக் கொண்டிருப்பது என்று கேளுங்கள். பிரெஞ்சுக்காரர்களை எப்படி விரட்டியடிப்பது என்ற கேள்வி உங்களிடம் கேட்கப்பட்டால், ஒற்றுமையே அதற்கான வழி என்று கூறுங்கள்.'

பிரான்ஸின் ஆதிக்கத்தில் இருந்து மீட்கும் முயற்சி தொடரும் போதே இரண்டாம் உலகப் போர் மூண்டுவிட, ஜப்பானின் ஆதிக்கத்தையும் சேர்த்து போரிடவேண்டி அவசியம் ஹோவுக்கு ஏற்பட்டது. இரண்டில் இருந்தும் விடுபட்டு சுதந்தரத்தைப் பிரகடனப்படுத்தும்போது வியட்நாம் இரண்டாகப் பிளவுபட்டிருந்தது. இப்போது மீண்டும் ஒன்றுபட்ட வியட்நாமை அடைவதற்காக மூன்றாவது எதிரியான அமெரிக்காவை ஹோ எதிர்கொள்ளவேண்டியிருந்தது.

ஒன்றுபட்ட வியட்நாம் அமைந்துவிடக்கூடாது, அப்படி அமைந்தாலும் அது கம்யூனிஸ்ட் வியட்நாமாக இருக்கக்கூடாது

என்பது அமெரிக்காவின் விருப்பம். அதனால் தெற்கு வியட்நாமை இணைத்துக்கொள்ளத் துடித்த ஹோ சி மின் தலைமையிலான வடக்கு வியட்நாமுக்கு எதிராக அமெரிக்கப் படைகள் களமிறக்கப் பட்டன. அமெரிக்காவின் இந்த அத்துமீறிய போரை ஹோ சி மின் அரசு காலனியாதிக்க அடக்குமுறையாகவே பார்த்தது. அமெரிக்கக் காலனியாதிக்கத்துக்கு எதிரான இந்தப் போர் மிகக் கடினமானதாக இருக்கும் என்பது அவருக்குத் தெரிந்திருந்தது.

அமெரிக்கா வியட்நாமில் இழைத்த கொடுமைகள் மிருகத்தன மானவை. கிராமம் கிராமமாக கம்யூனிஸ்ட்களும், இதர போராளிகளும், சுதந்தர விரும்பிகளும் கைது செய்யப்பட்டு சித்திரவதை செய்யப்பட்டனர். மிகக் குரூரமாகக் கொல்லப் பட்டனர். விசாரணையின்றி கடுங்காவல் முகாம்களில் அடைக்கப் பட்டனர். கிராமங்களில் பெண்கள் பாலியல் பலாத்காரம் செய்யப் பட்டனர். குழந்தைகளும்கூட கொடூரமான தண்டனைகளில் இருந்து தப்பவில்லை. குடிசைகள், வயல்கள் அனைத்தின்மீதும் குண்டுகள் வீசப்பட்டன. மிகக் கொடிய நாபாம் குண்டுகளும் பாஸ்பரஸ் குண்டுகளும் வீசப்பட்டன. மைலாய் என்ற கிராமத் தில் உயிர் தப்பிய ஒருவனின் வாக்குமூலம் இது. ‘அமெரிக்க சிப்பாய்கள் திருமதி மாய் என்பவரைக் கொன்றபிறகு, அவ ருடைய உறவினரான ஒரு வயோதிகரை இழுத்து அவரது தாடிக்கு தீ வைத்து எரித்தனர். அவர் இன்னும் உயிரோடு இருப் பதைக் கண்டு துப்பாக்கி ஈட்டி முனையால் குத்தினர். பின்பு எனது அத்தையைத் துப்பாக்கி முனையில் வெளியில் வரச் சொல்லி பாலியல் வன்புணர்வு செய்ய முயன்றனர். அவள் தடுத்தபோது, அவளைச் சுட்டனர். பசியால் வாடிய அவளது குழந்தை தவழ்ந்து சென்று தாயின் மார்பகங்களைச் சுவைத்த போது, இரு உயிரையும் தீயிட்டுப் பொசுக்கினர்.’

1954ல் தொடங்கிய வியட்நாம் யுத்தம், பனிப் போர் காலத்து பின்னணியில் மூர்க்கமாகத் தொடர்ந்து உலகின் மனசாட்சியை உலுக்கியெடுத்தது. கிட்டத்தட்ட 30 லட்சம் பேர் இந்தப் போரில் பலியாகினர். இவர்களில் பாதிக்கும் மேற்பட்டவர்கள் வியட் நாமியர்கள். 1969 வாக்கில் சின்னஞ்சிறிய வியட்நாமுக்கு எதிராக 5 லட்சம் அமெரிக்க வீரர்கள் களமிறக்கப்பட்டதில் இருந்தே வியட்நாமையும் அதைத் தலைமை தாங்கி நடத்திய ஹோ சி மின்னின் கம்யூனிசத்தையும் அழிக்க அமெரிக்கா எவ்வளவு தீவிரமாக இருந்தது என்பதைத் தெரிந்துகொள்ளலாம்.

அமெரிக்க ஏகாதிபத்தியத்தின் ஆக்கிரமிப்பை எதிர்த்து உலகம் முழுவதிலும் பெரும் ஆர்ப்பாட்டங்கள் நடைபெற்றன. ஏகாதிபத்திய எதிர்ப்பின் சின்னமாக வியட்நாம் மாறியது. 'உனது பெயர், எனது பெயர், வியட்னாம், வியட்னாம்' என்ற முழக்கம் இந்தியா முழுவதிலும் எதிரொலித்தது. அமெரிக்கர்கள் அதிர்ந்து விழித்தெழுந்தார்கள். வியட்நாம் போர் நிறுத்தப்பட்டாக வேண்டும், அமெரிக்கா நிகழ்த்தும் கொடூரங்கள் உடனடியாக முடிவுக்குக் கொண்டுவரப்படவேண்டும் என்று அமெரிக்கர்கள் பெரிய அளவில் அணிதிரண்டு போராடத் தொடங்கினார்கள். ஹோ நம்பிக்கையிழக்காமல் அமெரிக்காவை எதிர்த்தபடி இருந்தார்.

போருக்கு மத்தியில் ஒரு பிரெஞ்சு பயணியிடம் ஹோ மனம் திறந்து பேசினார். 'பிரான்ஸைத் தோற்கடிக்க எங்களுக்கு எட்டு கடினமான ஆண்டுகள் தேவைப்பட்டன. உங்களுக்கு எங்களைப் பற்றியும் எங்கள் நாட்டைப் பற்றியும் தெரியும் என்று நினைக் கிறேன். இப்போது தெற்கு வியட்நாம் நல்ல படைபலத்துடன் இருக்கிறது. அமெரிக்கர்களின் உதவி அதற்குக் கிடைத்திருக் கிறது. ஆம், அமெரிக்கர்கள் பிரெஞ்சுக்காரர்களைவிட வலு வானவர்கள். ஆனால் அவர்களுக்கு எங்களைப் பற்றி குறை வாகவே தெரியும். (அமெரிக்காவைத் தோற்கடிக்க) எங்க ளுக்குப் பத்தாண்டுகாலம் தேவைப்படலாம். ஆனால் நிச்சயம் தெற்கு வியட்நாம் அவர்களைத் தோற்கடிக்கும்.'

1966-ம் ஆண்டு ஜூலை மாதம் 17-ம் தேதி ஜெனிவா உடன் படிக்கை தினம் வடக்கு வியட்னாமில் கொண்டாடப்பட்டது. நாட்டு மக்கள் அனைவரும் ஹோ சி மின்னின் உரையைக் கேட்க ஆங்காங்கே வானொலி முன்பு குழுமியிருந்தனர். அன்று மட்டும் ஐம்பதுக்கும் மேற்பட்ட அமெரிக்க விமானங்கள், ஹனாயின் நகர்ப்புற பகுதிகள்மீது குண்டுகளை வீசிக் கொண்டிருந்தன. நகரம் முழுவதிலும் வெடிமருந்து வாடை காற்றில் பரவிக் கொண்டிருந்தது. காடுகளிலிருந்த கொரில்லாப் படையினர், பேட்டரி ரேடியோக்களின் மூலம் ஹோ சி மின் பேச்சைக் கேட்டனர். ஹோ-சி-மின் முழங்கினார்.

'அமெரிக்காவுடனான இந்தப் போர் ஐந்தாண்டுகள், பத்தாண்டு கள், இருபதாண்டுகள், ஏன் அதற்கும் மேலும்கூட நீடிக்கலாம். ஹனாய், ஹைபாங் நகரங்களும், இதர நகரங்களும், நிறுவனங் களும் அழிக்கப்படலாம். ஆனால், வியட்னாமிய மக்களைப்

பணியவைக்க முடியாது, சுதந்தரத்தையும் விடுதலையையும் காட்டிலும் அரிய பொருள் வேறொன்றும் கிடையாது. ஒரு முறை வெற்றிபெற்றுவிட்டால், நமது மக்கள் தங்களுடைய நாட்டை மீண்டும் கட்டிவிடுவார்கள். முன்பிருந்ததைவிட வளமிக்கதாகவும் அழகானதாகவும் மாற்றிவிடுவார்கள்.'

வியட்நாம் போரில் அழிந்துகொண்டிருந்தபோது, வியட்நாம் இரண்டாகப் பிளவுபட்டு நின்றபோது, அமெரிக்கா என்னும் சக்திவாய்ந்த ஒரு எதிரி அச்சமூட்டும் படைபலத்துடன் திரண்டு நிற்கும்போது ஹோ சி மின்னால் நம்பிக்கையுடன் இருக்க முடிந்திருக்கிறது. சிறிது காலம் ஆகலாம் அதனாலென்ன நிச்சயம் வெற்றி எங்களுக்குத்தான் என்று துணிச்சலுடன் இருக்க முடிந்திருக்கிறது. விடாமல் போரிடவும் முடிந்திருக்கிறது.

1967 தொடக்கத்தில் ஹோ அவருடைய நம்பிக்கை சுடர்விட்டு பிரகாசித்துக்கொண்டிருந்தது. அமெரிக்காவில் இருந்து தன்னிடம் உரையாட வந்த ஹாரி ஆஷ்மோர், வில்லியம் பேக்ஸ் என்னும் இரு பத்திரிகையாளர்களிடமும் அவர் தன் எண்ணத்தைப் பகிர்ந்துகொண்டார். 'கிட்டத்தட்ட இருபத்தைந்து ஆண்டுகளாக எங்கள் சுதந்தரத்துக்காக நாங்கள் போரிட்டுக்கொண்டிருக்கிறோம். என்ன செய்வது? நாங்கள் அமைதியைத்தான் விரும்புகிறோம். ஆனால் அதற்காக அமெரிக்காவிடமோ அல்லது வேறு எவரிடமோ எங்கள் சுதந்தரத்தை விற்று அதன்மூலம் அமைதியைப் பெறுவது எங்கள் நோக்கமல்ல.'

ஹோ தொடர்ந்தார். 'எங்கள் மனஉறுதியை நீங்கள் தெரிந்துகொள்ளவேண்டும். இத்தனை நீண்ட, வன்முறை பொதிந்த யுத்தத்தைப் பார்த்துவிட்டோம். இனி உங்களுடைய அணு ஆயுதங்கள்கூட எங்களைச் சரணடையச் செய்துவிடாது.'

தன்னுடைய மரணம் குறித்து அவர் அதிகம் கவலைப்பட்டது கிடையாது என்கிறார் நாம் தொடக்கத்தில் பார்த்த நியூ யார்க் டைம்ஸ் பத்திரிகையாளர். 'நீங்கள் அதிகம் சிகரெட் புகைக்கிறீர்கள், இது ஆபத்தல்லவா?' என்று கேட்டபோது அவர் சொன்ன பதில் இது. 'உங்களுக்கு என் வயது ஆகும்போது தெரியும். சிகரெட்டின் ஆபத்து குறித்து உங்களால் அப்போது கவலைப்பட்டுக்கொண்டிருக்க முடியாது.'

28. எதிர்காலம்

இரண்டாம் உலகப் போரின் முடிவில், ஜப்பானிய ஆக்கிரமிப்பு முடிவுக்கு வந்தபிறகு வியட்நாமின் சுதந்தரப் பிரகடனத்தை 2 செப்டெம்பர் 1945 அன்று ஹோ சி மின் வாசிப்பதாக ஏற்பாடாகி யிருந்தது. ஆனால் வியட்நாம் வரலாற்றில் மிக முக்கியமான தினமான அன்று உடுத்திக்கொள்ள ஹோ சி மின்னிடம் நல்ல உடை எதுவும் இல்லை என்பதைத் தோழர்கள் முந்தைய நாள் இரவுதான் கண்டுபிடித்தனர். அவசர அவசரமாக காக்கித் துணியில் ஒரு பைஜாமா போன்ற ஆடையையும் சட்டையையும் தைக்க ஏற்பாடு செய்தனர். அன்று தைக்கப்பட்ட அந்தத் தொளதொளப் பான உடையைப் போன்றுதான், ஹோ சி மின் தன் வாழ்நாள் முழுவதும் தொடர்ந்து அணிந்து வந்தார்.

வியட்நாமுக்கு அப்போது கிடைத்திருக்கும் விடுதலை தாற் காலிகமானது என்பது ஹோவுக்குத் தெரியும். ஜப்பானின் ஆதிக்கம் விலகியது முக்கியமல்ல, முழு விடுதலை பெற வேண்டியது பிரான்ஸிடம் இருந்து. அதற்கான போராட்டத்தில் தொடர்ந்து ஈடுபடவேண்டுமானால் வியட்நாம் மக்கள் அதுவரை உயிருடன் இருந்தாகவேண்டும். அந்நிய ஆதிக்கத்துக்கு முன்பாக உள்ளூர் ஆதிக்கச் சக்திகளான பசியையும் பஞ்சத்தையும் வென்றாக வேண்டும். புரட்சியைவிடவும் புரட்சிக்குத் தயாராவது முக்கியம். புரட்சி என்பது போர்க்களத்தில் தொடங்கி அங்கேயே முடி வடைந்துவிடும் விஷயமல்ல. சமூகம், மதம், கலாசாரம், பண் பாடு, இலக்கியம் என்று வாழ்வோடு தொடர்புடைய அனைத்துத் தளங்களோடும் புரட்சி தொடர்ந்து உரையாடுகிறது. அனைத்தை யும் திருப்பிப்போடுகிறது. மக்களுக்குத் தேவையான அனைத்தை யும் மீள்உருவாக்கம் செய்யப்படுகிறது.

புரட்சிகர தாற்காலிக அரசாங்கத்தின் அமைச்சரவை கூடியது. ஹோ சி மின் சுருக்கமாக தொடக்க உரையாற்றினார். 'நாட்டில் நிலவும் பஞ்சத்தை ஒழிக்க உணவு உற்பத்தியை அதிகரிக்கவேண்டும். பயிரிடத்தக்க நிலங்களில் காய்கறிகள், சீனிக்கிழங்கு, சோளம் போன்றவற்றைப் பயிரிட வேண்டும். பஞ்சத்தால் பீடிக்கப் பட்டிருப்பவர்களுக்கு உதவிசெய்ய, அரிசி வசூலிக்க வேண்டும். நாட்டு மக்கள், பத்து நாள்களுக்கு ஒருமுறை ஒரு வேளை உணவை குறைத்துக்கொண்டு ஏழைகளுக்காக அரிசியைச் சேமிக்க வேண்டும். வெகுஜன கல்வி அறிவுப் பிரசாரம் உடனே தொடங்க வேண்டும். வியட்னாமிய மொழியை எழுதவும் படிக்கவும், 3 மாதத்தில் கற்றுக்கொடுக்க முடியும். மக்களுடைய ஜனநாயக உரிமைகளை உறுதிசெய்யும் பொருட்டு, விரைவில் பொதுத் தேர்தல்களை நடத்தவேண்டும். அபினி, சாராயம் குடிக்கும் பழக்கத்திலிருந்து மக்கள் விடுபடுவதற்காகவும், ஒரு புதிய வகைப்பட்ட மனிதனை உருவாக்குவதற்காகவும், மக்களுக்குப் போதனையூட்ட வேண்டும். மக்கள் கடினமாக உழைத்து, சிக்கனத் துடனும் நேர்மையுடனும் வாழ போதிக்கவேண்டும். தேர்தல் வரி, சந்தை வரி, ஆற்றைக் கடக்கும் வரிகளை ரத்துசெய்ய வேண்டும். அபினி குடிப்பது தடை செய்யப்பட வேண்டும். மத வழிபாட்டு உரிமை, பிரகடனம் செய்யப்பட வேண்டும்!'

ஹோ சி மின் முன்வைத்த இந்த யோசனைகள், ஒரு சில மாதங் களுக்குள்ளேயே வியட்னாமில் மகத்தான மாறுதல்களை ஏற் படுத்தின. அனைத்து நிலங்களும் பயிரிடப்பட்டன. அமோக விளைச்சல் ஏற்பட்டது. பஞ்சம் அகற்றப்பட்டது. தொழிற் கூடங்களில் எட்டு மணி நேர வேலை நேரம் நிச்சயிக்கப்பட்டது. ஆனால், நிலச் சீர்திருத்தம் செய்யப்படவில்லை. ஏனென்றால், அன்றிருந்த நிலையில் அதைச் செய்வதென்பது கிராமப்புறத்தில் வர்க்கப் பகைமைகளை ஆழப்படுத்தி தேசிய ஒற்றுமைக்கு குழி தோண்டும் நிலைமையை ஏற்படுத்திவிடக்கூடும். அன்றைய நிலைமையில் தேச ஒற்றுமை என்பதுதான் பிரதானமாகத் தேவைப்பட்டது. ஆனால், பிரெஞ்சு காலனியாதிக்கவாதிகளும் அவர்களுடன் கூட்டு வைத்திருந்தவர்களும் வைத்திருந்த நில மனைத்தும் கைப்பற்றப்பட்டு, நிலமற்ற விவசாயிகளுக்குத் தாற் காலிக அடிப்படையில் விநியோகம் செய்யப்பட்டது. விவசாயி களின் குத்தகை 25 சதவிகிதமாகக் குறைக்கப்பட்டது.

போரில் மட்டுமல்ல தேசக் கட்டுமானத்திலும் மக்கள் ஈடுபட வேண்டும் என்று ஹோ விரும்பினார். மக்கள் ஹோவின்

குரலுக்குக் கட்டுப்பட்டனர். தம்பதிகள் தங்கள் திருமண மோதிரங் களையும், பெண்கள் தங்களிடம் எஞ்சியிருந்த ஆபரணங்களையும், புத்த துறவிகள் பூஜைப் பொருள்களையும் அளித்தனர். இவ்வாறு மக்கள், மொத்தத்தில் 2 கோடி பியஸ்தர் நாணயத்தையும் 370 கிலோ தங்கத்தையும் நாட்டுக்காக அளித்தனர்.

வியட்னாமிய மொழியில் கட்டாய இலவசக் கல்விக்கு அரசாங்கம் உத்தரவிட்டது. கல்வித்துறை, நாடு முழுவதிலும் எழுபதாயிரம் கல்வியறிவு மையங்களை நடத்தியது. பொதுத் தேர்தலுக்கு உத்தரவிடப்பட்டது. நகல் அரசியல் சட்டம் பத்திரிகைகளில் பிரசுரிக்கப்பட்டு மக்களிடமிருந்து ஆலோசனை கோரப்பட்டது. நேரடித் தேர்தல் மூலம் பகுதிவாரியாக (கம்யூன்) மக்கள் குழுக்கள் தேர்ந்தெடுக்கப்பட்டன. பின்னர் மாவட்ட வாரியாகவும், மாநில வாரியாகவும் தேர்ந்தெடுக்கப்பட்டன. மக்கள் அதிகாரம் பெற வேண்டும், மக்களை மக்களே ஆளவேண்டும் என்னும் உன்னத மான லட்சியத்தை அடைவதற்கான வழிமுறைகளாக இவை பார்க்கப்பட்டன.

ஹோவின் சிந்தனைகள், செயல்திட்டங்கள் அனைத்தும் லெனினைப் பின்பற்றி அமைந்திருந்தன. லெனின் தன்மீது செலுத்திய தாக்கத்தை அவர் பலமுறை நன்றியுடன் நினைவு கூர்ந்திருக்கிறார். கட்சியின் தவறுகளையும் தன்னுடைய தவறு களையும் திருத்திக்கொள்ள அவர் ஒவ்வொருமுறையும் லெனி னின் படைப்புகளையே நாடிச் சென்றிருக்கிறார். மாஸ்கோ சென்றிருந்தபோது லெனினினைச் சந்திக்க தாங்கவொண்ணா ஆர்வத்துடன் அவர் காத்திருந்தார். ஆனால் அவரை வரவேற்றது லெனினின் மறைவுச் செய்திதான்.

சோஷலிசத்தை நோக்கி மக்களை அணிதிரட்டிச் செல்வதில் ஹோ ஆர்வமாக இருந்தார். உலகம் முழுவதிலுமுள்ள உழைக்கும் வர்க்கத்தின் ஒற்றுமை குறித்து அவர் விரிவான கனவுகள் வைத்திருந்தார். சோவியத் யூனியன் கம்யூனிஸ்ட் கட்சியின் 20வது மாநாட்டுத் தீர்மானங்கள் உலகம் முழுவதிலும் உள்ள கம்யூனிஸ்ட் இயக்கங்களுக்கு நல்ல படிப்பினைகளை வழங்குகிறது என்று எழுதினார். குறிப்பாக, தனிநபர் வழிபாடு குறித்த இந்த மாநாட்டின் தீர்மானத்தை ஹோ போற்றினார். வியட்நாமில்கூட தனி நபர் வழிபாடு மிகுந்துவிட்டது, கட்சிக்குள்கூட இந்தச் சீர்கேடு புகுந்துவிட்டது என்று வருந்தினார். கட்சி நடைமுறைகள் ராணுவக் கட்டுப்பாடுகளைப்போல் கடைபிடிக்கப்படவேண்டும்

என்னும் லெனினின் வாசகங்களை அவர் மேற்கோள் காட்டினார். சோஷலிசம் அமைந்துவிட்டால் தனி நபர் வழிபாடு தொலைந்து போகும் என்றார்.

ஒரு ஓவியக் கண்காட்சியைத் தொடங்கி வைக்குமாறு ஹோ சி மின்னுக்கு அழைப்பு விடுவிக்கப்பட்டபோது அவரால் செல்ல முடியவில்லை. தன் எண்ணங்களை 10 டிசம்பர் 1951 அன்று எழுதியனுப்பினார். கலை, இலக்கியத்தை ஹோ எப்படி அணுகினார் என்பதை இதிலிருந்து தெரிந்துகொள்ள முடிகிறது. வியட்நாமிய விடுதலைக்காகப் போரிடும் ராணுவத்தினர் ஆயுதங்கள் தரித்திருக்கிறார்கள். அடிப்படையில் போராளிகளாக நீங்களும் இலக்கிய, கலை ஆயுதங்கள் தரித்திருக்கிறீர்கள். விடுதலைக்காகப் போரிடும் மக்களைப் போன்றவர்கள்தான் கலைஞர்களும் என்றார் ஹோ. அவரைப் பொருத்தவரை கலைஞர்களுக்கும் அரசியல் நிலைப்பாடு முக்கியம். அந்நிய அழுத்தத்துக்கு எதிராகப் போரிடும் மக்களை கலையும் இலக்கியமும் பிரதிபலிக்க வேண்டும் என்று அவர் விரும்பினார்.

படைப்பாற்றல் என்பது தனியொரு சக்தியல்ல. 'நீங்கள் மக்களைச் சென்று சந்திக்கவேண்டும், அவர்களுடைய வாழ்வில் ஊடுருவிச் சென்று பார்க்கவேண்டும். அப்போதுதான் மக்களின் இயல்புகள் உங்களுக்குப் புரியவரும். எவ்வளவு வீரத்துடன் அவர்கள் போரிடுகிறார்கள் என்பது தெரியவரும். அவர்களுடைய வளர்ச்சிக்கு உங்களால் பங்களிப்பு செய்யவும் முடியும். நம் வீரர்களும் மக்களும் பெரும் பாய்ச்சலை நிகழ்த்தியிருக்கிறார்கள். நீங்களும் உங்கள் தரப்பில் இருந்து இத்தகைய பாய்ச்சல்களை நிகழ்த்தவேண்டும்.'

10 மே 1969 அன்று மரணத்தின் வாயிலில் இருந்தபோது ஹோ கட்சியின் எதிர்காலம், நாட்டின் எதிர்காலம், தனது இறுதி ஆசை ஆகிய அனைத்தையும் குறித்து எழுதினார். இது அவருடைய இறுதி உயில் ஆவணம்.

'ஒற்றுமை என்பது நமது கட்சி மற்றும் மக்களின் மிக அற்புதமான பாரம்பரியமாகும். மத்திய கமிட்டி முதல் கீழ்மட்ட கிளை வரை அனைத்துத் தோழர்களும் இந்த ஒற்றுமையையும், கட்சியின் ஒருமித்த சிந்தனைப் போக்கையும் தங்கள் கண்ணின் கருமணியைப் போல காக்க வேண்டும்.

கட்சிக்குள் பரந்த அளவிலான ஜனநாயகத்தை ஏற்படுத்த வேண்டும். சுய விமர்சனம், விமர்சனம் இரண்டையும் தொடர்ந்து

கண்டிப்புடன் கடைப்பிடிக்கவேண்டும். அவ்வாறு செய்வது ஒருமைப்பாட்டையும் ஒற்றுமையையும் உறுதிப்படுத்துவதற்கான சிறந்த வழியாகும். தோழமைபூர்வ நேசம் கட்சிக்குள் நிலவ வேண்டும்.

நம்முடைய கட்சி அதிகாரத்தில் உள்ள கட்சியாகும். ஒவ்வொரு கட்சி உறுப்பினரும் ஒவ்வோர் ஊழியரும் ஆழமான புரட்சிகர ஒழுக்கத்தைக் கொண்டிருக்க வேண்டும். கடும் உழைப்பு, சிக்கனம், நேர்மை, ஒழுக்கம், பொதுநலனுக்காக முற்றிலும் அர்ப்பணித்துக் கொள்வது, முற்றிலும் சுயநலமற்றிருப்பது ஆகிய குணங்களை வெளிப்படுத்த வேண்டும். நமது கட்சியானது முழுமையான தூய்மையைப் பாதுகாக்க வேண்டும் என்பதுடன் மக்களுடைய தலைவன், அவர்களுடைய மிகவும் உண்மையான ஊழியன் என்ற தன்னுடைய பங்கை ஆற்ற தான் தகுதியானவன் என்பதையும் நிரூபிக்க வேண்டும்.

உழைக்கும் வாலிபர் சங்க உறுப்பினர்களும், நமது இளைஞர் களும், பொதுவாக நல்லவர்கள். துயரங்களைக் கண்டு துவண்டு விடாமல், முன்னேற்றத்தில் ஆர்வம் கொண்டு முன்னுக்குவந்து செயலாற்ற அவர்கள் எப்பொழுதும் தயாராக இருக்கின்றார்கள். நமது கட்சி அவர்களுடைய புரட்சிகரக் குணங்களை வலுப்படுத்த வேண்டும். சோசலிசத்தைக் கட்டமைப்பதில் 'கம்யூனிஸ்ட்களாக வும்' 'அனுபவம் வாய்ந்தவர்களாகவும்' நம்மை ஆக்கிய அவர் களை நமது வழித் தோன்றல்களாகப் பயிற்றுவிக்க வேண்டும்.

எதிர்கால, புரட்சிகரத் தலைமுறைகளுக்குப் பயிற்சியளித்து போதனையூட்டுவது என்பது, மிகுந்த முக்கியத்துவம் வாய்ந்தது என்பதோடு, அவசியம் தேவைப்படுவதும் ஆகும்.

தரைப்பகுதியிலும், மலைப்பகுதியிலும் உள்ள நமது மக்கள் தலை முறை, தலைமுறையாகத் துயரங்களை அனுபவித்து வந்தனர்; பிரபுத்துவ, காலனியாதிக்க அடக்குமுறை மற்றும் சுரண்டல் காரணமாக, துயரங்களை அவர்கள் அனுபவித்துள்ளனர். அது தவிர, பல வருட யுத்தத்தின் காரணமாக வேதனைப்பட்டும் இருக்கி றார்கள். இருந்தபோதிலும் நமது மக்கள் மகத்தான வீரதீரத்தையும், துணிவையும் உற்சாகத்தையும் கடும் உழைப்பையும் வெளிப் படுத்தியுள்ளனர். கட்சி தோன்றிய நாள் முதல் தங்கு, தடையற்ற விசுவாசத்தைச் செலுத்தி, அவர்கள் அதைத் தொடர்ந்து பின்பற்றி வருகிறார்கள்.

நமது மக்களுடைய வாழ்க்கையைத் தொடர்ந்து மேம்படுத்தும் பொருட்டு, கட்சியானது பொருளாதார மற்றும் கலாசார வளர்ச்சிக் காக, சக்தி வாய்ந்த திட்டங்களைத் தீட்ட வேண்டும்.

அமெரிக்க ஆக்கிரமிப்புக்கு எதிரான யுத்தப் போராட்டமானது நீடித்துக்கொண்டே போகலாம். நமது மக்கள் உயிரையும் உடைமைகளையும் இழந்து புதிய தியாகங்களைப் புரிய நேரிட லாம். எது நடந்தாலும் சரி இறுதி வெற்றி கிடைக்கும்வரை அமெரிக்க ஆக்கிரமிப்பாளர்களை எதிர்த்துப் போராடுவதென்ற நமது முடிவில் நாம் உறுதியாக இருக்க வேண்டும்.

> நமது மலைகள் எப்பொழுதும் இருக்கும்.
>
> நமது ஆறுகள் எப்பொழுதும் இருக்கும்.
>
> நமது மக்கள் என்றென்றும் இருப்பார்கள்.
>
> அமெரிக்க ஆக்கிரமிப்பாளர்கள் முறியடிக்கப்படுவார்கள்
>
> அதற்குப் பிறகு, மேலும் பத்து மடங்கு வனப்புள்ளதாக நம் நாட்டை நாம் மீண்டும் கட்டமைப்போம்.

எத்தனை சிரமங்களும் துயரங்களும் நேரிட்டபோதிலும், முழு வெற்றி அடைந்தே தீருவோம் என்று நமது மக்கள் நம்பிக்கைக் கொண்டுள்ளனர். அமெரிக்க ஏகாதிபத்தியவாதிகள் வெளியேறிப் போவது நிச்சயம். நமது தாயகம் மீண்டும் ஒன்றுபட்டே தீரும். தெற்கிலும், வடக்கிலும் உள்ள நமது சகப்பிரஜைகள் ஒரே குடையின்கீழ் மீண்டும் ஒன்றுபடுவது நிச்சயம். சிறிய தேசமாகிய நாம், வீரஞ்செறிந்த போராட்டத்தின்மூலம் பிரெஞ்சு மற்றும் அமெரிக்கா ஆகிய இரு பெரும் ஏகாதிபத்தியங்களைத் தோற் கடித்து தனிப்பெருமையை பெறப்போகிறோம். உலகின் தேசிய விடுதலை இயக்கத்துக்குத் தகுதியான பங்கை அளித்தவர்களாக நாம் அறியப்படுவோம்.'

உலகக் கம்யூனிஸ்ட் இயக்கம் குறித்து ஹோ எழுதுகிறார்.

'புரட்சிக்குத் தன் வாழ்க்கை முழுவதையும் அர்ப்பணித்த ஒரு மனிதன் என்ற முறையில் சர்வதேச கம்யூனிஸ்ட் மற்றும் தொழி லாளிகள் இயக்கத்தின் வளர்ச்சி கண்டு நான் மிகவும் பெருமைப் படுவதுபோலவே சகோதர கட்சிகளிடையே இன்று நிலவும் வேறுபாடுகளைக் கண்டு மிகுந்த வேதனையடைகிறேன்.

மார்க்சியம், லெனினியம் மற்றும் பாட்டாளி வர்க்க சர்வதேசியம் என்ற அடிப்படையில் உணர்வுகளைக் கணக்கிலெடுத்து

அறிவுபூர்வமான வகையில், சகோதர கட்சிகளிடையே ஒற்றுமையை மீண்டும் ஏற்படுத்துவதற்காக, நமது கட்சியானது தன்னால் இயன்றதனைத்தையும் சக்தி வாய்ந்த முறையில் செய்யும் என்று நான் நம்புகிறேன்.

சகோதரக் கட்சிகளும் நாடுகளும் மீண்டும் ஒன்றுபட்டே தீரும் என்று நான் உறுதியாக நம்புகிறேன்.'

தன்னைச் சுருக்கமாக இப்படி அறிமுகப்படுத்திக்கொள்கிறார் ஹோ.

'என் வாழ்க்கை முழுவதும் இதயபூர்வமாகவும், முழு பலத்துடனும் நமது தாயகத்துக்காகவும் புரட்சிக்காகவும் மக்களுக்காகவும் பாடுபட்டு வந்துள்ளேன். இந்த உலகிலிருந்து நான் போகும் பொழுது இன்னும் அதிக நாள்கள் மேலும் சேவை செய்ய முடியவில்லையே என்ற ஒரு ஏக்கத்தைத் தவிர, வேறு எதற்காகவும் நான் வருந்த வேண்டியதில்லை.

நான் இறந்த பின்னால் மக்களுடைய நேரத்தையும் பணத்தையும் வீணாக்காது இருக்கும் பொருட்டு, எனது இறுதிச்சடங்கைப் பெருமளவில் நடத்துவது தவிர்க்கப்பட வேண்டும்.

இறுதியாக மக்கள் அனைவருக்கும், கட்சி முழுவதற்கும், ராணுவம் முழுவதற்கும் என்னுடைய மருமகன்களுக்கும், மருமகள்களுக்கும் (வியட்னாம் விடுதலைப் போராட்டத்தில் அவரோடு சேர்ந்து போராடிய இளைஞர்களையும் யுவதிகளையும் அவர் குறிப்பிடுகிறார்) இளைஞர்களுக்கும், குழந்தைகளுக்கும் என்னுடைய எல்லையற்ற அன்பை விட்டுச் செல்கின்றேன். உலகம் முழுவதிலுமுள்ள நம்முடைய தோழர்களுக்கும் நண்பர்களுக்கும் வாலிபர்களுக்கும் குழந்தைகளுக்கும் என்னுடைய நேசபூர்வ வாழ்த்துக்களை நான் தெரிவித்துக் கொள்கிறேன்.'

ஹோ சி மின்னின் இறுதி ஆசை என்ன?

'நம் கட்சியும் மக்களும் ஒன்றிணைந்து செயல்படவேண்டும். ஓர் அமைதியான, ஒன்றுபட்ட, சுதந்தர, ஜனநாயக வியட்நாமை அவர்கள் உருவாக்கவேண்டும். உலகப் புரட்சிக்குத் தங்கள் பங்களிப்பை அவர்கள் செலுத்தவேண்டும்.'

ஆதாரங்கள்

புரட்சி என்பது என்ன? புரட்சியாளர்கள் யார்?

- The March of Socialism, Julio Alvarez del Vayo, Translated by Joseph M. Bernstein, Jonathan Cape
- Teach Yourself Political Thought, C.L. Wayper, The English University Press Ltd
- On Socialism, Edited by Irfan Habib, Leftword
- The Making of History: Essays Presented to Irfan Habib, Tulika Books
- The Age of Extremes, Eric Hobsbawm, Abacus
- The Age of Revolution, Eric Hobsbawm, Abacus
- விடுதலைப் பாதையில் பகத்சிங், தொகுப்பு : சிவவர்மா, பாரதி புத்தகாலயம்
- புரட்சி என்றால் என்ன? முன்னேற்றப் பதிப்பகம்
- பகத்சிங்: விடுதலைப் போரில் புரட்சி இயக்கம், எஸ். இர்பான் ஹபீப், தமிழில் அசோகன் முத்துசாமி, பாரதி புத்தகாலயம்
- பகத்சிங்கும் புரட்சித் தோழர்களும், சிவவர்மா, தமிழில்: எத்திராஜுலு, தமிழ்ப் புத்தகாலயம்
- சரித்திரத்தை மாற்றிய சதிவழக்குகள், சிவலை இளமதி, அலைகள்

ஸ்பார்டகஸ்

- Spartacus - A Real Representative of the Proletariat of Ancient Times, Alan Woods, In Defense of Marxism. (Web)
- Life of Crassus, Plutarch

- Glimpses of World History, Jawaharlal Nehru, Penguin
- A People's History of the World, Chris Harman, Bookmarks
- ஸ்பார்டகஸ், ஹோவர்ட் ஃபாஸ்ட், தமிழில்: ஏ.ஜி. எத்திராஜுலு, சவுத் விஷன்

புத்தர்

- Indian Wisdom or Examples of the Religious, Philosophical and Ethical Doctrines of the Hindus, Monier Williams, Rupa & Co
- Ambedkar and Buddhism, Sangharakshita, Windhouse Publications
- மதமும் சமூகமும், டாக்டர் தேவிபிரசாத் சட்டோபாத்தியாயா, தமிழில் இரா. சிசுபாலன், நியூ செஞ்சுரி புக் ஹவுஸ்
- இந்துத் தத்துவ இயல், ராகுல் சாங்கிருத்யாயன், தமிழில்: எத்திராஜுலு, நியூ செஞ்சுரி புக் ஹவுஸ்
- பௌத்தத் தத்துவ இயல், ராகுல் சாங்கிருத்யாயன், தமிழில்: எத்திராஜுலு, நியூ செஞ்சுரி புக் ஹவுஸ்
- இந்தியத் தத்துவ இயல் ஓர் எளிய அறிமுகம், தேவிபிரசாத் சட்டோபாத்தியாயா, அலைகள்
- புத்தர் தர்மமும் சங்கமும், அருணன், பாரதி புத்தகாலயம்
- புத்தரின் புனித வாக்கு, பால் காரஸ், தமிழில் மு.கி. சந்தானம், பப்ளிகேஷன்ஸ் டிவிஷன்

மார்க்ஸ்-எங்கெல்ஸ்

- The Marxists, C. Wright Mills, Pelican Books
- The Frock-Coated Communist, Tristram Hunt, Penguin
- Karl Marx Remembered, Editor Philip S Foner, 100th Anniversary Edition, Manisha Granthalaya
- Marxism, Cyril C Clump, S.J., The New Review
- How to Change the World, Eric Hobsbawm, Little, Brown Book Group
- Why Read Marx Today? Jonathan Wolff, Oxford
- Social Theory, GDH Cole, Methuen & Co Ltd.

- How to Read Karl Marx, Ernst Fischer, Monthly Review Press
- The Communist Manifesto, Karl Marx, Fredrich Engels, Progress Publishers
- Karl Marx A Nineteenth Century Life, Jonathan Sperber, WW Norton & Co
- The Revolutionary Ideas of Karl Marx, Alex Callinicos, Bookmarks
- Karl Marx, Allen W Wood, Routledge
- மார்க்ஸ் எங்கெல்ஸ் தேர்வு நூல்கள், முன்னேற்றப் பதிப்பகம்
- லெனின் தேர்வு நூல்கள், முன்னேற்றப் பதிப்பகம்
- கார்ல் மார்க்ஸ் வாழ்வும் சிந்தனையும், அருணன், வசந்தம் வெளியீட்டகம்
- வர்க்கங்கள், வர்க்கப் போராட்டம் என்றால் என்ன? ஏ. எர்மக்கோவா, வி. ராட்னிக்கவ், முன்னேற்றப் பதிப்பகம்
- இயக்கவியல் பொருள்முதல்வாதம் என்றால் என்ன? வி. கிரபிவின், முன்னேற்றப் பதிப்பகம்
- எங்கெல்சின் குடும்பம் தனிச்சொத்து, அரசு ஆகியவற்றின் தோற்றம் எனும் நூல், இ.லி. அந்திரேயெவ், முன்னேற்றப் பதிப்பகம்
- பேக்கன் முதல் மார்க்ஸ் வரை, தேவிபிரசாத் சட்டோபாத்தியாயா, தமிழில் மு. வசந்தகுமார், விடியல்
- மார்க்ஸ் முதல் மாசேதுங் வரை, ஜார்ஜ் தாம்ஸன், தமிழில் எஸ்.வி. ராஜதுரை, இன்குலாப், கீழைக்காற்று வெளியீட்டகம்
- வரலாற்றுப் பொருள்முதல்வாதம் ஓர் அரிச்சுவடி, ஆ. சிவசுப்பிரமணியன், நியூ செஞ்சுரி புக் ஹவுஸ்
- விஞ்ஞான லோகாயதவாதம், ராகுல் சாங்கிருத்யாயன், தமிழில்: எத்திராஜுலு, நியூ செஞ்சுரி புக் ஹவுஸ்
- ஐரோப்பியத் தத்துவ இயல், ராகுல் சாங்கிருத்யாயன், தமிழில்: எத்திராஜுலு, நியூ செஞ்சுரி புக் ஹவுஸ்
- மனித சமுதாயம், ராகுல் சாங்கிருத்யாயன், தமிழில்: எத்திராஜுலு, நியூ செஞ்சுரி புக் ஹவுஸ்
- இயங்கியல் முறையில் சில பயிற்சிக் கட்டுரைகள், டி.டி. கோசாம்பி, தமிழில் சிங்கராயர், சவுத் விஷன்

- கார்ல் மார்க்ஸ், வெ. சாமிநாத சர்மா, பாவை பப்ளிகேஷன்ஸ்
- மார்க்சிய லெனினிய தத்துவம், விக்டர் ஆஃபேன் ஸீவ், தமிழில் ஆர். பெரியசாமி, பாரதி புத்தகாலயம்
- மார்க்சியம் தோற்றமும் சாராம்சமும், தியொடோர் ஒய்சேர்மான், தமிழோசை பதிப்பகம்
- மார்க்ஸ் எங்கெல்ஸ் வாழ்வும் பணியும், டேவிட் ரியாஜெனோவ், தமிழில் அபராஜிதன், பாரதி புத்தகாலயம்
- மார்க்ஸும் மார்க்ஸீயமும், பீட்டர் வோர்ஸ்லி, தமிழில் பிரமிள், லயம் வெளியீடு
- மார்க்ஸ் பிறந்தார், ஹென்ரி வோல்கவ், தமிழில் நா. தர்மராஜன், அலைகள்
- கம்யூனிசத்தின் கோட்பாடுகள், பிரெட்ரிக் எங்கெல்ஸ், கீழைக்காற்று
- மார்க்சிய மூலநூல்களுக்கான வாசகர் வழிகாட்டி, மாரிஸ் கார்ன்ஃபோர்த், கீழைக்காற்று
- மார்க்சிய லெனினிய தத்துவ ஞானத்தின் அடிப்படைகள், புத்தகம் 2, தமிழில் கே. ராமநாதன், நியூ செஞ்சுரி புக் ஹவுஸ்
- மார்க்ஸீய மெய்ஞ்ஞானம், ஜார்ஜ் பொலிட்ஸர், தமிழில் ஆர்.கே. கண்ணன், நியூ செஞ்சுரி புக் ஹவுஸ்

சிமோன் பொலிவார்

- Simon Bolivar A Life, John Lynch, Yale University Press
- Simon Bolivar, Elizabeth Waugh, Collins
- Understanding the Venezuelan Revolution, Marta Harnecker, Monthly Review Press
- Venezuela's Bolivarian Democracy: Participation, Politics, and Culture Under Chavez,

ஹொசே மார்த்தி

- Jose Marti An Introduction, Oscar Montero, Palgrave MacMillan
- Jose Marti Selected Writings, Translated by Esther Allen, Penguin Classics

- Jose Marti and the Emigre Colony in Key West : Leadership and State Formation, C. Neale Ronning, Greenwood
- Jose Marti and the United States : A Further Interpretation, John M. Kirk, Journal of Latin American Studies
- My Life : A Spoken Autobiography, Fidel Castro, Ignacio Ramonet, Translated by Andrew Hurley, Allen Lane
- The Great Hispanic Heritage : Jose Marti, Jon Sterngass, Chelsea House
- ஹொசே மார்த்தி, அமரந்தா, அலைகள்

ஜோதிராவ் புலே

- Selected Writings of Jotirao Phule, Leftword
- Untouchable Freedom : A Social History of a Dalit Community, Vijay Prashad, Oxford
- Caste, Conflict and Ideology : Mahatma Jyotirao Phule and Low Caste Protest in Nineteenth-Century Western India, Rosalind O'Hanlon, Cambridge University Press
- The New Cambridge History of Modern India IV.3, Caste and Politics in Indai from the Eighteenth Century to the Modern Age, Susan Bayly, Cambridge University Press
- Makers of Modern India, Ramachandra Guha, Penguin
- Caste in the Census, Gail Omvedt, Social Change, 2010
- Buddhism in India, Gail Omvedt, Sage Publications
- Reiterating Dalit Movements in Colonial and Post Colonial India, Raj Sekhar Basu, Indian Historial Review, 2006
- ஜோதிராவ் புலே, தனஞ்செய் கீர், அலைகள்
- மகாத்மா புலே: தேர்ந்தெடுக்கப்பட்ட படைப்புகள், தமிழில் சிங்கராயர், பல்கலைப் பதிப்பகம்

அம்பேத்கர்

- Dr Ambedkar and Untouchability. Christophe Jaffrelot, Permanent Black
- Dalit Visions, Gail Omvedt, Orient Blackswan

- Hindutva : Exploring the idea of Hindu Nationalism, Jyotirmaya Sharma, Penguin
- Dr Babasaheb Ambedkar, Dhananjay Keer, Popular Prakashan
- The Politics of India Since Independence, Paul R Brass, Cambrdige University Press
- Making India Hindu, Edited by David Ludden, Oxford
- Hindu Nationlaism A Reader, Edited by Christophe Jaffrelot, Princetor University Press
- Ambedkar and the Indian Communists: The Absence of Conciliation, Julian Kirby, A Thesis submitted to the faculty of Graduate studies of The University of Manitoba, 2008
- Ambedkar and Buddhism, Sangharakshita, Windhorse Publications
- Dalits and the Democratic Revolution : Dr Ambedkar and the Dalit Movement in Colonial India, Gail Omvedt, Sage Publications
- அம்பேத்கர் நூல் தொகுப்புகள், 37 பாகங்கள், பாவை பதிப்பகம்
- சூத்திரர்கள் யார்? அம்பேத்கர்
- இந்து மதத் தத்துவம்: இந்தியாவும் பொதுவுடைமைக்கான முற்படு தேவைகளும், அம்பேத்கர்
- பண்டைய இந்தியாவில் புரட்சியும் எதிர்புரட்சியும், அம்பேத்கர்
- புத்தரா காரல் மார்க்ஸா? அம்பேத்கர்
- திரு காந்தியும் தீண்டப்படாதவரின் விடுதலையும், அம்பேத்கர்
- இந்து மதத்தில் புதிர்கள், அம்பேத்கர்
- சாதி ஒழிப்பு, அம்பேத்கர்
- ஏகாதிபத்திய எதிர்ப்பும் சாதி ஒழிப்பும், ஆனந்த் டெல்டும்ப்டெ, தமிழில் எஸ்.வி. ராஜதுரை, விடியல் / புத்தா
- முசுலீம்கள் குறித்து அம்பேத்கர், ஆனந்த் டெல்டும்ப்டே, புதிய ஜனநாயகம் வெளியீடு
- அம்பேத்கர் வாழ்ககை வரலாறு, தனஞ்செய் கீர், தமிழில்
- அம்பேத்கர் ஓர் ஆராய்வு, W.N. குபேர், தமிழில் சே. கோச்சடை, இராஜாராம், சரவண பாலு பதிப்பகம்

ஹோ சி மின்

- Ho Chi Minh A Life, William J Duiker, Hyperion Books
- Vietnam A History, Stanley Karnow, Penguin
- Dispatches, Michael Herr, Vintage
- ஹோ சி மின், என். ராமகிருஷ்ணன், கிழக்கு பதிப்பகம்
- Ho Chi Minh Was Noted for Success in Blending Nationalism and Communism, Alden Whitman, New York Times, 4 September 1969
- Some Considerations on the Colonial Question, Ho Chi Minh, 1922
- Equality!, Ho Chi Minh, 1922
- Vietnamese Declaration of Independence, Ho Chi Minh, 1945
- Message Sent To The Artists On The Occasion Of The 1951 Painting Exhibition, Ho Chi Minh, 1951
- Consolidation and Development of Ideological Unity Among Marxist-Leninist Parties, Ho Chi Minh, 1956
- The Path Which Led Me to Leninism, Ho Chi Minh, 1960
- http://marxists.org/reference/archive/ho-chi-minh/index.htm (ஹோ சி மின்னின் தேர்ந்தெடுக்கப்பட்ட படைப்புகளை இதில் காணலாம்).

www.ingramcontent.com/pod-product-compliance
Lightning Source LLC
LaVergne TN
LVHW060445051026
849518LV00002B/630
* 9 7 8 9 3 5 1 3 5 1 6 3 4 *